പാതകൾ പുഴയെ മായ്ച്ചത്

പരിസ്ഥിതി പഠനങ്ങൾ

pathakal puzhaye maychathu
padanangal
environmental studies

●

dr. e unnikrishnan

●

first edition
may 2013

●

typesetting
star communications, thiruvananthapuram

●

published
chintha publishers, thiruvananthapuram

●

●

cover
bloofish

●

Rights reserved

വിതരണം

ദേശാഭിമാനി ബുക്ക് ഹൗസ്
H O തിരുവനന്തപുരം–695 035
www.chinthapublishers.com
chinthapublishers@gmail.com

ബ്രാഞ്ചുകൾ

ഹെഡ്ഡാഫീസ് ബ്രാഞ്ച് കുന്നുകുഴി ● ഓവർബ്രിഡ്ജ് തിരുവനന്തപുരം ● കെ എസ് ആർ ടി സി ബസ് സ്റ്റേഷൻ ആലപ്പുഴ ● കെ എസ് ആർ ടി സി ബസ് സ്റ്റേഷൻ എറണാകുളം ● മച്ചിങ്ങൽ ലെയ്ൻ തൃശൂർ ● ഐ ജി റോഡ് കോഴിക്കോട് ● കെ എസ് ആർ ടി സി ബസ് സ്റ്റേഷൻ കോഴിക്കോട് ● എൻ ജി ഒ യൂണിയൻ ബിൽഡിങ് കണ്ണൂർ ● സെൻട്രൽ ബസ് ടെർമിനൽ കോംപ്ലക്സ് താവക്കര കണ്ണൂർ

CO - 1912 / 3221

പാതകൾ പുഴയെ മായ്ച്ചത്

പരിസ്ഥിതി പഠനങ്ങൾ

ഡോ. ഇ ഉണ്ണിക്കൃഷ്ണൻ

ചിന്ത പബ്ലിഷേഴ്സ്
തിരുവനന്തപുരം-695 035

ഡോ. ഇ ഉണ്ണിക്കൃഷ്ണൻ

പയ്യന്നൂരിനടുത്ത് വെള്ളൂരിൽ 1968 ൽ ജനിച്ചു. അധ്യാപ
കൻ. ഡോക്യുമെന്ററി നിർമാതാവ്. കാൽനൂറ്റാണ്ടായി പരി
സ്ഥിതി വിദ്യാഭ്യാസരംഗത്ത് പ്രവർത്തിച്ചുവരുന്നു.
സയൻസ് ആന്റ് ഡവലപ്മെന്റ് കമ്യൂണിക്കേഷനിൽ
പി ജി ഡിപ്ലോമയും നാട്ടുവൈദ്യത്തെക്കുറിച്ചുള്ള പഠന
ത്തിന് കോഴിക്കോട് സർവകലാശാലയിൽനിന്നും ഡോക്ട
റേറ്റും നേടി. കോയമ്പത്തൂർ ആര്യവൈദ്യഫാർമസിയുടെ
രജതജൂബിലി ആയുർവേദ പ്രബന്ധരചനാ പുരസ്കാരം,
സെന്റർ ഫോർ സയൻസ് ആന്റ് എൻവയോൺമെന്റ്
ജേണലിസ്റ്റ് ഫെലോഷിപ്പ്, വിദ്യാഭ്യാസ ഡോക്യുമെന്ററിക്ക്
ഇറാനിലെ റോഷ്ദ് ഇന്റർനാഷണൽ ഫിലിം ഫെസ്റ്റ്
ഡിപ്ലോമ ഓഫ് ഓണർ, സി ഡി എസിന്റെ ഗവേഷണ
ഫെലോഷിപ്പ് എന്നിവ നേടിയിട്ടുണ്ട്. ഉത്തരകേരളത്തിലെ
വിശുദ്ധവനങ്ങൾ എന്ന ആദ്യ ഗ്രന്ഥത്തിന് കേരള
സാഹിത്യ അക്കാദമി ജി എൻ പിള്ള എൻഡോവ്മെന്റ്
അവാർഡും എൻ വി വൈജ്ഞാനിക സാഹിത്യപുരസ്കാ
രവും ലഭിച്ചു.

വിലാസം   : 'ശതാവരി'
               കണ്ടോത്ത്
               പയ്യന്നൂർ 670307
ഫോൺ   : 9745206168

ഉള്ളടക്കം

ഭാഗം 1

1

കവ്വായി: പാതകൾ പുഴയെ മായ്ച്ചത്

പതിനെട്ടാം നൂറ്റാണ്ടിലെ ബ്രിട്ടീഷ് മലബാറിന്റെ വടക്കെ അതിർത്തി യായിരുന്നു കവ്വായിത്താലൂക്ക്. കവ്വായിപ്പുഴയ്ക്ക് വടക്ക് കാനറ. തെക്കു കിഴക്ക് കോട്ടയവും തെക്കുപടിഞ്ഞാറ് ചിറക്കലും പടിഞ്ഞാറ് അറബി ക്കടലും അതിരിട്ട അഞ്ഞൂറ്റി ഇരുപത്തിയൊന്ന് ചതുരശ്രനാഴിക വിസ്തൃ തിയുണ്ടായിരുന്ന ഈ ബ്രിട്ടീഷ് താലൂക്കിൽ ഇന്നത്തെ തളിപ്പറമ്പ് താലൂക്ക് ഉള്ളടങ്ങുന്നു. എൺപതുശതമാനം സ്ഥലവിസ്തൃതിയിലും മനു ഷ്യവാസമില്ലാത്ത, പത്തുശതമാനം പ്രദേശത്തും നെല്ലുമാത്രം കൃഷി ചെയ്തിരുന്ന പ്രദേശമായിരുന്നു ഒന്നരനൂറ്റാണ്ടു മുമ്പത്തെ കവ്വായിത്താ ലൂക്ക്. അന്ന് രണ്ടു ശതമാനത്തിലും താഴെമാത്രം ഭൂമി വീടു നിർമിക്കാ നെടുത്ത ഈ നാട് ഇന്ന് മേൽക്കൂരകളുടെ മഹാവനമായിരിക്കുന്നു. വയ ലുകൾ ബാക്കിയെത്രയുണ്ടെന്ന് ആർക്കുമറിയില്ല. കവ്വായിയുടെ സ്വന്തം അളവുമാനകങ്ങൾ, കവ്വായിപ്പറയും കവ്വായി സേറും മെട്രിക് അളവു കൾക്ക് വഴിമാറി. 1824 ൽ സർവെ നടത്തിയ വാർഡ്ഡും കോണറും പ്രത്യേകം പരാമർശിക്കുന്ന കവ്വായിയിലെ കറുത്ത പശുക്കളെ (black cattle) ധവളവിപ്ലവം ചുവപ്പിച്ചെടുത്തു. ദേശീയവും പ്രാദേശികവുമായ ജൈവവൈവിധ്യബോർഡുകളുടെ കണക്കുപുസ്തകങ്ങളിലൊന്നും ഇവി ടത്തെ ഈ 'വെച്ചൂർ പശുക്കൾ' ഇടം നേടിയിട്ടില്ല. ആറ്റിൽ കളഞ്ഞ തെല്ലാം അളക്കാതെയായിരുന്നു. കൃഷിയും നാടൻ സാങ്കേതികവിദ്യയും നാട്ടുഭക്ഷണവും നാടൻ മനസും. നാട്ടുവിത്തുകൾക്കൊന്നും മുളപൊ ട്ടാനാകാത്ത സിമന്റ് കാടുകളിൽ വരിയുടങ്ങുപോയ ദേശസംസ്കാര മായിരിക്കുന്നു ഇന്ന് കവ്വായിയുടേത്. പട്ടണക്കൊഴുപ്പിന്റെ അഴുക്കൊഴു ക്കുചാലുകളായിത്തീരുംമുമ്പേ നാട്ടുവാണിഭത്തിന്റെ ജീവനാഡികളായി രുന്നു ഇവിടത്തെ പുഴകളും കൈത്തോടുകളും. നൂറ്റാണ്ടുകൾക്കുമുമ്പ്

പാതകൾ പുഴയെ മായ്ച്ചത്
ഡോ. ഇ ഉണ്ണികൃഷ്ണൻ

കവ്വായിക്കായൽ

അത്യുത്തരകേരളത്തിന്റെ തന്നെ വ്യാപാര തലസ്ഥാനമായിരുന്നു 'കച്ചിൽ പട്ടണ' മെന്നറിയപ്പെട്ട കവ്വായി. കാളവണ്ടികൾ മാത്രം ഓടിയിരുന്ന നാട്ടു പാതകൾ ടാറിട്ട റോഡായിത്തീരുംമുമ്പെ കരവാണിഭത്തിലേക്കുള്ള പ്ര വേശനവഴിയായിരുന്നു കവ്വായി. പുഴ വഴിയിൽനിന്നും കര വഴിയിലേ ക്കുള്ള മാറ്റം അരൂക്കാക്കിയിരിക്കുന്ന ഒരു പുരാതന വാണിജ്യനഗരമത്രെ ഇന്ന് കവ്വായി. രണ്ടു നൂറ്റാണ്ടുമുമ്പ് ഒരു ഭരണ പ്രവിശ്യയുടെ ആസ്ഥാ നമാകാനുള്ള ഔന്നത്യമുണ്ടായിരുന്ന കവ്വായിയെന്ന വ്യാപാരകേന്ദ്രം ഇന്ന് പയ്യന്നൂർ മുനിസിപ്പാലിറ്റിയിലെ ഇരുപത്തൊമ്പതാം വാർഡായി മാത്രം ഒതുങ്ങിപ്പോയിരിക്കുന്നു. കവ്വായിയെന്ന കൊച്ചുതുരുത്തിന്റെ യൗവനവും വാർധക്യവും അടുത്തറിയാനുള്ള ശ്രമമാണ് ഈ കുറിപ്പ്.

കണ്ണെത്താത്ത ജലരാശിക്ക് നടുവിലെ തുരുത്താണ് ഇന്ന് കവ്വാ യി. പെരുമ്പപ്പുഴയും കവ്വായിപ്പുഴയും കൈകോർക്കുന്നിടത്തെ ഒരു മുനമ്പ്. കണ്ടൽക്കാടുകളും കൂറ്റൻ കായൽ മുതലകളും നിറഞ്ഞ പ്രകൃ തിയായിരുന്നു കവ്വായിയുടേത്. ഈ പുഴകളിലെ അലസമായ വെള്ളം ചീങ്കണ്ണികൾക്ക് കിടന്നു പുഴയ്ക്കാനുള്ള സാഹചര്യമൊരുക്കിയിരുന്ന തിനെക്കുറിച്ച് ലോഗൻ സരസമായി വിവരിക്കുന്നുണ്ട്.

പതിനഞ്ചടി നീളം വരുന്ന ഒരു ചീങ്കണ്ണിയെ ഏറ്റവും കരുത്തുള്ള നാടൻ എരുമയ്ക്കുപോലും എറ്റു നിൽക്കാനാവില്ല. ഈർച്ച വാൾപോലെ കൂർത്തു മൂർത്ത, കത്തിരിപ്പൂട്ടുപോലെ കോർത്തി

ണക്കാൻ കഴിയുന്ന അതിന്റെ താടിയെല്ലുകൾ അനാവരണം ചെയ്യുന്ന പല്ലുകൾക്കിടയിൽപ്പെടുന്നത് മനുഷ്യനായാലും മൃഗമായാലും പോക്കുതന്നെ. ഒരു ചരക്കുവഞ്ചിയോളം വലുപ്പവും ആന ചവിട്ടിയാലും പൊട്ടാത്ത പുറംതോടുമുള്ളതുകൊണ്ട് അവനെ നേർക്കുനേർ എതിരിടുക എത്ര വലിയ ജന്തുവിനും എളുപ്പമല്ല. അത്രയും കരുത്താണ് ഈ ജന്തുവിനെന്നതിനാൽ മീൻപിടുത്തക്കാർപോലും രാത്രിയിൽ പുഴയിൽ തോണിയിറക്കില്ല.

കമ്പക്കയറുകൾകൊണ്ടുള്ള വലകൾകൊണ്ട് മുതലമടകൾ വളഞ്ഞ് നാട്ടിൻപുറങ്ങളിലെ സ്ത്രീപുരുഷന്മാർ ഒന്നടങ്കം മുതലപിടിക്കാൻ ഇറങ്ങിയിരുന്നുവത്രെ അക്കാലത്ത്. കാട്ടിൽ കടുവയുടെ സ്ഥാനമാണ് കണ്ടൽക്കാട്ടിൽ മുതലയ്ക്ക്. ഭക്ഷ്യശൃംഖലയുടെ ഏറ്റവും മേലെയുള്ള കണ്ണി. തിന്നുകൊഴുക്കാൻ ഇഷ്ടംപോലെ മീനകളുണ്ടായിരുന്നപ്പോഴാണ് മുതലകൾ പെരുകിയത്. ലോഗന്റെ കാലത്ത് മുതലസത്രങ്ങൾ മൂർധന്യത്തിലെത്തിയിരുന്നെങ്കിലും കഷ്ടിച്ച് മുക്കാൽ നൂറ്റാണ്ടുകൂടി മുതലകൾ പിടിച്ചുനിന്നിരിക്കണം. 1950 കളോടെ അവസാനത്തെ മുതലയും മുതലവേട്ടക്കാരന്റെ തോക്കിനോ കുറവന്റെ ചൂണ്ടയ്ക്കോ ഇരയായി ഒടുങ്ങി.

കണ്ടലും പുഴയും പുഴത്തീരവും ഇന്ന് മരിച്ചുകൊണ്ടേയിരിക്കുന്നു. മലമട്ട് നൽകി കായലിനെ സമൃദ്ധമാക്കിയിരുന്ന ഇടനാടൻ കാടുകൾ നാമാവശേഷമായി. കായൽ ഞണ്ടും മഞ്ഞളേട്ടയും കാളാഞ്ചിയും നേതലുമെല്ലാം പഴങ്കഥയായി. വേട്ടയാടപ്പെട്ടിരുന്നില്ലെങ്കിലും മുതലകൾ ഭക്ഷ്യക്ഷാമംമൂലം അന്യം നിൽക്കുമായിരുന്നു.

കടലും കായലും പുഴയും നൽകിയ വരമാണ് കവ്വായിയുടെ പേരും പെരുമയും. ഉത്തരകേരളത്തിലെ പ്രധാന മീൻപിടുത്തകേന്ദ്രമായിരുന്നു കവ്വായി. 1923 ലെ സർവെകളനുസരിച്ച് കവ്വായിക്കായലിന്റെ തെക്കെയറ്റത്ത് ഇന്നത്തെ നേവൽ അക്കാദമിയുടെ അതിർത്തിയിൽ ഒരു അഴിയുണ്ടായിരുന്നു. പിന്നീട് പൊഴിവീണടഞ്ഞുപോയ ഈ കടൽത്തുറവ് 'കെട്ടിയ അഴി' എന്നാണ് ഇന്നും അറിയപ്പെടുന്നത്. സമുദ്രയാനങ്ങളും മീൻവള്ളങ്ങളും ഈ അഴിയിലൂടെയായിരുന്നു കവ്വായിയിലേക്കു വന്നിരുന്നത്. പൊഴി വീണതോടെ മീൻവള്ളങ്ങൾ പുതിയങ്ങാടിക്കടപ്പുറത്ത് കരകയറാൻ തുടങ്ങി.

കവ്വായിയിൽ പൊഴിവീഴാൻ ഭൂമിശാസ്ത്രപരമായ ഒരു കാരണവുമുണ്ട്. കിഴക്കൻ ആഫ്രിക്കയിൽനിന്നും ഇന്ത്യൻ സമുദ്രത്തിലേക്കു കടക്കുന്ന അടിയൊഴുക്കുകളിലൊന്ന് ഏഴിമലയ്ക്കു വടക്കുവെച്ച് രണ്ടായി പിരിയുന്നു. നദിയുടെ ഗതി കടൽത്തീരത്തിനു സമാന്തരമായി തിരിച്ചുവിടുന്നത് ഈ അടിയൊഴുക്കുകളാണ്. കാലവർഷക്കാലത്തുണ്ടാകുന്ന കൂറ്റൻ തെക്കുപടിഞ്ഞാറൻ തിരമാലകൾ അടിയൊഴുക്കിനോടേറ്റ് മണൽത്തിട്ടുകൾ ഉണ്ടാകുന്നു. കവ്വായിയിൽനിന്നും കടലിനു സമാന്തരമായി ഇരുപത്തിനാലു കിലോമീറ്റേറോളം വടക്കോട്ടേക്കൊഴുകിയാണ്

കായൽ നീലേശ്വരം അഴിത്തലയിൽ കടലിൽ ചേരുന്നത്.

കവ്വായിപ്പുഴ കായലിലേക്ക് തള്ളുന്ന അലുവിയൽ മണ്ണ് അടിഞ്ഞു കൂടിയുണ്ടാകുന്ന രണ്ടു തുരുത്തുകൾകൂടി കവ്വായിയുടെ ഭാഗമാണ്. കുരു പ്പാടും കൊച്ചത്തുരുത്തും. വസൂരി നാടുവിറപ്പിച്ചിരുന്ന കാലത്ത് ആളു കളെ മാറ്റിപ്പാർപ്പിച്ചിരുന്ന സ്ഥലമാണ് കുരുപ്പാട്. കണ്ടൽച്ചതുപ്പുകളതി രിടുന്ന ആറേക്കറോളം വരുന്ന ഈ ദ്വീപ് അടുത്തൂട ഹുസൈൻഹാജി യുടെ കുടുംബസ്വത്തായ തെങ്ങിൻതോപ്പായിരുന്നു. ഇപ്പോൾ കാസർ കോട്ടെ ഏതോ പുതുപ്പണക്കാരൻ വാങ്ങി കണ്ടൽ വെട്ടി ടൂറിസം നടപ്പാ ക്കുന്നു. കാക്കത്തുരുത്തിൽ ഒരൊറ്റ കുടുംബം മാത്രം താമസിക്കുന്നു. ദാമോദരനും ലക്ഷ്മിയും മക്കളും. ദാമോദരൻ മരിച്ചു. മക്കൾ കല്യാണം കഴിച്ച് മാറിത്താമസിച്ചു. ലക്ഷ്മി ഒറ്റയ്ക്ക് തുരുത്തിൽ.

'കച്ചിൽപ്പട്ടണ'മെന്നാണ് കവ്വായിയുടെ പൂർവനാമം. ജനുവരി–ഫെ ബ്രുവരി മാസങ്ങളിൽ വടക്കുപടിഞ്ഞാറു നിന്നു വീശുന്ന 'കച്ചൻ' കാറ്റിന്റെ ഗതിയനുസരിച്ച് പുറംനാടുകളിൽനിന്നും കവ്വായിലടുത്തിരുന്ന പായ്ക്കപ്പലുകളിലൂടെയായിരുന്നു സാമാനങ്ങളുടെ വരവുപോക്കുകൾ. ചെട്ടികൾക്ക് അഥവാ ചാലിയർക്കായിരുന്നു കടൽ വാണിജ്യത്തിന്റെ കുത്തക. ജലരാശിയുടെ ആഴവും മനസുമറിഞ്ഞ ഇവരിൽ പലരും മഹാ നാവികരായിരുന്നു. മൂഷകവംശസ്ഥാപകനായ ഇരാമകുടുമുവന്റെ മന്ത്രി യായിരുന്നത് ഒരു ചെട്ടിയായിരുന്നു. പയ്യന്നൂർ പാട്ടിന്റെ ഭൂമികയാണ് കച്ചിൽപ്പട്ടണം. പേരൂരിൽനിന്നും അനപത്യതാദുഃഖവുമായി നീലകേശി പിച്ചയ്ക്ക് എത്തുന്നത് കച്ചിൽപ്പട്ടണത്തിലെ നമ്പുച്ചെട്ടിയുടെയടുത്താ ണ്. കച്ചിൽ, പഴയന്നൂർ, പേരൂർ, തൃക്കൂർ എന്നിങ്ങനെ നാലു സ്ഥല നാമങ്ങൾ 'പയ്യന്നൂർ' പാട്ടിലുണ്ട്. പഴയന്നൂരിന്റെ തുറമുഖമാണ് കച്ചിൽ എന്നു കരുതണം. ഇന്ന് പയ്യന്നൂരംശത്തിന്റെ ഒരു ദേശമാണ് കച്ചിലെന്ന കവ്വായി. പത്തൊമ്പതാം നൂറ്റാണ്ടിന്റെ ഉത്തരാർധത്തിൽ കവ്വായിത്താ ലൂക്ക് ചിറക്കൽ താലൂക്കായി മാറുന്നതോടെ ഈ 'അംശംദേശം' പരി വർത്തനം ഔദ്യോഗികമായിത്തന്നെ പ്രാബല്യത്തിൽ വരുന്നുണ്ട്. ബ്രിട്ടീഷ് ഭരണത്തിന്റെ ആദ്യഘട്ടത്തിൽ കവ്വായിയുടെ ദേശമായിരുന്നു പയ്യന്നൂർ എന്ന് ഓർക്കുക. പഴയന്നൂർ>കവ്വായി; കവ്വായി>പയ്യന്നൂർ; പയ്യ ന്നൂർ> കവ്വായി എന്നിങ്ങനെ സ്ഥലപ്രതാപത്തിൽ ഒരാവർത്തനം നട ക്കുന്നുണ്ട്.

അനുഷ്ഠാനത്തിന്റെ വിശദാംശങ്ങൾ നഷ്ടപ്പെട്ടുപോയ നാടോടിഗാ നമാണ് പയ്യന്നൂർ പാട്ട്. പയ്യന്നൂർപ്പാട്ടെന്ന് ഗുണ്ടർട്ട് ശേഖരണസൗകര്യ ത്തിനായി ഇട്ട പേരാണ്. പാട്ടിലെവിടെയും ഇങ്ങനെ പരാമർശമില്ല. പയ്യ ന്നൂർ പാട്ടിന്റെ ആമുഖമായിട്ടുള്ള അഞ്ചടികൾ വണ്ണാൻമാർ ഇപ്പോഴും പാടാറുണ്ടെന്നതിൽ നിന്നും ഈ പാട്ടിന്റെ നേരവകാശം ഇവർക്കെന്നു സിദ്ധിക്കുന്നു. കണ്ണേറുപാട്ടിൽപ്പെടുത്താവുന്ന മലയരുടെ തിരുനിഴൽമാല യാണ് ഇതിനോട് ഭാഷാസാമ്യതകൊണ്ടും കാലപ്പഴക്കംകൊണ്ടും സാഹോദര്യം പുലർത്തുന്നത്. ഭാഷയുടെ സംക്രമണകാലത്തുടലെടുത്ത

ഈ പാട്ടുകളെ അവയ്ക്കുമെത്ര
യോ മുമ്പേ തദ്ദേശീയർക്കിടയിൽ
നിലനിന്നിരുന്ന അനുഷ്ഠാന
ത്തിന്റെ വാചികാംശമായി വേണം
കാണാൻ. പയ്യന്നൂർ സുബ്ര
ഹ്മണ്യ സ്വാമിക്ഷേത്രത്തെ ചുറ്റി
വളർന്ന നഗരസംസ്ക്യതിയാണ്
പയ്യന്നൂർ എന്ന പാരമ്പര്യധാര
ണയെ മാറ്റിവെച്ചുവേണം പയ്യന്നൂ
രിന്റെ പഴമ തേടാൻ. ആയിരമാ
ണ്ടുകൾക്കപ്പുറത്ത് പഴയന്നൂർ
എന്നൊരു ഗ്രാമമുണ്ടായിരുന്നു.
'പയ്യന്നൂർ പാട്ട്' പറയുന്ന ഏഴു
തെരുവുകളുള്ള പഴയന്നൂർ. പഴ
യനഗരം ഇന്നത്തെ അഷ്ടമച്ചാൽ
ഭഗവതിക്ഷേത്രപരിസരമായിരിക്ക
ണം. ഇതിനുസമീപം റോഡരി

കാക്കേരിയപ്പന്റെ വിഗ്രഹം

കിൽ അനാഥമായിക്കിടക്കുന്ന ഒരു ശിവലിംഗമുണ്ട്. ശാലിയപ്പൊറാട്ടു
കൾ അശ്ലീലസ്പർശത്തോടെ പരാമർശിക്കുന്ന കാക്കേരിയപ്പൻ. അടു
ത്തുതന്നെ ഒരു വിഗ്രഹമുണ്ട്. ശാസ്താവിന്റെയെന്നാണ് പറഞ്ഞുവരു
ന്നത്. പ്രാചീന ദ്രാവിഡദൈവമായ 'അയ്യ'നാണ് ബ്രാഹ്മണാധിപത്യ
ത്തിൽ ശാസ്താവായിമാറിയതെന്ന് സുവിദിതമാണല്ലോ. 'പയ്യന്നൂർ
പാട്ടിലെ മാതുകൂത്ത് നടക്കുന്നത് പേരുരയ്യൻ കോവിലിലാണ്. പേരുര
യ്യൻ കോവിൽ പഴയന്നൂരിലാണെന്നതുകൊണ്ടാണല്ലോ കൂത്തിന്റെ മിഴാ
വൊലികേട്ട് നീലകേശിയുടെ ആങ്ങളമാർ പഴയന്നൂരിലും എത്തുന്ന
ത്. ആ പുകൾപെറ്റ പേരുരയ്യനാകാം ഇന്നത്തെ റോഡരികിലെ കരി
ങ്കൽ വിഗ്രഹം.

ഏഴിമലയ്ക്കടുത്തുള്ള നരയൻ കണ്ണൂരിലെ ഭൂതത്താരുടെ വിഗ്രഹ
വുമായി ഈ വിഗ്രഹത്തിനുള്ള സാമ്യത ശ്രദ്ധേയമാണ്. ശാസ്താവായി
സ്വാംശീകരിക്കപ്പെടാതെ പോയ അയ്യനാകണം ഇവ രണ്ടും. പയ്യന്നൂർ
പാട്ടിലെവിടെയും സുബ്രഹ്മണ്യക്ഷേത്രത്തിന്റെ പരാമർശമേയില്ല എന്ന
തിൽനിന്നും പാട്ടിന്റെ കാലശേഷമേ ക്ഷേത്രനിർമാണം നടന്നിരുന്നുള്ളൂ
വെന്ന് വേണം കരുതാൻ. ഈ തകർന്ന ക്ഷേത്രാവശിഷ്ടങ്ങളുടെ
മുക്കാൽവട്ടത്തിൽനിന്നും അഗ്രഹാരങ്ങളുടെയും പൊതുവാൾഗൃഹങ്ങ
ളുടെയും വ്യവഹാരപരിസരത്തേക്ക് ഇന്നത്തെ (മഹാദേവ)ഗ്രാമത്തിലേക്ക്
പയ്യന്നൂർ വികസിച്ചത് അഞ്ചോ ആറോ നൂറ്റാണ്ടുമുമ്പുമാത്രമാണ്. പയ്യ
ന്നൂർ പഴയന്നൂരായിരുന്ന കാലത്തിന്റെ പാദമുദ്രകളാണ് നീലകേശി
യുടെ കഥാഗാനത്തിൽ നാം കാണുന്നത്. പഴയന്നൂരിൽനിന്നും പയ്യന്നൂ
രിലേക്ക് പരിണമിച്ചപ്പോഴാണ് പയ്യന്നൂർ പയ്യന്റെ ഊരായത്. സുബ്രഹ്മ

ണ്യക്ഷേത്രത്തെച്ചുറ്റിച്ചുഴലുന്നതുമാത്രമല്ല പയ്യന്നൂരിന്റെ ചരിത്രവും സംസ്കാരവും. എണ്ണയുൽപ്പാദകരും വിൽപ്പനക്കാരുമായ വാണിയർ, നെയ്ത്തുകാരായ ശാലിയർ, മുക്കുവർ, ഇരുമ്പുപണിക്കാരായ കരുവാ ന്മാർ തുടങ്ങിയവരെല്ലാമുൾപ്പെട്ട പ്രാചീന സമൂഹത്തിന്റെ ദേശമായിരുന്നു പഴെയന്നൂർ. ഇവരുടെയൊക്കെ അധിവാസസ്ഥലങ്ങളെ സൂചിപ്പിക്കുന്ന താകാം 'പയ്യന്നൂർ പാട്ടിലെ' ഏഴു തെരുവുകൾ. ഇന്നത്തെ പയ്യന്നൂർ നഗരത്തിന്റെ കേന്ദ്രമായ 'കൊക്കാനിശ്ശേരി' പഴെയന്നൂർതട്ടകത്തിന്റെ ചേരിനിലമാണ്. ഗ്രാമത്തിന്റെ പൊതുസംസ്കാരത്തിൽ ലയിക്കാനോ ലയി പ്പിക്കാനോ ഇഷ്ടപ്പെടാത്തവരാണ് ചേരികളിൽ അടിയുന്നത്. കൊങ്കണ ത്തിൽ നിന്നും വന്നവരുടെ ചേരിയായ കൊങ്കിണിച്ചേരിയാണ് കൊക്കാ നിശ്ശേരിയായത്. പത്തമ്പതുവർഷം മുമ്പുവരെ കൊങ്കിണിച്ചേരിയെന്നു തന്നെയായിരുന്നു വ്യവഹരിക്കപ്പെട്ടിരുന്നതും. കൊങ്കിണിച്ചേരിയെ പഴ ന്തമിഴ് സംസ്കൃതിയിലെ കൊൺ കാനമാക്കി പൊടിതട്ടിയെടുത്ത് പ്രദർശിപ്പിക്കുമ്പോഴും പഴെയന്നൂരിനെ പയ്യന്നൂരാക്കിയ പയ്യന്നൂരിനെ 'പയ്യ'നുമായി കൂട്ടിക്കെട്ടുന്ന സംസ്കൃതശീലരോഗം ആവർത്തിക്കുക യാണ്. ആനിടിലെഴുത്തച്ഛന്റെ 'കലശപ്പാട്ടു' കൊണ്ടല്ല. കണ്ടവരും വായി ച്ചവരുമാരുമില്ലാത്ത 'പയ്യന്നൂർ പട്ടോല'യെന്ന 'മിത്തു' കൊണ്ടുമല്ല നാട്ടു ചരിത്രത്തെ വായിക്കേണ്ടത്. ദേശാധികാരികൾ തട്ടകത്തിനു പുറത്തു തള്ളിയ നാട്ടുമലയന്റെ തോറ്റം പാട്ടിലുമുണ്ടാകാം നേരുകളുടെ വഴിത്തി ളക്കങ്ങൾ.

പയ്യന്നൂരിന്റെ അതിർത്തിയാണ് കവ്വായി. കിഴക്ക് ചങ്കൂരിച്ചാലിനും വടക്ക് നാരങ്ങാത്തോടിനും തെക്ക് പുന്നാക്കടവിനും പടിഞ്ഞാറ് കല്ലു മ്മോത്തിനുമിടയിൽ പയ്യന്നൂർ ഗ്രാമം കിടക്കുന്നു. ഈ നാലതിരുകൾ– ചതുർഘടി–ഊർവേലികളെന്ന് വാമൊഴിവഴക്കങ്ങളിൽ അറിയപ്പെട്ടു. കവ്വാ യിപ്പുഴയുടെ പതനമുഖത്ത് കരയിൽനിന്നു തള്ളി നിൽക്കുന്ന കൂറ്റൻ കരിങ്കൽപ്പാറക്കൂട്ടമാണ് 'കല്ലുംമുഖം.' കായൽ കയ്യേറി പുതിയ ഊർവേ ലികൾ തീർക്കുന്ന ചിലർ ഈ പാറക്കൂട്ടത്തെ മുക്കാലും പൊട്ടിച്ചു തീർത്തിരിക്കുന്നു.

കാലമേതായാലും തട്ടകത്തിന്റെ നാലെലുകകൾ അതിലംഘിക്കാ നാവില്ല നാട്ടുപരദേവതകൾക്ക്. നാരങ്ങാത്തോട്ടിലെ തെളിതീർഥത്തിൽ നീരാടിയും തുളുവന്നൂരപ്പനെ കണ്ടുകേട്ടും ഊരകത്ത് ശേഷിപ്പെട്ടവരാണ വർ. ദേവതമാരും ഊരും തമ്മിലുള്ള നാഭീബന്ധം നിലനിന്നുപോരുന്നത് അനുഷ്ഠാനങ്ങളുടെ നിയതാവർത്തനങ്ങളിലൂടെയാണ്. പയ്യന്നൂർ തെരു വിലെ അഷ്ടമച്ചാൽ ഭഗവതിക്കാവിലെ കലശമഹോത്സവത്തോടനുബ ന്ധിച്ച് തട്ടകത്തിന്റെ നാലതിരുകളിലും ബലിച്ചടങ്ങുകൾ നടത്തും. ഊർവേലികളിൽ നടത്തുന്ന ഊരുബലികൾ, കലശത്തിന്റെ അഞ്ചാം നാളിൽ ശാലിയത്തെരുവിൽനിന്നും വാലിയക്കാർ മീൻപിടിക്കാൻ കല്ലുമ്മോത്തെത്തും. മീൻകോയകളുമായി വാദ്യഘോഷങ്ങളോടെ ഇവർ ദേവീസന്നിധിയിലെത്തി 'മീനമൃത്' അർപ്പിക്കുന്നു.

കല്ലുമ്മോത്തിന് അടുത്താണ് കവ്വായിലെ മുക്കുവച്ചേരി. മുല്ലച്ചേരി
യെന്നായിരുന്നുവത്രേ മുക്കുവച്ചേരിക്ക് പണ്ടുണ്ടായിരുന്ന പേര്. കീഴാള
രുടെ ആരാധനാലയങ്ങൾക്കാണ് തെക്കൻ കേരളത്തിൽ 'മുല്ല'യെന്നുപ
റയുന്നത്. മുക്കുവർ തെക്കുനിന്നും വന്നവരുമത്രേ. തെക്കൻ കൊല്ലത്തു
നിന്നും രാജകോപം ഭയന്ന് വടക്കോട്ട് വന്നവരാണ് മുക്കുവരുടെ മുൻമു
റക്കാർ എന്നാണ് പുരാവൃത്തം. ഇവർക്കൊപ്പം കോട്ടിക്കുളം കരിമ്പാറ
യിൽ കരകയറുകയും പാണ്ടിക്കപ്പലിനെ കല്ലാക്കി തൃക്കണ്ണ്യാലപ്പന്റെ
വാത്സല്യം പിടിച്ചുപറ്റുകയും ചെയ്തവളാണ് കുറുമ്പ. മുക്കുവരുടെ കുടി
യിരിപ്പുകളിലെല്ലാം കുറുമ്പക്കാവുകളുണ്ട്. ചീർമയ്ക്കു പിറകെയാണ്
പുതിയ ഭഗവതി വരുന്നത്. കൂറുമ്പയ്ക്ക് കെട്ടിക്കോലമില്ല. കത്തിജ്ജ
ലിക്കുന്ന പന്തങ്ങളുമായി നൃത്തം ചവിട്ടുന്ന പുതിയ ഭഗവതിത്തെയ്യം
കളിയാട്ടങ്ങളിലെ മുഖ്യ ആകർഷണമാണ്. അതുകൊണ്ടുതന്നെ ചീർമ
യെക്കാൾ പ്രാമുഖ്യം മിക്ക മുക്കുവച്ചേരികളിലും പുതിയ ഭഗവതിക്കാ
ണ്. കവ്വായിയിലെ ചീർമക്കാവ് ഇന്നറിയപ്പെടുന്നത് പുതിയ ഭഗവതിക്ഷേ
ത്രമെന്നാണ്. കല്ലുമ്മോത്ത് കരകയറിയ പുതിയ ഭഗവതിയെ ചെമ്പില്ലം
തറവാട്ടുകാരാണ് കാവിൽ പ്രതിഷ്ഠിക്കുന്നത്.

കവ്വായിലെ പുതിയഭഗവതിക്കാവിൽ പണ്ടെങ്ങോ ഭഗവതിപ്പാട്ടെന്ന
ഒരനുഷ്ഠാനഗാനാവതരണരൂപം നിലനിന്നിരുന്നു. രണ്ടായിരത്തിലേറെ
വരികളുള്ള ഒരു നാട്ടിതിഹാസമാണ് ഭഗവതിപ്പാട്ട്.

      "അപ്പോൾ പടിഞ്ഞാറൻ ഗോപുരത്തിൽ
      നല്ല നാഥനായൊരു ഭൂതത്താൻതാനും
      എണ്ണമില്ലാത്ത പെരുമ്പടയും
      ഒരു ആവ്വിഴി വിളികൊടുത്തു
      അന്നു കാലകേയിപുലമ്പുന്നല്ലോ
      എന്റെ രാജാവേ ഭർത്താവെ കേൾക്ക
      നല്ല പടിഞ്ഞാറൻ ഗോപുരത്തിൽ
      എന്നൊഴാവ്വിളികേൾക്കുന്നു
      എന്റെ ആനകുതിരമുരണ്ടിട്ടുള്ള
      എന്നു ഘോഷമത്രേ കേൾക്കുന്നു.

ദാരികവധം കഥയുടെ നാട്ടുഭാഷ്യമാണിത്. അനുഷ്ഠാനാംശങ്ങളുടെ
വിശദാംശങ്ങളൊന്നും ലഭ്യമല്ലെങ്കിലും മുക്കുവച്ചേരിയിലെ ചില പഴമന
സുകളിൽ ഈ ബൃഹദ്കഥയുടെ വരികൾ ചിതറിക്കിടപ്പുണ്ട്.

കവ്വായിയിലെ മുക്കുവക്കൂട്ടത്തിന്റെ തനതുകലയാണ് പരിചകളി.
പരിചകളി പരിചമുട്ടുകളിയല്ല. മരംകൊണ്ടുള്ള പൊന്തിയും പരിച
യുമേന്തുമെങ്കിലും അവ അന്യോന്യം കൂട്ടിമുട്ടിക്കാതെ താളത്തിൽ കൈ
ചലിപ്പിച്ചുകൊണ്ടു നടത്തുന്ന വട്ടനൃത്തമാണിത്. രാമൻ അന്തിത്തിരിയ
നെന്ന പരിചകളി ആശാനെക്കുറിച്ചുള്ള ദീപ്തമായ ഓർമകളുണ്ട് കവ്വാ
യിക്ക്.

      ഏട്ടക്കൂട്ടറ് കൂട്ടുങ്ങലങ്ങടിപ്പാലം

കേടുപറ്റീട്ടമർന്നുപോലുള്ള കോലം
മുട്ടുങ്കാലും മുറിഞ്ഞവർ കരമ്മേലുണ്ടേ ഒരു
മുത്തിത്തള്ള കരഞ്ഞോണ്ടും വരുന്നുകണ്ടേ..

എന്നാണൊരു പരിചകളിപ്പാട്ട്. ഒപ്പനപ്പാട്ടിന്റെ നേരിയ ഛായയുണ്ട
തിന്. ഒപ്പനയ്ക്കും പരിചകളിക്കും അമ്മയായി ഒരു മൂലദ്രാവിഡമുണ്ടാ
യിരിക്കണം പണ്ടെങ്ങോ ഈ കായലോരത്ത്.

പരിചകളി പുനരുദ്ധരിക്കാൻ കവ്വായിയിലെ ചെറുപ്പക്കാർ ഈയിടെ
തുനിഞ്ഞിറങ്ങിയിരുന്നു സിദ്ധനെന്ന ആശാന്റെ നേതൃത്വത്തിൽ.
ഈണവും ചുവടും അർഥംതന്നെയും പിഴച്ചുപോകുന്നുണ്ടെങ്കിലും ഇവർ
പാടുന്ന പാട്ടിൽ കാലവും ചരിത്രവും സ്പന്ദിക്കുന്നുണ്ട്.

പടവെട്ടി വെള്ളക്കാരൻ പരിചൊടു യൂറോപ്പിൽ
പണിതൊരു തോണി നമ്മൾ ഭരണത്തോണി
ഇന്ത്യൻ ഭരണത്തോണി
അലയടിച്ചുയരുന്ന കടൽപോലെ പരിപാരിൽ
പലതും കണ്ടെങ്ങൾ ഭയന്നെന്നാലും
എങ്ങൾ ഭയന്നെന്നാലും...........

ആറുപതിറ്റാണ്ടുമുമ്പുവരെയെങ്കിലും സജീവമായിരുന്ന ഒരു തീരദേ
ശവിനോദകല ദേശീയപ്രസ്ഥാനത്തിന്റെ അനുരണനങ്ങൾ സ്വാംശീക
രിച്ചതെങ്ങനെയെന്ന് ഈ വരികൾ കാണിച്ചുതരുന്നു.

ചീർമ മുക്കുവരുടെ ദേവതയാണ്. പുതിയ ഭഗവതി തീയരുടെയും.
ഇത് ചിലയിടങ്ങളിൽ വെച്ചുമാറപ്പെടുന്നുണ്ട്. കാസർഗോഡിന്റെ തെക്കെ
അതിർത്തിഗ്രാമമായ വലിയപറമ്പിൽ കടൽപ്പണിക്കാർ മുക്കവരല്ല തീയ
രാണ്. വടക്കൻ കേരളത്തിൽ കടലിന്റെ അവകാശം കയ്യാളിയിരുന്ന തീയ
ഗോത്രങ്ങൾക്കിടയിലേക്ക് സമാനജീവിതവൃത്തിയുമായി തെക്കുനിന്ന്
ഒരു വർഗം വന്നുചേർന്നപ്പോൾ സ്വാഭാവികമായും ഗോത്രപ്പൊരാട്ടങ്ങളു
ണ്ടാകാനിടയുണ്ട്. പൊരാട്ടങ്ങളിൽ വിജയിച്ച് കടലവകാശം നേടിയവർ
അപരന്റെ ദേവതകളെ കൂടി സ്വന്തമാക്കി. തങ്ങൾക്ക് കടലവകാശം ലഭ്യ
മായിടങ്ങളിൽ ഇവർ തങ്ങളുടെ ചേരികൾ സ്ഥാപിച്ചു. മുക്കുവരുടെ കേന്ദ്ര
ങ്ങളെല്ലാം കടപ്പുറങ്ങളിലാണ്. കവ്വായിയിൽമാത്രം കായലോരത്തും.
കായലിനപ്പുറം കടപ്പുറത്ത് മുക്കുവരില്ല. അവിടെ തീയരുടെ കാവും കുടി
പാർപ്പും ഉണ്ടുതാനും. ഇവിടത്തെ മീൻപിടുത്തക്കാർ തീയരാണ്.

ജലയാനങ്ങളുടെ യാത്രയ്ക്ക് ഏറെ മനുഷ്യാധ്വാനം ആവശ്യമാണ്.
വടക്കൻ തീരങ്ങളിലെ മുക്കുവ-തീയയുവാക്കളുടെ കായികമികവുകൊ
ണ്ടാണ് ഇന്നും ലോകത്തിലെ പല ചരക്കുകപ്പലുകളും പായുന്നത്.
'മർച്ചന്റെ നേവിക്കാർ' എന്നാണ് ഇവരെ നാം ബഹുമാനത്തോടെ വിളി
ക്കുന്നത്. നൂറ്റാണ്ടുകൾക്കുമുമ്പ് കച്ചിലിൽനിന്നും കപ്പലോടിച്ച് വാണിഭം
ചെയ്ത നമ്പൂരാശി അരൻ കപ്പൽ സഹായികളായി ചേകോന്മാരെയും
മരക്കായന്മാരെയും കൂടെ കൂട്ടുന്നുണ്ട്. മരക്കലത്തിലെ 'മർച്ചന്റ് നേവി'
ക്കാരാണിവർ. ചേകോൻ, മരക്കായെൻ എന്നീ തൊഴിൽക്കൂട്ടങ്ങ

ളിൽനിന്നും ജാതിസമൂഹമായി തീയനിലേക്കും മുക്കവനിലേക്കും ഉള്ള പരിണാമമമാണ് ഇവിടത്തെ സമുദായരൂപീകരണം.

മൈസൂർയുദ്ധാനന്തരം ഈസ്റ്റ് ഇന്ത്യാക്കമ്പനി കയ്യടക്കിയ പ്രദേ ശങ്ങളെക്കുറിച്ചും കോൺവാലീസ് നടത്തിയ യുദ്ധത്തിൽ കമ്പനിക്കു ലഭ്യമായ മലബാർ ഭാഗങ്ങളെക്കുറിച്ചും വിവരശേഖരണം നടത്തിയ ഫ്രാൻസിസ് ബുക്കാനൻ 1801 ജനുവരി 15ന് കവ്വായിസന്ദർശിച്ചെഴുതിയ വിവരണമനുസരിച്ച് അറുപതോ എഴുപതോ വീടുകൾ മാത്രമുള്ള ചെറിയ മാപ്പിളപ്പട്ടണമാണ് കവ്വായി. 1826ലെ സെൻസസ് പ്രകാരം കവ്വായി താ ലൂക്കിലെ ശരാശരി ജനസംഖ്യ ചതുരശ്രമൈലിന് എൺപത്തിമൂന്നാണെ ന്നോർക്കുക. 1749 മുതൽക്ക് കവ്വായിയിൽ ഒരു ഇംഗ്ലീഷ് ഫാക്ടറിയും പാണ്ഡ്യാലയും ഉണ്ടായിരുന്നു. ഏറെക്കാലം ഇവിടെ ഒരു കച്ചേരിയും നിലനിന്നു. 1751 ൽ ഫ്രഞ്ചുകാർ കവ്വായിപ്പുഴക്ക് തെക്കുഭാഗത്തായി ഒരു കോട്ട കെട്ടിയിരുന്നു. കോട്ടക്കുന്നെന്നറിയപ്പെടുന്ന ഈ പ്രദേശത്ത് ഇന്ന് കോട്ടയില്ല. പുലയരുടെ 'കോട്ടമേ'യുള്ളൂ. കോട്ടക്കീഴിൽ ഭഗവതീക്ഷേ ത്രമെന്ന് സംസ്കൃതീകരിച്ചിട്ടുണ്ട് ഇപ്പോൾ. ഒന്നിടവിട്ട വർഷങ്ങളിൽ കുംഭം 16നാണ് കളിയാട്ടം. നമ്പൂതിരിയുടെ കലശാട്ടിനുശേഷമാണ് തെയ്യം. രണ്ടുകൊല്ലക്കാലം തങ്ങൾ ആരാധിച്ചശുദ്ധയാക്കിയ ദേവതയെ പുണ്യാഹം തെളിച്ചു ശുദ്ധയാക്കാൻ തരണനല്ലൂർ തന്നെ വേണം. വിശാ ലഹിന്ദുത്വത്തിന്റെ ഭാവപരിണാമം.

പത്തുവർഷത്തോളമേ കവ്വായിലെ ഫ്രഞ്ച് സ്വാധീനം നീണ്ടുനിന്നു ള്ളു. ഇതിനുശേഷം കവ്വായിൽ അവകാശാധികാരങ്ങൾ ഉറപ്പിച്ചവരിൽ ചൊവ്വക്കാരൻ മൂസയെന്ന ഒരു തലശ്ശേരിക്കാരന്റെ പേർ സൂചിപ്പിക്കപ്പെ ടുന്നുണ്ട്. ആലിരാജാവിന്റെ അവകാശങ്ങൾ തകർത്തുകൊണ്ടായിരു ന്നത്രെ മൂസ കവ്വായിയുടെ നാട്ടുപ്രമാണിയായത്. കവ്വായിമുതൽ മംഗ ലാപുരം വരെയുള്ള മാപ്പിളമാർ മൂസയെ തങ്ങളുടെ നേതാവായി കരു തിപ്പോന്നിരുന്നു.

സമർഥരും, മറ്റുള്ളവരുമായി ഇണങ്ങിപ്പോരുന്നവരുമാണ് കവ്വായിലെ മാപ്പിളമാരെങ്കിലും നമ്പൂതിരിമാരും നായന്മാരുമായുള്ള ഇവരുടെ ബന്ധം തൃപ്തികരമല്ലെന്ന് ബുക്കാനൻ സൂചിപ്പിക്കുന്നുണ്ട്. മാപ്പിളമാരുടെ ശക്തി ഉപയോഗിച്ച് നായന്മാരെ എതിരിടുവാൻ അനുവദിക്കുകയാണെങ്കിൽ അവരെ വളരെവേഗം കാടുകളിലേക്കും മലകളിലേക്കും ആട്ടിപ്പായിക്കു വാൻ മാപ്പിളമാർക്കു സാധിക്കും എന്നും മാപ്പിളക്കൂട്ടായ്മയുടെ ഐക്യ ത്തെപ്രതി ബുക്കാനൻ നിരീക്ഷിക്കുന്നുണ്ട്. അത്തരമൊരു ഉച്ചാടന മൊന്നും നടന്നിരിക്കാനിടയില്ലെങ്കിലും കവ്വായിയിൽ ഇന്ന് നമ്പൂതിരി നായർ വീടുകളില്ല എന്നത് യാഥാർഥ്യമാണ്. കവ്വായിയിലെ ഇന്നത്തെ മുസ്ലിം കുടുംബങ്ങളിൽ ഭൂരിഭാഗവും തൃക്കരിപ്പൂര്, ഒളവറ തുടങ്ങിയ പ്രദേശങ്ങളിൽനിന്നും കുടിയേറിപ്പാർത്തവരാണ്.

അഞ്ചില്ലം, മാടമ്പില്ലം എന്നിങ്ങനെ നമ്പൂതിരി തറവാടുകളെ സൂചി പ്പിക്കുന്ന വീട്ടുപേരുകളാണ് കവ്വായിലെ പുരാതന മുസ്ലീംകുടുംബ

ങ്ങൾക്ക് ഇന്നുമുള്ളത്. കുടിയൊഴിഞ്ഞുപോയവരുടെ കുടുംബപ്പേരുകളും പറമ്പുപേരുകളും സ്വീകരിക്കപ്പെട്ടിരിക്കുകയാണിവിടെ.

പത്തറുപതുവീടുകൾ മാത്രമുണ്ടായിരുന്ന ഒരു പ്രദേശത്തുനിന്നും നമ്പൂതിരിമാരും നായന്മാരും ഒഴിഞ്ഞുപോകാനുള്ള കാരണമെന്തായി രിക്കും? ഒന്നു തീർച്ച, ബുക്കാനൻ സായ്പ് സങ്കൽപ്പിക്കുന്നതരം ആട്ടി പ്പായിക്കലുകളൊന്നും സംഭവിക്കാൻ സാധ്യതയില്ല. ഹൈന്ദവമായിക്ക ഴിഞ്ഞിട്ടില്ലാത്ത ഇവിടത്തെ ദ്രാവിഡസംസ്കാരത്തിന്റെ അഭാജ്യഘടക മായിരുന്നു 'മാടായി നഗര'മെന്നറിയപ്പെട്ടിരുന്ന മാപ്പിളക്കൂട്ടായ്മകൾ. ഇവി ടെയാണ് കവ്വായിയുടെ ഭൂമിശാസ്ത്രം വിശകലനം ചെയ്യേണ്ടിയിരിക്കു ന്നത്. പത്തൊമ്പതാം നൂറ്റാണ്ടിന്റെ രണ്ടാംപകുതിവരെയെങ്കിലും കവ്വായി മുഖ്യകരഭാഗത്തുനിന്നും വിടുതൽ നേടാത്ത ഒരു മുനമ്പുമാത്രമായിരു ന്നു; ഇന്നത്തെപ്പോലെ ഒരു തുരുത്തായിരുന്നില്ല. കിഴക്കുംപടിഞ്ഞാറുമാ യൊഴുകുന്ന പെരുമ്പ-കവ്വായിപ്പുഴകളെ അന്യോന്യം ബന്ധിപ്പിച്ചുകൊണ്ട് ഒരു കൃത്രിമത്തോട് ഉണ്ടാക്കപ്പെടുന്നതോടെയാണ് കവ്വായി ഒറ്റപ്പെട്ടു പോകുന്നത്. ചിറക്കൽ കുലോത്തെ വാരനെല്ല് എളുപ്പം കടത്താനുള്ള ഒരു ജലമാർഗം ഉണ്ടാക്കാനാണ് നദീബന്ധനം നടത്തിയതെന്നാണ് വാമൊഴി ചരിത്രം പറയുന്നത്. മനുഷ്യനിർമിതമെന്നതുകൊണ്ടുതന്നെ വാടിപ്രംപുഴ ഇന്നും അറിയപ്പെടുന്നത് 'പുതിയപുഴ'യെന്നാണ്. 1970ക ളിൽ വാടിപ്രം കടവിൽ പാലം വരുന്നതുവരെ ഒരു നൂറ്റാണ്ടുകാലം കവ്വായി ഒറ്റപ്പെട്ട തുരുത്തായിത്തന്നെ നിലകൊണ്ടു. പുഴയെ ആശ്രയിച്ച് തൊഴിൽ ചെയ്തു ജീവിച്ചിരുന്ന തീയർക്കും മുക്കുവർക്കും മാപ്പിള മാർക്കും നീർത്തടം വലിയ അസൗകര്യം വരുത്തിയില്ല. എന്നാൽ സവർണജനതയ്ക്ക് അങ്ങനെയായിരുന്നില്ല. കടവു കടന്നാൽ ഭ്രഷ്ടു കൽപ്പിക്കപ്പെടുമെന്നതും തൊട്ടുതീണ്ടാതെ തോണിയാത്ര അസാധ്യമാ യതും ഇവരുടെ പലായനത്തിന് കാരണമായിത്തീർന്നിരിക്കാം. നാട്ടാചാ രങ്ങളും വിശ്വാസങ്ങളും വിലക്കുകളുമായിരുന്നു ജാതിസമൂഹങ്ങളെ നില നിർത്തിയിരുന്നത്.

കവ്വായിയിലെ ജുമായത്ത് പള്ളി, കോട്ടക്കുന്നിലെ മൊഹ്യുദ്ദീൻ പള്ളി തുടങ്ങി ഇവിടത്തെ പള്ളികൾക്കെല്ലാം നൂറ്റാണ്ടുകളുടെ പാരമ്പ ര്യമുണ്ട്. ജുമായത്ത് പള്ളിയിലെ കല്ലറയിൽ അന്ത്യവിശ്രമംകൊള്ളുന്ന പതിനേഴ് ശുഹദാക്കൾ (രക്തസാക്ഷികൾ) കവ്വായിയുടെ നാട്ടിതിഹാ സത്തിലെ നായകന്മാരാണ്. പറങ്കികളോട് പടവെട്ടിമരിച്ചവരാണവർ. ആലി ഷഹീദ് (ആലിരക്തിസാക്ഷി) മദാറ് ഷഹീദ്, ബദ്ദുഷഹീദ്, പോക്കർ ഷഹീദ്, അൽമാസ് ഷഹീദ് എന്നിങ്ങനെ നീളുന്നു ഇവരുടെ പേരുകൾ. കവ്വായിയുടെ വ്യാപാരത്തിന്റെയും സംസാരത്തിന്റെയും നാരായവേരു കളായിത്തീർന്ന അറബികളായിരുന്നു ഈ രക്തസാക്ഷികളിൽ പലരും. പേരുകൾ പലതും നാട്ടുകൂട്ടം ഓമനിച്ചു നൽകിയ വിളിപ്പേരുകളാകാം. 'ബദു' കാട്ടറബികളുടെ ഗോത്രനാമമാണ്. അൽമാസ് രത്നക്കല്ലാണ്. മദാറ് എന്നാൽ തായ്വേരും. രക്തസാക്ഷികൾക്കിടയിലെ തദ്ദേശീയനാണ്

പോക്കർ ഷഹീദ്. ഇവരുടെയെല്ലാം മൂപ്പൻ 'ഷഹിദ് ഷഹീദ്' എന്നാണറി
യപ്പെടുന്നത്. 1528ൽ പോർച്ചുഗീസ് പടത്തലവനായ ലൊപുവസ് ദസ
മ്പായു ഏഴിമലയിൽവെച്ചു നടത്തിയ യുദ്ധത്തിൽ ഇരുപത്തിരണ്ടു പട
ക്കപ്പലുകൾ തകർത്തതായും കണ്ണൂർ ചോനകരിൽ ചിലർ പട്ടുപോയ
തായും ചരിത്രം പറയുന്നു. കവ്വായിയിലെ രക്തസാക്ഷികൾ ഇവരായി
രിക്കാം.

ഒരു ചതുരക്കള്ളിയ്ക്കുള്ളിൽ ആർക്കും തങ്ങളുടെ അധിവാസം അട
യാളപ്പെടുത്താൻ സ്വാതന്ത്ര്യം നൽകുന്ന *വിക്കി പീഡിയയിലെ* നാസ
തയാറാക്കി നൽകിയ ഉപഗ്രഹഭൂപടത്തിൽ കവ്വായിലെ ഒട്ടേറെ വീടു
കൾ അടയാളപ്പെടുത്തിയിട്ടുണ്ട് ഇവിടത്തെ സൈബർ തലമുറ. ഇന്റർനെ
റ്റിൽ 'കവ്വായി ഡോട്ട് കോം' എന്ന പേരിലൊരു സൈറ്റുമുണ്ട്. കവ്വാ
യിലെ രണ്ടു പ്രവാസികൾ ജലീലും ജബ്ബാറും ചേർന്ന് തയാറാക്കിയത്.
കവ്വായിപ്പെരുമ ലോകമെങ്ങുമെത്തിക്കാൻ ശ്രമിക്കുന്ന ഈ യുവസുഹൃ
ത്തുക്കൾ തീർച്ചയായും അഭിനന്ദനമർഹിക്കുന്നു. എങ്കിലും ഇതിൽ
നൽകിയിരിക്കുന്ന പയ്യന്നൂരിന്റെ ഭൂപടത്തിൽ കവ്വായിൽ നിന്നും 4 കി
മീ മാത്രം മാറിക്കിടക്കുന്ന മുനിസിപ്പാലിറ്റിയുടെതന്നെ ഭാഗമായ കോറോം
ഗ്രാമത്തെ അടയാളപ്പെടുത്തിയിരിക്കുന്നത് 'എരമാം കുറ്റൂർ' എന്നാണ്.
ഊർവേലികൾ അപ്രത്യക്ഷമായിക്കഴിഞ്ഞ സൈബർ ലോകത്തായാലും
അയൽക്കാരനെ കണ്ടാലറിയാത്തത് നാണക്കേടാണ്. നാലു നൂറ്റാണ്ടു
മുമ്പെ വൈദേശികാധിപത്യത്തിനെതിരെ പോരാടി മരിച്ച് കവ്വായിലടക്കം
ചെയ്യപ്പെട്ട പതിനേഴ് ശുഹദാക്കൾക്ക് ഇരുപതാം നൂറ്റാണ്ടിലും പിൻമുറ
ക്കാരുണ്ടായിരുന്നെന്ന് നമ്മെ ഓർമിപ്പിക്കുന്നുണ്ട്, കോറോത്തെ ചുവന്ന
മണ്ണ്. അതുകൊണ്ട് അടുത്ത അവധിക്കുവരുമ്പോഴെങ്കിലും വെമ്പിരിഞ്ഞി
യിൽ പൊക്കന്റെയീ ചരൽമണ്ണിൽ ഇറങ്ങി നടക്കണം. മണ്ണിൽ ചവിട്ടി
ത്തന്നെ നടക്കണേ ജലീലേ...

2

കാവുകളുടെ പാരിസ്ഥിതികമൂല്യം

പ്രകൃതിനാശവും പാരിസ്ഥിതിക ദുരന്തങ്ങളുംകൊണ്ട് അഭിശപ്ത മായിരിക്കുന്ന ഇക്കാലത്തും വിശ്വാസപൂർവം സംരക്ഷിക്കപ്പെട്ടിരിക്കുന്ന തുണ്ടുവനങ്ങളാണ് കാവുകൾ. ഇത്തരംവിശുദ്ധവനങ്ങൾ ലോകത്തിന്റെ പല ഭാഗങ്ങളിലുമുണ്ട്. ഘാന, സിറിയ, നൈജീരിയ, തുർക്കി തുടങ്ങിയ ആഫ്രോ–ഏഷ്യൻ രാജ്യങ്ങളിലും ഇന്ത്യയിലെതന്നെ വിവിധ സംസ്ഥാ നങ്ങളിലും കാവുകളുണ്ട്. കർണാടകത്തിൽ സിദ്ധർവനം, ദേവൻകാട് എന്നീ പേരുകളിലും മഹാരാഷ്ട്രയിൽ ദേവ്‌രായ് എന്നും രാജസ്ഥാനിൽ ഓറാൻസ് എന്നുമാണ് കാവുകളറിയപ്പെടുന്നത്. പ്രാചീനകാലംതൊട്ടേ ഇത്തരം വിശുദ്ധവനങ്ങൾ ഭാരതത്തിൽ പരിപാലിക്കപ്പെട്ടിരിക്കുന്നുവെ ന്നതിന് പുരാണങ്ങളും പ്രാചീനകാവ്യങ്ങളും തെളിവാണ്. പാർവതീശാ പത്താൽ മനുഷ്യർക്ക് പ്രവേശനം നിഷിദ്ധമായ കുമാരവനത്തിൽ അറി യാതെ ചെന്ന സുദ്യൂമ്നൻ 'ഇള'യായി മാറിയതായി ഭാഗവതത്തിലൊരു കഥയുണ്ട്. *വിക്രമോർവശീയത്തിൽ* ഉർവശി വിലക്കുലംഘിച്ച് കുമാരവ നത്തിൽകടന്നതിനാൽ ഒരു വള്ളിച്ചെടിയായി മാറിപ്പോകുന്നു. നിരങ്കുശം നടക്കുന്ന പ്രകൃതിധ്വംസനത്തെ കുറച്ചെങ്കിലും അതിജീവിച്ച് കാവുകൾ നിലനിന്നുപോന്നത് ഇത്തരം വിശ്വാസങ്ങളുടെയും വിലക്കുകളുടെയും മാത്രം ബലത്തിലായിരുന്നു. ഒരു ജനതയുടെ വിശ്വാസത്തിന്റെ മതിലു റപ്പുതന്നെയാണ് ഇന്നും കാവുകളെന്ന ജനിതകക്കലവറയെ കാത്തുര ക്ഷിച്ചുപോരുന്നത്.

സസ്യനിബിഡമായ ഓരോ കാവും ഒരുകാലത്ത് അതിവിശാലമായി പരന്നുകിടന്നിരുന്ന നിത്യഹരിതവനത്തിന്റെ ഭാഗമായിരുന്നു. ഒട്ടനവധി ആവാസസ്ഥാനങ്ങൾ ചേർന്നതാണ് ഒരു ഹരിതവനം. വനത്തെപ്പോലെ തന്നെ നിരവധി ആവാസസ്ഥാനങ്ങൾ, കാവുകളിലുമുണ്ട്. സമീപവന

ഒരു വിശുദ്ധവനം

ങ്ങളെല്ലാം നശിപ്പിക്കപ്പെട്ടപ്പോഴും വിശ്വാസപൂർവം നിലനിർത്തിയ ഈ തുണ്ടുവനങ്ങളിലെ ഉള്ളിടങ്ങളിലെ ആവാസസ്ഥാനങ്ങൾക്ക് പോരലേ റ്റില്ല. ജൈവപരിണാമത്തിന്റെ അനുസ്യൂതി ഇവ പിന്തുടരുന്നു. ആലപ്പട മ്പിലെ തെയ്യോട്ടുകാവ്, കമ്മാടം ഭഗവതിക്കാവ്, മട്ടന്നൂർ പൂങ്ങോട്ടുകാവ് തുടങ്ങി ഹെക്ടറുകൾ വിസ്തൃതിയുള്ള ചില കാവുകൾ പരിണാമ ത്തിന്റെ ആ നൈരന്തര്യം നിലനിർത്തിക്കൊണ്ട് ഇന്നും അതിജീവിക്കു ന്നു. സൈലന്റ് വാലി ഉൾപ്പെടുന്ന നീലഗിരി ജൈവസംരക്ഷിതമേഖല യിൽ ഒരേ അന്തരീക്ഷനിലയും ഉയരവും ഉള്ള നിരവധി പ്രദേശങ്ങളിൽ സമാനതയുള്ള ജന്തുസസ്യജാതികൾ കാണപ്പെടുന്നുണ്ട്. എന്നാൽ കട ലിൽ നിന്നും പത്തു കിലോമീറ്റർമാത്രം അകലവും നൂറടിയിലും കുറഞ്ഞ ഉയരവും എന്ന സ്ഥാനികസവിശേഷത തെയ്യോട്ട്, തവിടിശ്ശേരി തുടങ്ങിയ നമ്മുടെ അപൂർവം കാവുകൾക്കുമാത്രം അവകാശപ്പെടുന്നതാണ്. ഇവി ടങ്ങളിലേതിനു സമാനമായ സൂക്ഷ്മകാലാവസ്ഥയും മണ്ണിന്റെ പ്രത്യേ കതയും ഉള്ള മറ്റൊരു വനഭാഗവും കേരളത്തിൽ വേറൊരിടത്തും അവ ശേഷിക്കുന്നില്ല. അതുകൊണ്ടുതന്നെ സൈലന്റ് വാലിയുടെ 'കോർ എരി യയ്ക്കു' തുല്യമായ ഒരുവേള അതിലുമേറെ, പ്രാധാന്യം നമ്മുടെ വിശു ദ്ധവനങ്ങൾക്കുണ്ട്. കാടുകളിൽ അന്യം നിന്നുപോയതായി കരുതിവരുന്ന പല സസ്യജന്തുജാതികളും ഈ അഭയാരണ്യങ്ങളിൽ വീണ്ടും കണ്ടു മുട്ടാനുള്ള സാധ്യതകൾ തള്ളിക്കളയാനാവില്ല. ഉദാഹരണത്തിന് ഇട നാടൻ കുന്നുകൾ ജനനിബിഡമല്ലാതിരുന്ന മുൻകാലങ്ങളിൽ 'മലബാർ പുള്ളിവെരുക്' എന്ന ഒരിനം വെരുക് സാധാരണമായിരുന്നു. നാടൻ പട്ടി

യുടെ വലുപ്പമുണ്ടാകും ഇവയ്ക്ക്. 1832ൽ തിരിച്ചറിഞ്ഞ് ശാസ്ത്രീയമായി വിവരിക്കപ്പെട്ട ഈ ജന്തു 1918ൽ പര്യാവരണനാശംമൂലം ഈ ഭൂമുഖത്തു നിന്നുതന്നെ അപ്രത്യക്ഷമായതായി കരുതപ്പെടുന്നു. ഇടനാട്ടിലെ അവശേഷിക്കുന്ന കാവുകളിൽ നായാട്ടുകാരുടെയും ശാസ്ത്രജ്ഞന്മാരുടെയും കണ്ണിൽപ്പെടാതെ ഒരുപക്ഷേ പുള്ളിവെരുക് ഇന്നും അതിജീവിക്കുന്നുണ്ടാകാം.

ഔഷധസസ്യങ്ങളുടെയും സസ്യശാസ്ത്രപരമായ പ്രാധാന്യമുള്ള അപൂർവചെടികളുടെയും വിളനിലമാണ് കാവുകൾ. കൊങ്ങിണിച്ചാൻ കാവിലും കരിവെള്ളൂർ മൂകാംബികക്കാവിലും വളരുന്ന ഒരുതരം കാട്ടു ഞാവലുണ്ട്, "വാതംകൊല്ലി' യെന്നാണ് വൈദ്യന്മാർ വിളിക്കുക. 'സിസിജിയം ട്രാവൻകൂറിക്കം' എന്നാണ് ശാസ്ത്രനാമം. തടിയ്ക്കായുള്ള അമിതച്ചൂഷണം പത്തൊമ്പതാം നൂറ്റാണ്ടോടെ അന്യം നിർത്തിയെന്ന് കരുതിയിരുന്ന ഈ മരം 1981ലാണ് വീണ്ടും കണ്ടെത്തപ്പെടുന്നത്. മാടായിപ്പാറയിലെ പാറത്തരിശുകളിൽ നിന്നും നാലു പുതിയ ചെടികൾകോഴിക്കോട്ടു സർവകലാശാലയിലെ സസ്യശാസ്ത്രജ്ഞന്മാർ കണ്ടെത്തിയിട്ടുണ്ട്. അപൂർവ ഔഷധസസ്യമായ ഓരിലത്താമരയുടെ രണ്ട് ഇനങ്ങൾ തൃക്കരിപ്പൂരിനടുത്ത് ഇടയിലക്കാടുകാവിലുണ്ട്. ഇതിൽനിന്നും വ്യത്യസ്തമായ മറ്റൊരുതരം ഓരിലത്താമര കാനായിലെ പൂമാലക്കാവിലുണ്ട്.

ആമകളും മത്സ്യങ്ങളും വിശ്വാസപൂർവം സംരക്ഷിക്കപ്പെട്ടിരുന്ന ചില കാവുകളുണ്ട്. എരമം മുതുകാട്ടുകാവിലെ മഞ്ഞളേട്ടകൾ പ്രസിദ്ധമാണ്. മഞ്ഞളേട്ടയ്ക്ക് അരി നേദിക്കുകയാണ് ഇവിടത്തെ പ്രധാന വഴിപാട്. ശാസ്താവ് ഈ സ്വർണമീനുകളുടെ മുതുകിലേറിവന്നുവെന്നാണ് വിശ്വാസം. ഹോരബാഗ്രിസ് ബ്രാക്കിസോമ എന്നറിയപ്പെടുന്ന ഇവ കേരളത്തിൽ മാത്രം കാണപ്പെടുന്ന അപൂർവ സ്പീഷീസുകളാണ്. മീങ്കുളം ശ്രീകൃഷ്ണക്ഷേത്രവും മീനൂട്ടിന് പ്രസിദ്ധമാണ്. കാസർഗോഡ് അടുക്കത്ത് മേലോത്തെ പാറക്കുളത്തിൽ നൂറുകണക്കിന് ആമകളാണ് സംരക്ഷിക്കപ്പെട്ടിരിക്കുന്നത്. ആമയൂട്ടാണ് ഇവിടുത്തെ വഴിപാട്. ആമയൂട്ടുനടത്തിയാൽ ആനത്തഴമ്പുരോഗം മാറുമത്രേ. ആമയുടെ പുറംതൊലിയും ആനത്തഴമ്പും തമ്മിലുള്ള സാമ്യമാകാം ഈയൊരു പരിഹാരക്രിയയിലേക്ക് വിശ്വാസികളെ നയിച്ചത്.

ഒരു കാട് പരിസ്ഥിതിക്ക് ചെയ്യുന്ന സേവനങ്ങളെല്ലാം കാവും ചെയ്യുന്നുണ്ട്. ജനനിബിഡമായ പ്രദേശത്തിനു നടുവിലാണ് കാവുകൾ എന്നതുകൊണ്ടുതന്നെ കാവിനു കഴിയാത്തസേവനങ്ങളും കാവിനു പ്രത്യക്ഷത്തിൽ തന്നെ ചെയ്യാനാകും. ഗ്രാമത്തിലെ അന്തരീക്ഷവായുവിനെ ഓക്സിജൻ സമ്പുഷ്ടമാക്കി ഗ്രാമജനതയുടെ ആരോഗ്യം നിലനിർത്തുന്ന കാവുകൾ ഓരോ ഗ്രാമത്തിന്റെയും ശ്വാസകോശങ്ങളാണ്. കാവിന്റെ വിസ്തൃതമായ ഇലച്ചാർത്ത് മഴവെള്ളത്തെ ഭൂമിയിലേക്കാവാഹിച്ചൊഴുക്കുന്നു. ഒരു ഹെക്ടർ വനമണ്ണിന് പതിനഞ്ചായിരത്തോളം ലിറ്റർ വെള്ളം സംഭരിക്കാനാകുമെന്നാണ് കണക്ക്. ഇത് മൂന്നു ഹെക്ടർ കൃഷിഭൂമിയെ

സംരക്ഷിക്കാൻ പര്യാപ്തമാണ്. അതുവഴി 20,000 രൂപയുടെ പുതുമൂല്യം സൃഷ്ടിക്കപ്പെടുന്നു. ഒരു ഘനമീറ്റർ വെള്ളത്തിന് കാർഷികമേഖലയിൽ ഒന്നര രൂപയുടെ പുതുമൂല്യം സൃഷ്ടിക്കാൻ കഴിയുമെന്നാണ് കണക്ക്. അമ്പതേക്കറിലേറെ വിസ്തൃതിയുള്ള തെയ്യോട്ടുകാവും കമ്മാടം കാവും പ്രതിവർഷം വെള്ളം സംരക്ഷിക്കുന്നതിലൂടെ മാത്രം അഞ്ചുലക്ഷരൂപ യുടെ പാരിസ്ഥിതികസേവനമാണ് ചെയ്യുന്നത്.

ഇടനാടൻ ചെങ്കൽക്കുന്നുകളിൽ സർവസാധാരണമായിരുന്ന കാട്ടു ചെത്തി പോലും കുന്നിടിക്കലും യന്ത്രക്കല്ലുവെട്ടലും മൂലം ഇന്ന് അത്യ പൂർവമായിരിക്കുകയാണ്. ഇത്തരുണത്തിലാണ് ഇടനാടൻകാവുകളിൽ സംരക്ഷിച്ചു നിർത്തുന്ന ഔഷധസസ്യങ്ങളുടെ മൂല്യം വെളിവാകുന്ന ത്. സർപ്പഗന്ധി, ഓരില, മൂവില, ഈശ്വരമുലി, ഏകനായകം, പാച്ചോറ്റി തുടങ്ങി ഇരുനൂറിലേറെ ഔഷധസസ്യങ്ങൾ ഇടനാടൻ കാവുകളിലുണ്ട്.

കാവുകൾ നിരവധി പക്ഷിമൃഗാദികൾക്ക് അഭയവും ആരൂഢവുമാ ണ്. അരണയും ഓന്തും മുതൽ ഉടുമ്പും പെരുമ്പാമ്പും വരെയുള്ള ഉര ഗജീവികൾ കാവുകളിലുണ്ട്. കാവുകളിൽ പാമ്പുകൾക്ക് ദൈവികപരി വേഷമുണ്ട്. കരിനാഗം, മണിനാഗം, അഞ്ജനമണിനാഗം തുടങ്ങിയ ദിവ്യ സർപ്പങ്ങൾ സർപ്പക്കാവുകളിലെ ചിത്രക്കൂടക്കല്ലുകളിലധിവസിക്കുന്നു വെന്നാണ് വിശ്വാസം. മൂർഖനും അണലിയും ചേരയും കോമ്പേരിയും പച്ചിലപ്പാമ്പും കാവുകളിലെ അന്തേവാസികൾ തന്നെ. നൂറ്റമ്പതോളം ഇനം പൂമ്പാറ്റകളും ദേശാടകരുൾപ്പെടെ നാനൂറോളം ഇനം പക്ഷികളും വിവിധ കാവുകളിലായി നിരീക്ഷിക്കപ്പെട്ടിട്ടുണ്ട്. ഞാവലിന്റെയും ആൽമ രങ്ങളുടെയും പഴങ്ങളും അവയെ ഉപജീവിക്കുന്നപ്രാണികളുമാണ് പക്ഷി കളെ ആകർഷിക്കുന്ന മുഖ്യഘടകം. അന്യം നിൽക്കാറായിരിക്കുന്ന തീര ദേശപ്പരുന്താണ് കമലപ്പരുന്ത്. കാനാക്കൻ, മരീത്തലച്ചി, മീൻകണ്ണി എന്നും ഇവയെ വിളിക്കും. വൻമരങ്ങളിൽമാത്രം കൂടുകെട്ടി മുട്ടയിടുന്ന കമലപ്പക്ഷിക്ക് കൂടുവെക്കാൻ പോരുന്ന മരങ്ങളൊന്നും ഇന്ന് തീരങ്ങളി ല്ല. ഉള്ളവയത്രയും ചില കാവുകളിലാണ്. അതുകൊണ്ട് കാവുകളാണ് കമലപ്പരുന്തിനെ നിലനിർത്തുന്നത് എന്നു പറയാം. 1995വരെ പയ്യന്നൂർ ഗ്രാമത്തിലെ കിഴക്കെ ഉത്തമന്തിൽ നാഗക്കാവിലെ കൂറ്റൻ നാട്ടുമാവിൽ കമലപ്പക്ഷിയുടെ കൂടുണ്ടായിരുന്നു. കാരയിൽക്കണ്ടമ്പത്ത് തറവാട്ടുകാ വിലെ ആകാശം മുട്ടിനിന്ന ഏഴിലം പാലയിലുമുണ്ടായിരുന്നു മറ്റൊരു കൂട്. രണ്ടു മരവും വെട്ടിക്കഴിഞ്ഞു. പക്ഷികൾക്കെന്തുപറ്റിയെന്നറിയില്ല. വന്യജീവിസംരക്ഷണനിയമം ഒന്നാം പട്ടികയിൽപ്പെടുത്തി സംരക്ഷിച്ചി രിക്കുന്ന കമലപ്പക്ഷികൾ കേരളത്തിൽ മാഹിപ്പുഴയ്ക്ക് വടക്കുമാത്രമേ ബാക്കിനിൽക്കുന്നുള്ളൂ. അതും അറുപതിൽത്താഴെ എണ്ണം മാത്രം. മിക്ക കാവുകളിൽനിന്നും ചെറിയ നീർച്ചാലുകൾ ഉത്ഭവിക്കുന്നുണ്ട്. കവ്വായി പുഴയുടെ ഉത്ഭവം തെയ്യോട്ടുകാവിൽ നിന്നാണ്. കർഷകർക്ക് കുളി ക്കാനും നനക്കാനുമുള്ള വെള്ളം നൽകുന്നത് വേനലിലും വറ്റാത്ത ഈ കൈത്തോടുകളാണ്. കാവുകളിലെ ജൈവാംശങ്ങൾ മഴവെള്ളത്തിലൂടെ

കാവുമുറ്റത്തെ തെയ്യാട്ടം

ഒലിച്ചിറങ്ങി സമീപവയലുകളെ ഫലപുഷ്ടിയുള്ളതാക്കിത്തീർക്കുന്നു. കാവിലമ്മയെ അന്നപൂർണയും ശാകംഭരിയുമായി സങ്കൽപ്പിച്ചിരിക്കു ന്നതും ഈയൊരു വരദാനംകൊണ്ടാകാം.

നാട്ടുസംസ്കാരത്തിന്റെ വിളഭൂമികൂടിയാണ് കാവുകൾ. പൂരക്കളി, കാവുതീയൻപാട്ട്, വണ്ണാൻകൂത്ത്, തിടമ്പുനൃത്തം, തെയ്യം തുടങ്ങി നിര വധി അനുഷ്ഠാനകലകൾ ഉത്തരകേരളത്തിലെ കാവുകൾ വഴി പിറ ക്കുകയും വളരുകയും ചെയ്തിട്ടുണ്ട്. ഇവയൊന്നും ഇന്നും മൺമറയാതെ സൂക്ഷിക്കുന്നത് കാവുകൾതന്നെയാണ്. ഒരു പ്രദേശത്തെ ഏറ്റവും പഴ ക്കമുള്ള ആരാധനാലയങ്ങളാണ് കാവുകൾ. കാവുകളുമായി ബന്ധപ്പെട്ട മിത്തുകൾ, അനുഷ്ഠാനങ്ങൾ, വിശ്വാസങ്ങൾ, ദായക്രമം തുടങ്ങിയവ യെല്ലാം ഒട്ടനവധി ചരിത്രപഠനവസ്തുതകൾ നൽകുന്നു. കാവുകളുമായി ബന്ധപ്പെട്ട ഒരന്വേഷണത്തിന് കേരളത്തിന്റെ പ്രത്യേകിച്ച് അത്യുത്തര കേരളത്തിന്റെ അജ്ഞാതചരിത്രങ്ങളിലേക്ക് വെളിച്ചം വീശാൻ സാധി ക്കുമെന്നതിൽ സംശയമില്ല.

പ്രകൃതിയും മനുഷ്യനും ഒത്തിണങ്ങുന്ന ദ്രാവിഡസംസ്കാരത്തിന്റെ അമ്മവീടുകളാണ് കാവുകൾ. സർപ്പസാന്നിധ്യത്തെ ആവാഹിച്ചൊഴി പ്പിച്ചും വരുമാനം വർധിപ്പിക്കാനായി കല്യാണമണ്ഡപങ്ങൾ കെട്ടാനും കാവുവെട്ടുമ്പോൾ നാം ഓർക്കേണ്ടതുണ്ട്. ഒറ്റമരം കാവല്ല.

3

കേരളാരാമത്തിലെ ഗന്ധപുഷ്പങ്ങൾ

അക്ഷരങ്ങൾ കൂട്ടിവെക്കാൻതുടങ്ങിയപ്പോൾ തപ്പിത്തടഞ്ഞ് വായി ച്ചുതീർത്ത ചെറുകാടിന്റെ തന്തക്കുറുക്കൻ മുതലിങ്ങോട്ട് ഒരു പാടു പുസ്തകങ്ങൾ കൺമുന്നിൽ തെളിയുന്നു. പക്ഷേ, കേട്ടറിഞ്ഞ് അഞ്ചു വർഷം കഴിഞ്ഞുമാത്രം കാണാൻ കിട്ടുകയും കണ്ടിട്ടും കാൽനൂറ്റാണ്ടു കഴിഞ്ഞ് മാത്രം അക്ഷരപ്പൂട്ട് തുറന്നുകിട്ടി വായിക്കാൻ തുടങ്ങുകയും ചെയ്ത; ഇതുവരെയും പൂർണമായും വായിച്ചുതീർന്നിട്ടില്ലാത്ത ഒരു പുസ്തകത്തെ ഞാൻ 'എന്റെ പുസ്തകമായി' മാറ്റിവെക്കുന്നു ഹോർ ത്തൂസ് മലബാറിക്കൂസ്.

മലയാള ഭാഷയും ലിപിയും ആദ്യമായി അച്ചടിക്കപ്പെട്ട ഗ്രന്ഥം. കേര ളത്തിലെ ഔഷധസസ്യങ്ങളെയും ഉപയോഗമൂല്യമുള്ള മറ്റു ചെടികളെ കുറിച്ച് എഴുതപ്പെട്ട ആദ്യത്ത സമഗ്രഗ്രന്ഥം. വട്ടെഴുത്തിന്റെയും കോലെ ഴുത്തിന്റെയും മലയാള ലിപിയുടെയും മുൻഗാമിയായ ആര്യ എഴുത്തി ന്റെയും ഏറ്റവും പഴക്കമുള്ള മുദ്രിതരേഖ. മുന്നൂറ്റിമുപ്പത്തിരണ്ടു വർഷം മുൻപ് നെതർലാന്റിലെ ആംസ്റ്റർഡാമിൽനിന്ന് പ്രസിദ്ധീകരിച്ച ഹോർത്തൂസിന്റെ സവിശേഷതകൾ ഇങ്ങനെ നീളുന്നു. ഹെന്റിക് വാന്റീഡെന്ന അന്നത്തെ ഡച്ച് ഗവർണറാണ് *ഹോർത്തൂസ് മലബാരി ക്കൂസിന്റെ* കർത്താവായി അറിയപ്പെടുന്നത്. എന്നാൽ ഈ ഗ്രന്ഥത്തിന്റെ എഡിറ്റർ മാത്രമാണെന്ന് വാന്റീഡ് തന്നെ ഗ്രന്ഥത്തിന്റെ മുഖവുരയിൽ പറയുന്നുണ്ട്. ചേർത്തല കൊടകരപ്പള്ളിയിലെ ഇട്ടി അച്യുതനെന്ന മല യാള വൈദ്യനാണ് തന്റെ പൂർവിക ജ്ഞാനം ക്രോഡീകരിച്ച് ഇത്തര മൊരു ഗ്രന്ഥം ഒരുക്കിക്കൊടുത്തത്. രംഗഭട്ട്, വിനായക പണ്ഡിറ്റ്, അപ്പു ഭട്ട് എന്നീ കൊങ്കണ ബ്രാഹ്മണർ ഗ്രന്ഥരചനയ്ക്ക് സഹായങ്ങൾ നൽകി.

ഇട്ടി അച്യുതൻ എഴുതിയതും പറഞ്ഞതുമായ കാര്യങ്ങൾ ഇമ്മാനുവൽ കാർനിറോ എന്ന ഔദ്യോഗിക ദ്വിഭാഷി പോർച്ചുഗീസ് ഭാഷയിലേക്കും കൊച്ചി നഗരത്തിന്റെ സിവിൽ സെക്രട്ടറിയായിരുന്ന ഹെർമാൻ ഡോണപ് പോർച്ചുഗീസിൽനിന്ന് ഡച്ചിലേക്കും തുടർന്ന് അന്നത്തെ അക്കാദമിക് ഭാഷയായ ലാറ്റിനിലേക്കും മൊഴിമാറ്റി. യോഹാൻ കസേറിയസും ലാറ്റിൻ പരിഭാഷ തയാറാക്കാൻ സഹായിച്ചു. നെതർലാന്റിലെ പ്രസിദ്ധരായ ചിത്രകാരന്മാർ ചെടികളുടെ ചിത്രങ്ങൾ വരച്ചെടുത്തു. 1678 ൽ നെതർലാന്റിൽ നിന്ന് പ്രസിദ്ധീകരിച്ചുതുടങ്ങിയ ഈ ഗ്രന്ഥപരമ്പരയുടെ 12-ാം വാല്യം 1703 ലാണ്

ഇട്ടി അച്യുതൻ

വെളിച്ചം കാണുന്നത്. ഭാഷാന്തരങ്ങളുടെ പടവുകൾ കടത്തിക്കൊണ്ട് ഏതു പാതളക്കരണ്ടികൊണ്ടും തോണ്ടി പുറത്തിടാനാകില്ലെന്നു കരുതിയിരുന്ന തലമുറകൾക്കിടയിൽ കണ്ണിയറ്റുപോയ അറിവിന്റെയീ നിധികുംഭം അത്യധ്വാനവും ഇച്ഛാശക്തിയുംകൊണ്ട് വീണ്ടെടുത്ത് പുറത്തിട്ടുതരുന്നു മലയാള പരിഭാഷയിലൂടെ കെ എസ് മണിലാൽ.

ലാറ്റിനെ അറിയാത്ത മലയാളിക്കായി ആ പണ്ഡിതഭാഷയെ ഡീകോഡ് ചെയ്തെടുത്ത് ആദ്യം ഇംഗ്ലീഷിലേക്കും പിന്നെ മലയാളത്തിലേക്കും മൊഴിമാറ്റിയെടുത്ത കോഴിക്കോട് സർവകലാശാലയിലെ ഈ മുൻ സസ്യശാസ്ത്രമേധാവി പരിഭാഷക്കായി ആ ഭാഷ സ്വയം പഠിച്ചെടുത്തു. ഒരു ഭാഷയിൽനിന്ന് അതേ ഭാഷയിലേക്കുതന്നെ അനേകം മൊഴികൾ മാറിമറിഞ്ഞ് തിരിച്ചെത്തുകയെന്ന അപൂർവഭാഗ്യം അതോ നിർഭാഗ്യമോ മറ്റൊരു ഗ്രന്ഥത്തിനും ലഭിച്ചിരിക്കില്ല. മലയാളം-പോർച്ചുഗീസ്-ഡച്ച്-ലാറ്റിൻ-ഇംഗ്ലീഷ് പുതിയ മലയാളം എന്നിങ്ങനെ വിവർത്തനച്ചക്രത്തിന് ആറ് ആരക്കാലുകൾ.

ശ്രീകണ്ഠേശ്വരത്തിന്റെ *ശബ്ദതാരാവലി*യെന്ന നോവൽ വായിച്ച് കരഞ്ഞുപോയ വായനക്കാരനെക്കുറിച്ച് തമാശ പറയാറുണ്ട്. 1600 ലേറെ പുറങ്ങളുള്ള ഹോർത്തുസ് മലബാറിക്കുസ് എന്ന വിരസമായ റഫറൻസ് ഗ്രന്ഥം ഹൃദയാവർജകമായ വായനാനുഭവങ്ങൾ നൽകിയ കവിതകളെയും നോവലുകളെയും അഗാധമായ പാരിസ്ഥിതിക ഉൾക്കാഴ്ചകൾ നൽകിയ ഫുക്കുവോക്കയുടെയും തോറോയുടെയും ഡാനിയൽ ക്വിന്നിന്റെയും ഗ്രന്ഥങ്ങളെയും മറികടക്കുന്നത് കൈവശം വന്നുചേരാൻ വേണ്ടി വന്ന മൂന്നു പതിറ്റാണ്ട് നീണ്ട കാത്തിരിപ്പുകൊണ്ടുകൂടിയാണ്. സാഹ

ല്യത്താൽ തീർന്നുപോയേക്കാമെങ്കിലും ജ്വലിച്ചുതന്നെ നിൽക്കുന്ന പ്രണ
യജീവിതംപോലെയാണ് കേട്ടറിഞ്ഞ പുസ്തകം തേടിനടക്കുന്ന ആഗ്ര
ഹഭരിതമായ കാലം.

വാൻറീഡെന്ന ഭരണാധികാരിയും *ഹോർത്തൂസ് മലബാറിക്കൂ
സെന്ന* ഗ്രന്ഥവും ആദ്യമായി കേൾവിപ്പെടുന്നത് സ്കൂൾപഠനകാലത്തെ
ഒരു പ്രശ്നോത്തരിയിലൂടെയാണ്. ഭാഷാസാഹിത്യചരിത്രഗ്രന്ഥത്തിൽ
പിന്നീട് ഒരു ചെറുകുറിപ്പായി ഹോർത്തൂസിനെ അറിഞ്ഞു. പ്രകൃതിനി
രീക്ഷണമെന്നത് പക്ഷിനിരീക്ഷണമാണെന്ന് ധരിച്ചുവശായ എൺപതു
കളുടെ മധ്യത്തിൽ മേലോട്ട് നോക്കി നോക്കി പിടലിനൊന്തപ്പോൾ നോട്ടം
കീഴോട്ടാവുകയും അടിക്കാടുകളിലെ അനന്തജീവചൈതന്യങ്ങളിൽ
കണ്ണുകളുടക്കിപ്പോവുകയും ചെയ്തു. പിന്നീടിങ്ങോട്ട് സസ്യങ്ങളുടെ നാട്ട
റിവുകളോടായി അടുപ്പം. ഈ സസ്യബാന്ധവകാലത്തിന്റെ ആരംഭ ദി
ശയിലാണ് *ഹോർത്തൂസ് മലബാറിക്കൂസിന്റെ* യഥാർഥ മൂല്യത്തെക്കു
റിച്ചുള്ള ആധികാരികമായ വിവരങ്ങൾ അറിയുന്നത്. ആംസ്റ്റർഡാ
മിൽനിന്ന് നൂറ്റാണ്ടുകൾക്കുമുൻപ് പ്രസിദ്ധീകരിച്ച പുസ്തകത്തിന്റെ
മൂന്നോ നാലോ സെറ്റ് ഗ്രന്ഥങ്ങളേ കേരളത്തിൽ അതോ ഇന്ത്യയിൽത്ത
ന്നെയോ ഉള്ളൂവെന്നും അതിലൊന്ന് എൻ എസ് മൂസിന്റെ ശേഖരത്തി
ലാണെന്നും ആയിടയ്ക്ക് ഒരു പത്രത്തിൽ വായിച്ചത് ഓർക്കുന്നു. ഈ

പുസ്തകം ഒരിക്കലെങ്കിലും ഒന്നു
കാണണമെന്ന് വിചാരിച്ചിരിക്കു
മ്പോഴാണ് കോഴിക്കോട് സർവക
ലാശാലയിലെ സസ്യശാസ്ത്രാ
ധ്യാപകനായ മണിലാൽ 1979
മുതൽ എഴുതിയ ചില ഗവേഷണ
ലേഖനങ്ങൾ ശ്രദ്ധയിൽപ്പെടുന്ന
ത്. *മലബാറിക്കൂസ്* അന്വേഷി
ച്ചുള്ള യാത്ര യൂണിവേഴ്സിറ്റി
യിലെത്തിച്ചു. ഏതാണ്ടിതേകാല
ത്തുതന്നെ കോഴിക്കോട്
ടൗൺഹാളിൽ ഗ്രന്ഥശാലാ
സംഘമോ മറ്റോ നടത്തിയ ഒരു
പുസ് ത ക പ്ര ദർ ശ ന ത്തിൽ
ഹോർത്തൂസിന്റെ 12 വാല്യങ്ങളും
പ്രദർശിപ്പിക്കപ്പെട്ടു. പുസ്തകം
കാ ണാ നാ യി മാ ത്രം കോ ഴി
ക്കോട്ടു പോയി. ഇരട്ട ഫോളിയോ
വലുപ്പത്തിലുള്ള പുസ്തകങ്ങ
ളിലെ കൊതിപ്പിക്കുന്ന ചിത്ര
ങ്ങൾ മറിച്ചുനോക്കി. തെങ്ങിനെ

ഹോർത്തൂസ് മലബാറിക്കൂസ്

ക്കുറിച്ചുള്ള ഒന്നാം വാല്യത്തിലെ ആദ്യ വിവരണം. തടിമുതൽ കോഞ്ഞാ ട്ടവരെ വിശദമാക്കപ്പെടുന്ന ചിത്രങ്ങൾ. ചിത്രപടങ്ങളിൽ കോറിയിട്ട മല യാളം പേര്. കണ്ടാൽ ഇംഗ്ലീഷെന്നു തോന്നിക്കുന്ന അക്ഷരക്രമങ്ങൾക്കി ടയിൽനിന്ന് പെറുക്കിയെടുക്കാനായത് ചിലനാമപദങ്ങൾ മാത്രം. നിന്ന നിൽപ്പിൽ മൂന്നു വാല്യങ്ങൾ നോക്കി കുറിപ്പുകളെടുത്തു. കഷ്ടം തോന്നി ആരോ ഒരു സ്റ്റൂൾ ഇട്ടുതന്നു. വൈകുന്നേരം വരെ അവിടെയിരുന്ന് ചിത്രം നോക്കി. അക്കാലത്ത് കോഴിക്കോട് സർവകലാശാലയിൽ *ഹോർത്തൂസ് മലബാറിക്കൂസിന്റെ* ഗ്രന്ഥരൂപം ഉണ്ടായിരുന്നില്ല. 35 എം എം ഫിലി മിൽ നിന്നെടുത്ത ഫോട്ടോഗ്രാഫായിരുന്നു മണിലാൽ സാർ റഫറൻസിന് ഉപയോഗിച്ചിരുന്നത്. 1990 ഓടെ ഡെറാഡുണിലെ സസ്യശാസ്ത്ര പുസ്ത കപ്രസാധകരായ ബിഷൻസിങ് മഹിന്ദ്രപാൽസിങ് *ഹോർത്തൂസ് മല ബാറിക്കൂസ്* ഇന്ത്യയിൽനിന്ന് പ്രസിദ്ധീകരിച്ചു തുടങ്ങി. കാൽ ലക്ഷ ത്തോളം രൂപയായിരുന്നു മുഖവില. ചില ഗവേഷണസ്ഥാപനങ്ങളിലും യൂണിവേഴ്സിറ്റികളിലും ഇതോടെ ഈ ഗ്രന്ഥം ഒരു അലങ്കാരമായി. അക്ഷരാർഥത്തിൽ അലങ്കാരം. ഒരു പൊതിയാത്തേങ്ങ. ചിത്രം നോക്കി കേരളീയൗഷധികളെ തിരിച്ചറിയാൻ സസ്യശാസ്ത്രരംഗത്തും ആയുർവേ ദരംഗത്തുമുള്ളവർ ഈ ഗ്രന്ഥം തേടിപ്പിടിച്ചുതുടങ്ങി. വായിച്ചു തുടങ്ങി എന്നു പറയരുത്. ഈ ഗവേഷണ കുതുകികളാരും ലാറ്റിൻ ഭാഷ അറി യുന്നവരായിരുന്നില്ല. 1988 ൽ നിക്കോൾസൺ, സി ആർ സുരേഷ് എന്നി വരുമായി ചേർന്നുകൊണ്ട് ഡോ. മണിലാൽ മലബാറിക്കൂസിന് ഒരു ഭാഷ്യം രചിക്കുന്നുണ്ട്. *An Interpretation on van Rheed's Hortus Malabaricus* എന്ന പേരിൽ മലബാറിക്കൂസിലെ മിക്കവാറും സസ്യ ങ്ങളെ ശാസ്ത്രീമായി തിരിച്ചറിഞ്ഞ് വിവരിക്കുന്ന ഈ ഗ്രന്ഥത്തിന്റെ ഒരു കോപ്പി ആദ്യമായി കാണുന്നതും ഗ്രന്ഥകർത്താവിനടുത്തുനിന്നുത ന്നെ. ഈ പുസ്തകത്തിലെ മലയാള നാമവും ശാസ്ത്രനാമവും ഉൾക്കൊ ള്ളുന്ന ഇൻഡെക്സ് ഫോട്ടോകോപ്പിയെടുത്തുവെച്ചതായിരുന്നു ഏറെ ക്കാലം എന്റെ റെഡി റഫറൻസ്. മലബാറിക്കൂസിന്റെ ലാറ്റിൻപതിപ്പിലെ ചിത്രങ്ങളും ഈ കൈപ്പുസ്തകത്തിലെ ശാസ്ത്രനാമങ്ങളും ഒത്തു നോക്കി കേരള വനഗവേഷണകേന്ദ്രത്തിലെ ലൈബ്രറിയിൽ എത്രയോ ദിവസങ്ങൾ കഴിഞ്ഞിട്ടുണ്ട് ഞാൻ.

അക്കാലത്തെ എന്റെ കേരളപര്യടനങ്ങളുടെ ഇടത്താവളമായിരുന്നു കോഴിക്കോട് സർവകലാശാലയിലെ ബോട്ടണി വിഭാഗം. പ്രീഡിഗ്രിക്കു പോലും സസ്യശാസ്ത്രം പഠിച്ചിട്ടില്ലാത്ത എന്നെ എക്കാലത്തേക്കുമായി ഒരു സസ്യശാസ്ത്രവിദ്യാർഥിയാക്കിയത് അന്ന് ബോട്ടണിവിഭാഗം മേധാ വിയായിരുന്ന മണിലാൽ മാഷും അദ്ദേഹത്തിന്റെ പ്രഥമ ശിഷ്യനായ വി വി ശിവരാജൻമാഷും നൽകിയ സ്നേഹപൂർണമായ ഉപദേശനിർദേശ ങ്ങൾകൂടിയാണ്. പഠിപ്പിച്ച ഗുരുക്കന്മാരല്ല, സ്വയം പഠിക്കാൻ തുടങ്ങിയ പ്പോൾ വഴികാട്ടിയായി നിന്ന പഠിപ്പിക്കാത്ത അധ്യാപകരെക്കുറിച്ചുള്ള ഓർമകളാണ് എന്നിൽ എന്നും ദീപ്തമായിട്ടുള്ളത്. ഒരുവ്യാഴവട്ടക്കാലം

മുൻപ് മണിലാൽ സാറിനെ കണ്ടപ്പോൾ അദ്ദേഹം *ഹോർത്തൂസിന്റെ* ഇംഗ്ലീഷ് വിവർത്തനം തുടങ്ങിയിരുന്നു. അതിനുവേണ്ടി ലാറ്റിൻ വശ ത്താക്കാനുള്ള കഠിനശ്രമത്തിലായിരുന്നു. സൈലന്റ് വാലിയെക്കുറിച്ചുള്ള മാഷുടെ പുസ്തകം അന്ന് കൈയൊപ്പിട്ടുതന്നു. പുസ്തകവാർത്തകളിൽ *മലബാറിക്കുസ്* ഉണ്ടോ എന്ന് ഞാൻ എപ്പോഴും ശ്രദ്ധിക്കുമായിരുന്നു. അങ്ങനെയിരിക്കെയാണ് 2003 ൽ *ഹോർത്തൂസ്* ഇംഗ്ലീഷ് വിവർത്തനം കേരള സർവകലാശാല പ്രസിദ്ധീകരിച്ചവിവരം അറിയുന്നത്. ഇരുപതി നായിൽത്തിൽപ്പരം രൂപ കൊടുത്ത് അത് വാങ്ങാനാകാത്തതുകൊണ്ടു തന്നെ യൂണിവേഴ്സിറ്റി ലൈബ്രറിയിൽനിന്ന് പുസ്തകം മറിച്ചുനോക്കി തൃപ്തിപ്പെട്ടു. 2009 ൽ മണിലാൽ തന്നെ നിർവഹിച്ച മലയാള വിവർത്ത നഗ്രന്ഥം കേരള സർവകലാശാലതന്നെ പ്രസിദ്ധീകരിച്ചപ്പോൾ പ്രീ പ ബ്ലിക്കേഷനിൽ ഞാനൊരു സെറ്റ് സ്വന്തമാക്കി. കാൽനൂറ്റാണ്ടായി കൊതി ച്ചുകാത്തിരുന്ന ഒരു പുസ്തകം കൈയിൽ കിട്ടിയ സന്തോഷം!

കേരളത്തിലെ പാരമ്പര്യ വൈദ്യവിജ്ഞാനവും സസ്യശാസ്ത്ര ജ്ഞാനവും രേഖപ്പെടുത്തിയിട്ടുള്ള 12 വാല്യങ്ങളും 1616 പുറങ്ങളുമുള്ള അമൂല്യമായ ഡോറ്റാബേസിന്റെ നിർമിതിക്ക് വാൻ റീഡിനെ പ്രേരിപ്പിച്ച ഘടകമെന്താണ്? പാശ്ചാത്യശക്തികൾ അധിനിവേശം സ്ഥാപിച്ച ഇട ങ്ങളിലെല്ലാം എന്തൊക്കെ വിഭവങ്ങൾ ലഭ്യമാണെന്ന് അവർ കണക്കെ ടുക്കുമായിരുന്നു; പ്രത്യേകിച്ച് അവിടത്തെ ഔഷധദ്രവ്യങ്ങളെക്കുറിച്ച്. ആധുനിക ചികിത്സയായ അലോപ്പതി ഇന്നത്തെ മട്ടിൽ വികസിച്ചിട്ടി ല്ലാത്ത അക്കാലത്ത് പട്ടാളക്കാർക്കും മറ്റ് ഉദ്യോഗസ്ഥർക്കും രോഗവി മുക്തി നേടാൻ ഓരോനാട്ടിലെയും പരമ്പരാഗത അറിവുകളെ പ്രയോജ നപ്പെടുത്തിയേ തീരൂ. അതിനായി അന്നാട്ടിലെ ഔഷധദ്രവ്യസമ്പത്തി നെക്കുറിച്ച് വിവരം ശേഖരിക്കേണ്ടതുണ്ടായിരുന്നു. ഈയൊരു രാഷ്ട്രീ യകാരണം മാത്രമല്ല വാന്റീഡിന്റെ അഗാധമായ സസ്യസ്നേഹവും ഇത്ത രമൊരു ഗ്രന്ഥനിർമിതിക്ക് പ്രേരകമായി. ഡച്ച് പട്ടാളക്കാർക്ക് രോഗം വന്നാൽ യൂറോപ്പിൽനിന്ന് കപ്പൽമാർഗം മരുന്നുകൾ എത്തണം. ഇവ യാകട്ടെ മലബാറിൽനിന്ന് അറബികൾ ശേഖരിച്ച് യൂറോപ്പിൽ വിൽക്കു ന്നതായിരുന്നു. 'അറബി ഔഷധങ്ങ'ളായി യൂറോപ്പിൽ വിറ്റിരുന്നവയുടെ യഥാർഥ ജന്മഭൂമി ഏതെന്ന് അക്കാലത്ത് പാശ്ചാത്യർക്കറിയില്ലായിരു ന്നു. കൊച്ചി തുറമുഖത്തുനിന്ന് കപ്പൽ മാർഗം എത്തിച്ചേരുന്ന മരുന്നു കൾ മിക്കവയും ഇവിടത്തെ കാടുകളിൽ ലഭ്യമാകുന്നവയാണെന്ന് റീഡിന്റെ സൂക്ഷ്മദൃഷ്ടിക്ക് മനസിലാക്കാനായി. അവയെ പ്രയോജനപ്പെ ടുത്തിയാൽ കമ്പനിക്ക് വലിയൊരു മുതൽക്കൂട്ടാവുമെന്ന് അദ്ദേഹം കരു തി. അന്ന് ഡച്ച് സാമ്രാജ്യത്തിന്റെ കിഴക്കൻ ആസ്ഥാനമായി കരുതിയി രുന്നത് സിലോണിലെ കൊളംബോ നഗരമായിരുന്നു. അതിനെക്കാൾ എന്തുകൊണ്ടും അനുയോജ്യം കൊച്ചിയാണെന്നു സ്ഥാപിക്കാൻ മല ബാറിലെ സസ്യസമ്പത്തിന്റെ യഥാർഥമൂല്യം വ്യക്തമാക്കുന്നതിലൂടെ സാധിക്കും എന്ന് വാൻ റീഡ് കരുതി. ഇതും ഗ്രന്ഥരചനയ്ക്ക് പരോക്ഷ

പ്രേരണയായി. ഒരു നല്ല പ്രകൃതിനിരീക്ഷകനായിരുന്നെങ്കിലും ഗ്രന്ഥര ചനയ്ക്ക് സ്വയം ഇറങ്ങിപ്പുറപ്പെടാനുള്ള സാഹസികതയെയൊന്നും റീഡ് കാണിച്ചില്ല. മലബാറിലെ സസ്യങ്ങളെക്കുറിച്ച് നല്ല ഗ്രാഹ്യമുണ്ടെന്നു കരുതിയ ഫാദർ മാത്യു എന്ന കത്തോലിക്കാ പാതിരിയെയാണ് ആദ്യം റീഡ് ഗ്രന്ഥരചനയ്ക്കായി ഏർപ്പാടുചെയ്തത്. എന്നാൽ മാത്യൂസിന്റെ കുറിപ്പുകളും പേനകൊണ്ട് കോറിവരച്ചിട്ട ചിത്രങ്ങളും ചെടികളെ തിരി ച്ചറിയാൻ ഉപയുക്തമല്ലെന്നുകണ്ട് റീഡ് മറ്റൊരാളെ തിരഞ്ഞു. അങ്ങ നെയാണ് ഇട്ടി അച്യുതനെ ഗ്രന്ഥരചനയ്ക്കായി ചുമതലപ്പെടുത്തുന്ന ത്. ഹോർത്തൂസ് പ്രസിദ്ധീകരിച്ച് ഒരു നൂറ്റാണ്ടുകഴിഞ്ഞ് വർഗീകരണ ശാസ്ത്രത്തിന്റെ പിതാവായി അറിയപ്പെടുന്ന കാൾ ലിനയസ് *സ്പീഷീസ് പ്ലാന്റേറം* എന്ന ഗ്രന്ഥം രചിച്ചപ്പോൾ ഇന്ത്യൻ സസ്യങ്ങളെ വർഗീകരി ക്കാൻ ആശ്രയിച്ചത് *മലബാറിക്കുസിന്റെ* ചിത്രങ്ങളാണ്.

ലാറ്റിൻ പതിപ്പിന്റെ കെട്ടുമുറതെറ്റാത്തവിധം ഭാഷാന്തരം നടത്തു ന്നതിനൊപ്പം ഓരോ സസ്യത്തിന്റെയും സസ്യശാസ്ത്രപ്രത്യേകതകളും പ്രാദേശിക നാമനിരുക്തിയും ചർച്ച ചെയ്യുന്നുണ്ട് മണിലാൽ. വാൻറീഡ് വിവരിച്ച നീറ്റിപ്പന (നീപ്പ ഫ്രൂട്ടിക്കൻസ്) എന്ന ജലത്തിലെ പനയും മറ്റും മൂന്നു നൂറ്റാണ്ടുകൾക്കകത്ത് കേരളത്തിൽ അന്യം നിന്നുപോയിരിക്കു ന്നുവെന്നറിയുമ്പോഴാണ് തലമുറകൾക്കിടയിൽ അന്യമാവുന്ന അറിവു കളെക്കുറിച്ചുള്ള നഷ്ടബോധം കലശലാവുന്നത്. തെങ്ങെന്നും തേങ്ങ യെന്നും ഒരേപോലെ എഴുതുന്ന മീത്തലും ദീർഘവും ഇല്ലാത്ത വരമൊ ഴിയുടെ കാലത്ത് കൊത്തിവെക്കപ്പെട്ട അക്ഷരമുദ്രകളും പനസത്തെ 'പൊനോസോ' ആക്കുന്ന ഭാഷാന്തരങ്ങളും ഒരു പരിധിവരെയെങ്കിലും മറികടക്കാൻ പരിഭാഷകന് ദീർഘസാധനകൊണ്ട് സാധിക്കുന്നു. പ്രസാ രിണി, നറുംപാണൽ തുടങ്ങിയ ചെടികൾ ആയുർവേദം ഇപ്പോഴും ഈ പേരിൽത്തന്നെ ഉപയോഗിക്കുന്ന ദ്രവ്യമാണെങ്കിലും ഇങ്ങനെയൊരു നാമം നിലവിലില്ലെന്ന് വിവർത്തകൻ പറയുന്നു. കാട്ടമ്പഴം കാട്ടിൽ വള രുന്ന നാട്ടമ്പഴം തന്നെയാകണോ "സൊളാനോ കാർപ്പസ് ഇൻഡിക്കുസ്" എന്ന അപൂർവ കാട്ടുമരമായിക്കൂടേ? മണിലാൽ പറയുന്നതുപോലെ കാര സ്കരത്തിൽ നിന്നുമാണോ കാഞ്ഞിരമരമുണ്ടായത്, അതോ തിരിച്ചോ? ഈ വിധം സംശയങ്ങളും വിയോജിപ്പുകളും ദ്രവ്യസത്വത്തെ മുൻനിർത്തി എന്നിലുണ്ടായിട്ടുണ്ട്. ഇത്തരം ചർച്ചയ്ക്ക് ഇടമുണ്ടാക്കി എന്നതുകൊ ണ്ടുകൂടിയാണ് ഡോ. കെ എസ് മണിലാൽ എന്ന ഗവേഷകന്റെ മൂന്നുപ തിറ്റാണ്ടു നീണ്ട അത്യധ്വാനം സാർഥകമാകുന്നത്.

4
സ്ഥലവൃക്ഷങ്ങൾ

പരിസ്ഥിതി സൗഹൃദം നാട്ടറിവിന്റെ മുഖമുദ്രയാണ്. നാടൻ കല യിലെ ആഹാര്യാംശങ്ങൾ, നാടൻ ചിത്രകലയിലെ പ്രകൃതിവർണങ്ങൾ, പാട്ടിന്റെ ആരൂഢമായ വയൽനിലങ്ങൾ തുടങ്ങിപ്രകൃതിയുമായി നാഭി നാളബന്ധം പുലർത്തുന്ന ഗ്രാമീണ സുകൃതങ്ങളൊക്കെയും വിളംബര പ്പെടുത്തുന്നത് ഇതുതന്നെ.

നഭോമണ്ഡലത്തെ മറച്ചു നിൽക്കുന്ന നൂറായിരം യോജന പൊക്ക മുള്ള സുദർശനമെന്ന ഞാവൽ വൃക്ഷം. ഈ ഞാവലിന്റെ ആവാസ മായ ജംബു ദ്വീപ്. സസ്യങ്ങളെത്തന്നെ പുരസ്കരിച്ച് പേരു ലഭിച്ച പ്ലക്ഷ ദ്വീപും ശാല്മലദ്വീപും കുശദ്വീപും പുഷ്കര ദ്വീപും. അയിനിപ്പഴ നീരു കഴിച്ച് പന്തീരായിരം വർഷം ജീവിക്കുന്ന ഹിരണ്യകവർഷത്തിലെ ആളു കൾ. സന്തോഷവും സമൃദ്ധിയും ദുഃഖവും കളിയാടുന്ന സുഭദ്രയും പൂർണയും ധൂമ്രയുമായ ഭൂതലങ്ങൾ. അവയുടെ ലാക്ഷണികസസ്യ ങ്ങൾ; ജന്തുക്കൾ–വിഷ്ണുപുരാണവും വാസ്തുവിദ്യാഗ്രന്ഥങ്ങളും വര ച്ചുവെക്കുന്ന ജൈവപ്രകൃതിയും ഭൂപ്രകൃതിയും കേരളീയരുടെ പ്രപഞ്ച വീക്ഷണത്തെ സ്വാധീനിച്ചിട്ടുണ്ട്. പാൽക്കടൽ നടുവിലെ മഹാമേരുപർവ തവും കാളകൂടപർവതവും അടിയാളന്മാരുടെ നാടൻപാട്ടുകളിലെ സ്ഥല സൂചകങ്ങളാണ്.

പഴന്തമിഴ് സംസ്കൃതിയോളം നാട്ടറിവിന്റെ ജൈവദർശനം ഉൾക്കൊണ്ട മറ്റൊരു കൂട്ടായ്മയില്ല. ഭൂമിയെ അഞ്ചു തിണകളാക്കി തിരിച്ച് ഓരോന്നിനും സ്ഥലസസ്യങ്ങളുടെ അടിസ്ഥാനത്തിൽ കുറിഞ്ചി, മുല്ല, പാല, മരുതം, നെയ്തൽ എന്നിങ്ങനെ പേരു നൽകിയ പഴന്തമിഴ് കൂട്ടാ യ്മയുടെ ജീവിതവ്യവഹാരങ്ങളിൽ പ്രകൃതി നിറഞ്ഞു നിൽക്കുകയയാ ണ്. സ്ഥലം, കാലം സമയം, ആഹാരം, മൃഗം, മരം, പക്ഷി, വാദ്യം, രാഗം

എന്നിവയെല്ലാം പ്രകൃതിയുടെ നേർപ്പകർപ്പുകളായിരുന്നു ഈ പ്രാചീന സംസ്കൃതിയിൽ. സ്ഥലസസ്യങ്ങളിൽനിന്നും തിണപ്പേരും തിണയനു സരിച്ച് പാട്ടുവിഭാഗങ്ങളുടെ പേരുകളും മുല്ലൈക്കലി, പാലൈക്കലി എന്നി ങ്ങനെ നൽകി വരികയാണ് പഴന്തമിഴ് സംസ്കാരം.

വൃക്ഷാരാധനയുടെ വേരുകൾ തേടിപ്പോകേണ്ടത് പ്രാചീന ജനത യുടെ പ്രകൃതി കാരുണ്യമുള്ള ഇത്തരമൊരു സംസ്കാരത്തിൽ തന്നെ യാണ്. സർവജനീനവും സാർവദേശീയവുമായ ഒരു ആരാധനാ സമ്പ്ര ദായമാണ് വൃക്ഷാരാധന. അത്ഭുതവും ഭയവുമുളവാക്കിയ പ്രകൃതി ശക്തികളെയെല്ലാം ആരാധിച്ച പ്രാകൃത മനുഷ്യൻ തങ്ങളുടെ ആരാധ നാമൂർത്തികളുടെ കൂട്ടത്തിൽ ആകാശത്തോളമുയരത്തിൽ തലയുയർത്തി നിന്ന മരങ്ങളെയും ഉൾപ്പെടുത്തിയതിൽ അതിശയലേശമില്ല. മാത്രമല്ല, കാട്ടിൽ അലഞ്ഞു നടന്നിരുന്ന അവന് ഭക്ഷണവും പാർപ്പിടവും നൽകി സംരക്ഷിച്ചിരുന്നത് വൃക്ഷമായിരുന്നു. അതുകൊണ്ട് അവൻ വൃക്ഷത്തെ പ്രത്യക്ഷദൈവമായി കരുതി. പിന്നീട് ചിന്താശേഷിയും ഭാവനാമണ്ഡ ലവും വികസിച്ചതോടുകൂടി അവൻ പുതിയ ദൈവങ്ങളെ കണ്ടെത്തി. അവയുടെ പ്രതിരൂപങ്ങൾ കല്ലിലും മരത്തിലും കളിമണ്ണിലുമുണ്ടാക്കി ആരാധിക്കുവാൻ തുടങ്ങി. കല്ലും മരവുമുപയോഗിച്ചുള്ള മഹാക്ഷേത്ര നിർമിതികൾ എ ഡി എട്ടാം നൂറ്റാണ്ടിനുശേഷമാണ് കേരളത്തിൽ ആരം ഭിക്കുന്നത്. അതിനു മുമ്പ് മിക്കവാറും തുറസായ സ്ഥലങ്ങളിലായിരുന്നു ആരാധന. സംഘകാലഘട്ടത്തിൽ ഓരോ നാട്ടുരാജ്യവും കിടങ്ങുകളാലും കാവൽക്കാടുകളാലും ചുറ്റപ്പെട്ടതായിരുന്നു. ജനവാസകേന്ദ്രങ്ങൾക്കു ചുറ്റുമുള്ള ഈ കാവൽക്കാടുകളിൽ അന്നത്തെ മനുഷ്യർ ശിലാരൂപങ്ങ ളോ, വിഗ്രഹങ്ങൾ തന്നെയോ പ്രതിഷ്ഠിച്ചിരിക്കാം. സംഘകാലത്തെ ഈ കാവുവട്ടങ്ങളാകണം പിൽക്കാലത്ത് കാവുകളായി മാറിയത്.

'ഒറ്റമരം കാവല്ല' എന്നാണ് ചൊല്ല്. 'തനിമരമയി മുഗ്ദ്ധേ ഹന്ത കാവാ വുകില്ല' എന്നാണ് വൈശിക തന്ത്രം. കാവ് എന്നത് മരങ്ങളുടെയും വള്ളി കളുടെയും പക്ഷിമൃഗാദികളുടെയുമൊക്കെ പാരസ്പര്യമാണ്. എന്നാൽ ചില ഒറ്റമരങ്ങൾ നാട്ടിലും നഗരത്തിലും സ്ഥലവൃക്ഷങ്ങളായി നിലകൊ ള്ളുന്നു. കാവുകളിലും അമ്പലങ്ങളിലും പാതയോരങ്ങളിലുമാവാം ഈ ഗ്രാമവൃക്ഷങ്ങൾ നിൽക്കുന്നത്. ചുമടുതാങ്ങികളും തണ്ണീർ പന്തലുകളും കൊണ്ട് യാത്രികന്റെ ആയാസമകറ്റിയിരുന്ന പഴയ ഒറ്റയടിപ്പാതകൾക്ക രികിൽ ഗ്രാമത്തിന്റെ നന്മകളാരോ കുഴിച്ചിട്ട ഗ്രാമസുകൃതങ്ങൾ വളർന്നു പന്തലിച്ച് നടക്കാവുകളും ആൽത്തറകളും മാഞ്ചോടുകളും പ്ലാമൂടു കളുമായി ഗ്രാമഭൂപടത്തിന്റെ സ്ഥലസൂചകമായി സാക്ഷികളായി തല ഉയർത്തി നിന്നു.

ആലാണ് ക്ഷേത്രത്തിലെ ഏറ്റവും സാധാരണമായ ദേവവൃക്ഷം. അരയാലോ പേരാലോ ഇല്ലാത്ത ദേവതാരൂഢങ്ങളില്ല. പാതയോരങ്ങ ളിലെ തണൽ മരങ്ങളിലും മുമ്പൻ ഇവതന്നെ. അരയാൽ *ഋഗ്വേദത്തിൽ* അവ്യയാശ്വത്ഥമായി, ബ്രഹ്മപ്രതീകമായി നിലകൊള്ളുന്നു. *അഥർവത്തി*

ലാകട്ടെ ദേവരൂഢമാണ് അരയാൽ (അശ്വത്ഥേ ദേവസദനാഃ) മൂന്നാമത്തെ സ്വർഗവുമാണിത്. (ത്രിതീയസ്യമിദോ ദിവി) പേരാൽ *അഥർവത്തിൽ* പരാമർശിക്കപ്പെടുന്നുണ്ട്. അരയാലും പേരാലും സഹ്യപർവതത്തിൽ സ്വാഭാവികമായി വളരുന്ന മരങ്ങളല്ല എന്നതു തന്നെ കാവുകളിലും പാത യോരങ്ങളിലും ഇവ നിൽക്കുന്നതിന്റെ പ്രാധാന്യമേറ്റുന്നു. ബുദ്ധഭിക്ഷു ക്കളിലൂടെയാകണം അരയാൽ കേരളത്തിലെത്തിയിരിക്കുക. 'ഫൈക്ക സ്‌റിലീജിയോസ്' എന്നാണ് അരയാലിന്റെ ശാസ്ത്രനാമം. 'ഫൈക്കസ് ബംഗാളൻസിസ്' എന്ന പേരാലിനെ ദക്ഷിണേന്ത്യയിലും പ്രത്യേകിച്ച് കേരളത്തിലും വ്യാപിപ്പിച്ചതിൽ ഉത്തരേന്ത്യയിൽനിന്നും സഹസ്രാബ്ദ ങ്ങൾക്കു മുമ്പെ കേരളത്തിലെത്തിയ കച്ചവടസംഘങ്ങൾക്ക് പങ്കുണ്ട്. നാട്ടുചന്തകളുടെ തണൽ മരമാണ് ആലുകൾ. ചന്തസ്ഥലങ്ങളിൽ വാണി ഭക്കാർ വച്ചുപിടിപ്പിച്ച ആലിന്റെ നടക്കാവുകൾ ഇന്നും കേരളത്തിൽ പല ചെറുനഗരങ്ങളിലും ബാക്കി നിൽക്കുന്നുണ്ട്. ഗ്രാമച്ചന്തകൾ എന്നെന്നേ ക്കുമായി പിരിയുകയും അവിടം സ്ഥിരം ഷോപ്പിങ് കോംപ്ലക്സുകൾ ഉയർന്നു വരികയും ചെയ്യുമ്പോൾ വെട്ടിയൊതുക്കി നിർത്തുകയോ കട പുഴക്കിക്കളയുകയോ ചെയ്യുന്ന വടവൃക്ഷങ്ങൾക്ക് നൂറ്റാണ്ടുകളുടെ ചന്ത വിശേഷങ്ങൾ ഓർക്കാനുണ്ടാകും.

'വാണിയം' എന്ന വാക്ക് മധ്യകാല മലയാളത്തിൽ 'വാണിജ്യം' എന്ന അർഥത്തിൽ ഉപയോഗിക്കപ്പെട്ടിരുന്നു. 'വാണിയം' നടത്തുന്നവ നാണ് വാണിയൻ. വാണിയൻ ഇന്നൊരു ജാതിനാമമാണ്. ഗുജറാത്തിലെ കച്ചവടക്കാരായ ബനിയഗോത്രവുമായി വാണിയർക്ക് വംശബന്ധമു ണ്ട്. 'ബനിയൻട്രീ' എന്ന ആലിന്റെ ഇംഗ്ലീഷ് നാമത്തിന് ബനിയഗോത്ര വുമായി ബന്ധമുണ്ട്. ബനിയൻട്രീയെ വാണിയമരം എന്നു ഭാഷാന്തരീ കരിച്ചാലും തെറ്റു പറയാനില്ല. നാട്ടുചന്തകളുടെ നിയന്താക്കളായിരുന്നു ഒരുകാലത്ത് വാണിയർ.

ഭാരതീയ സസ്യശാസ്ത്രപരികൽപ്പനകളിലെ വനസ്പതികളാണ് ആൽവർഗവൃക്ഷങ്ങൾ. പൂക്കാതെ കായ്ക്കുന്ന മഹാവൃക്ഷങ്ങളാണ് വന സ്പതികൾ. ആധുനിക ശാസ്ത്രപ്രകാരം ആലും പ്ലാവുമൊക്കെ പൂക്കു ന്നവ തന്നെ. പൂക്കൾ അത്ര ശ്രദ്ധേയമായവയും ഇതളുകളുടെ അംഗ പ്പൊരുത്തംകൊണ്ട് ഭംഗിയുള്ളവയൊന്നുമല്ലെന്നു മാത്രം. തായ്ത്തടിയിൽ നിന്നു തന്നെ പൂക്കളുണ്ടാവുന്ന 'കോളിഫ്ളോറി' എന്ന പ്രത്യേകതയാണ് ഈ മരങ്ങൾക്ക്. ആലിന്റെ കായ എന്നത് 'ഹൈപ്പന്തോഡിയം' എന്ന പുഷ്പമഞ്ജരിയാണ്. ഈ പുഷ്പമഞ്ജരിക്കുള്ളിൽ തടവിലാക്കപ്പെട്ട ചിലയിനം പ്രാണികളാണ് പരാഗണം നടത്തി കായ്ക്കുള്ളിൽ വിത്തു ണ്ടാക്കുന്നത്. പൂക്കാതെ കായ്ക്കുന്നതാണ് ആൽമരങ്ങൾ എന്നത് സാമാന്യ ജനത്തെ സംബന്ധിച്ച് പ്രത്യക്ഷാനുഭവം കൂടിയാണ്.

ഗ്രാമവൃക്ഷം എന്നതിന്റെ പര്യായം തന്നെയായിരുന്നു ഒരു കാലത്ത് നാട്ടുമാവുകൾ. നാട്ടുമാവിൽ വന്യമായി വളരുന്നയിനം നിറയെ പൂക്കു കയും അതുപോലെ കായ്ക്കുകയും ചെയ്യുന്ന ഈമ്പിക്കുടിയന്നെന്നും

കാട്ടുമാവെന്നും വിളിക്കുന്ന തേന്മാവു തന്നെ. കടുമാങ്ങയിടാൻ അനു യോജ്യമായതിനാൽ കടുമാവെന്നും വിളിക്കും. സവിശേഷമായ മണവും മാധുര്യവും തേൻമാവിന്റെ മാത്രം പ്രത്യകതയാണ്. 'ചേരിയൻ' എന്ന നാരുകൂടുതലുള്ള മറ്റൊരിനം കൂടിയുണ്ട് തേന്മാവിന്റെ കൂട്ടത്തിൽ. കപ്പ ക്കായി മാവെന്നും ഒളോർമാവെന്നും വിളിക്കുന്ന ചാറുകൂടുതലുള്ള മറ്റൊരു മാവാണ് നാട്ടുമാവുകളിൽ പ്രധാനം. തിരുവിതാംകൂറിലെ കോട്ടൂർക്കോണം മാങ്ങയ്ക്കും വടക്കിന്റെ ഒളോർ മാങ്ങയ്ക്കും രുചിയിൽ സാമ്യമുണ്ട്. രൂപത്തിൽ ഗണ്യമായ വ്യത്യാസമുണ്ടെങ്കിലും. ഇത്തരം നാട്ടുമാവുകളിലായിരുന്നു പരുന്തുകൾ കൂടുവെക്കുക. കേരളത്തിൽ മാഹിക്ക് വടക്കുമാത്രം കാണപ്പെടുന്ന ഒരു കടൽപ്പരുന്തുണ്ട്. വെള്ളവ യറൻ കടൽപ്പരുന്ത്, കാനാക്കൻ, മീൻകണ്ണി, മരീത്തലച്ചി, കമലപ്പരുന്ത് എന്നെല്ലാം മുക്കുവർ വിളിക്കുന്ന, കടലിന്റെ ഭാഗ്യ ചിഹ്നം. കമല പറ ന്നാൽ മത്സ്യം സമൃദ്ധമെന്നാണ് കടലോര വിശ്വാസം. കടൽപ്പാമ്പിനെ ആഹരിക്കുന്ന കമലപ്പരുന്ത് കൂടുകൂട്ടുക കടലോരത്തെ അമ്പതടിയെ ങ്കിലും ഉയരമുള്ള മരങ്ങളിലാണ്. ഇത്തരം മരങ്ങൾ തീരത്ത് ഇന്നവശേ ഷിക്കുന്നത് ചില കാവുകളിലും പാതയോരങ്ങളിലുമാണ്. വന്യജീവി സംരക്ഷണ നിയമം ഒന്നാം പട്ടികയിൽപ്പെടുത്തി സംരക്ഷണം നൽകി യിരിക്കുന്ന കമലപ്പരുന്തിന്റെ എണ്ണം കേരളത്തിൽ ഏറിയാൽ ഇരുപതു ജോഡിയിൽക്കൂടില്ല. ഇവ കൂടുകൂട്ടിയിരിക്കുന്ന മരങ്ങളിൽ മുക്കാൽ ഭാഗവും നാട്ടുമാവുകളാണ്.

കാസർകോഡു ജില്ലയുടെ മരമാണ് കാഞ്ഞിരം. 'കാഞ്ഞിരത്തിന്റെ നാട്' എന്നാണ് പദ അർഥം തന്നെ. കാഞ്ഞിരോട് എന്നായിരുന്നു കാസർകോഡിന്റെ പഴയ പേര്. ഇതും കാഞ്ഞിരബന്ധം വിളംബരപ്പെടു ത്തുന്നു. കാസർകോഡു ജില്ലയിലെ മലയോരങ്ങളിലെ കാലിമേയ്ക്കു ന്നവരുടെ ആരാധനാമൂർത്തിയാണ് കാലിച്ചേകോൻ. കാലിച്ചാൻ തെയ്യ മെന്ന പേരിൽ ഈ ദേവതയെ കെട്ടിയാടിക്കും. കാലിച്ചാന്റെ ആരൂഢം കാഞ്ഞിരമരമത്രേ. കാലിച്ചാൻ കാഞ്ഞിരമെന്നാണ് കാലിച്ചാൻ കുടികൊ ള്ളുന്നതായി വിശ്വസിക്കുന്ന കാഞ്ഞിരങ്ങൾ അറിയപ്പെട്ടിരുന്നത്. കന്നു കാലികളെ കാണാതെ പോയാൽ കാലിച്ചാൻ കാഞ്ഞിരമൂട്ടിൽ പായസം നിവേദിച്ച് പ്രാർഥിക്കലാണ് പരിഹാരം. കാലിച്ചാനടുക്കം, കാലിച്ചാമരം, കാലിച്ചാൻപൊതി, കാഞ്ഞിരടുക്കം തുടങ്ങിയ കാസർകോഡൻ സ്ഥല നാമങ്ങളൊക്കെ കാലിച്ചാനെയും കാഞ്ഞിരമരത്തെയും പുരസ്കരിച്ചു ള്ളവ തന്നെ. കാലിച്ചാന്റെ ആരൂഢം കാഞ്ഞിരമാണെങ്കിൽ ഗുളികന്റേത് ചെമ്പകമാണ്. ഈഴനാട്ടിൽ നിന്നും വന്നതുകൊണ്ട് ഈഴച്ചെമ്പകമെന്നും വിളിക്കും. "നട്ടുച്ചയ്ക്ക് ചെമ്പകത്തിൽ കയറിയാൽ കുളിയൻ ഉന്തി യിടു"മെന്ന വിലക്കുമൊഴി കേട്ടാണ് ഞങ്ങളൊക്കെ വളർന്നത്.

കാസർകോഡു ജില്ലകളിലെ പാതയോരങ്ങളിൽ ഗുളികന്റെ സങ്കൽപ്പമുള്ളചെമ്പകമരങ്ങൾ ധാരാളമുണ്ട്.

കാഞ്ഞിരവും ചെമ്പകവും ആരാധിക്കപ്പെടുന്നത് വൃക്ഷമെന്ന നില

ബേക്കൽ കോട്ടയിലെ പാലിയം തറപ്പാല എന്നറിയപ്പെടുന്ന ഏഴിലം പാല

യിൽ മാത്രമല്ല ദേവതയുടെ ആരൂഢമെന്ന നിലയിൽ കൂടിയാണ്. വൃക്ഷ മല്ല വൃക്ഷത്തിൽ കുടിയിരിക്കുന്ന ശക്തിയാണ് ഇവിടെ ആരാധ്യമാകു ന്നത്. വിഭിന്ന ദൈവങ്ങളുടെ ചൈതന്യം വൃക്ഷത്തിൽ ആരോപിച്ച് നട ത്തുന്ന പ്രതീകാത്മക ആരാധനയാണ്; കാവുകളിലും ഇത്തരം ദേവാ രൂഢങ്ങളിലും വൃക്ഷാരാധനയായി അറിയപ്പെടുന്നത്.

കാവുകളിലും പാതയോരങ്ങളിലും സാധാരണമായ ഒരു വൃക്ഷമാണ് പാല. പാല ഒരു തിണയുടെ പേരു കൂടിയാണ്. സ്ഥലസസ്യങ്ങളുടെ അടിസ്ഥാനത്തിൽ ഭൂമിയെ തിരിച്ചിരുന്ന പഴന്തമിഴ് കാലത്ത് വരണ്ട മരു ഭൂമിയായിത്തീർന്ന ഭൂപ്രദേശങ്ങളെ സൂചിപ്പിക്കാനാണ് 'പാല'യെന്ന പദ മുപയോഗിച്ചിരുന്നത്. പാലുള്ളതെല്ലാം നാട്ടുനിരുക്തിയിൽ പാലയാണ്. ഏഴിലംപാലയാണോ കുരുട്ടുപാലയാണോ വരണ്ട കാടുകളിൽ കാണുന്ന ഇലഞ്ഞിയുടെ ബന്ധുവായ മണിൽക്കാര (മണിൽക്കാര ഹെക്സാൻഡ്ര) യാണോ തിണപ്പൊരുളായ പാലയെന്നു തീർത്തുപറയാനാവില്ല. ഈ പാലകളെല്ലാം പാലൈത്തിണയുടെ ലാക്ഷണിക സസ്യങ്ങളാണു താനും. കേരളത്തിലെ ആചാരാനുഷ്ഠാനങ്ങളുമായി ദൃഢബന്ധം പുലർത്തുന്ന പാല 'ഏഴിലംപാല'യാണ്. പൊലിയന്തറപ്പാല, ദൈവപ്പാല, യക്ഷിപ്പാല എന്നിങ്ങനെ അഭൗമികമായൊരു സാന്നിധ്യത്തെ വിളംബര പ്പെടുത്തുന്നു ഇതിന്റെ നാമഭേദങ്ങളെല്ലാം. ഏഴിലംപാലയിലായിരുന്നു വത്രേ അറിവിന്റെ അടയാളമായ യോഗ്യതാപത്രങ്ങൾ സമർപ്പിക്കപ്പെട്ടി

രുന്നത്. 'അൽസ്റ്റോണിയ സ്കൊളാരിസ്' എന്ന ശാസ്ത്രനാമത്തിൽ ഈ ഓർമ കൂടിയുണ്ട്.

പാലയുമായി ബന്ധപ്പെട്ട രണ്ടനുഷ്ഠാനങ്ങളാണ് മധ്യകേളത്തിലെ 'പാന'യും തുളുനാട്ടിലെ പൊലിയന്ത്രൻ പാലനാട്ടലും. കാവുകൾ ഉണ്ടാ കുന്നതിനും മുമ്പ് പ്രാചീന ജനത കാളിയുടെ ആരൂഢമായിക്കരുതി ആരാ ധിച്ചിരുന്നത് ഏഴിലംപാലയെയായിരുന്നു. മധ്യകേരളത്തിൽ കാളീസേ വയുമായി ബന്ധപ്പെട്ടു നടക്കുന്ന പാനയിൽ പാലക്കൊമ്പെഴുന്നള്ളത്തിന് പ്രാധാന്യം കൈവരാൻ ഇതാണ് കാരണം. അത്യുത്തര കേരളത്തിലു മുണ്ട് ഇത്തരമൊരു പാലക്കൊമ്പെഴുന്നെള്ളിക്കൽ. പൊലിയന്ത്രം നാട്ടുക എന്ന പാലക്കൊമ്പ് കുഴിച്ചിടൽ ദീപാവലിക്കാലത്തെ ഒരനുഷ്ഠാനമാണി വിടെ. ബലീന്ദ്രനെ പുരസ്കരിച്ചാണീ ചടങ്. ബലീന്ദ്രനാണ് പൊലിയ ന്ത്രൻ. ബലീന്ദ്രൻ മഹാബലിത്തമ്പുരാൻ തന്നെ. ചിങ്ങത്തിലല്ലാതെയും കേരളത്തിലൊരു മാവേലിക്കാലം!

പുലയർക്കിടയിൽ കന്നൽക്കളം പാട്ടെന്നൊരു ഗർഭരക്ഷാച്ചടങ്ങ് മുമ്പ് നടപ്പുണ്ടായിരുന്നു. പാലക്കൊമ്പു നാട്ടിയതിനു മുമ്പിൽ പഞ്ചവർണ ക്കളം വരച്ചായിരുന്നു ഈ ഉച്ചാടനാനുഷ്ഠാനം നടത്തിയിരുന്നത്. അനു ഷ്ഠാനങ്ങൾക്കൊടുവിൽ പാലക്കൊമ്പ് പുഴയിലൊഴുക്കിക്കളയുന്നു. പാല ക്കൊമ്പിലേക്കാവാഹിക്കപ്പെട്ട ദുർമൂർത്തികളെ അനുഷ്ഠാനപരമായി നിമ ജ്ജനം ചെയ്യുകയാണിവിടെ.

വടക്കൻ കേരളത്തിലെ പെരുങ്കളിയാട്ടങ്ങൾക്ക് 'പാല'യെ ഒഴിവാ ക്കാനാവില്ല. 'നാൾമരം മുറിക്കൽ' എന്ന ചടങ്ങോടെയാണ് പെരുംകളി യാട്ടത്തിന്റെ ആരംഭം. പ്ലാവോ പാലയോ ആകും നാൾ മരം മുറിക്കാൻ തെരഞ്ഞെടുക്കുക. പെരുംകളിയാട്ടത്തിന് സദ്യയൊരുക്കുന്നതിന് പാല അടികൊണ്ടുള്ള ഉപകരണങ്ങൾ ആണ് ഉപയോഗിക്കുക. തവികളും പാത്രങ്ങളുമെല്ലാം പാലത്തടി കൊണ്ടായിരിക്കും ഇവിടെ.

ശീഘ്രവളർച്ചയുള്ള ഒരു മൃദുമരമാണ് ഏഴിലംപാല. കേരളമെമ്പാടും ഏറ്റവും സാധാരണമായ സ്ഥലസസ്യം 'പാല' തന്നെ. പാലത്തറയും പാലക്കുന്നും വെറും പാലമാത്രവും ഇന്നാട്ടിലെ സ്ഥലനാമങ്ങളാണ്. സ്ഥലസസ്യം നാട്ടുപേരിനെ നിർണയിക്കുന്നു!

മകരമഞ്ഞിനോടൊപ്പം ഗന്ധർവസ്പർശമുള്ള മദഗന്ധം പ്രസരിപ്പിച്ച് പൂത്തുനിന്നിരുന്ന പാലകൾ പാതയോരങ്ങളിൽ നിന്നും അതിദ്രുതം അപ്ര ത്യക്ഷമായിക്കൊണ്ടിരിക്കുന്നു. വീട്ടുപറമ്പുകളിൽ നിന്നും പാലകളും മാവും പണ്ടേ മറഞ്ഞുകഴിഞ്ഞു. ഇരുപതാം നൂറ്റാണ്ടിന്റെ നിർമാണ മാധ്യമം കോൺക്രീറ്റായിത്തീർന്നതാണ് ഈ മരങ്ങളുടെ അന്ത്യത്തിന് ഒരു കാരണം. വാർപ്പ് പണിക്ക് പലകകളായി ഈർന്നെടുക്കാൻ എളുപ്പ മാണ് പാലയും മാവും. ഒരു വൻമരത്തിൽ നിന്നും ലക്ഷക്കണക്കിനു വിത്തുകൾ പാറിവീണ് മുള പൊട്ടുമെങ്കിലും പാല ഇന്ന് പാതയോരങ്ങ ളിൽ അതിജീവനം നേടുന്നില്ല. അണ്ണാനും കാക്കയും കാക്കത്തൊള്ളാ യിരം പിള്ളേരും കൂട്ടുപോവാനുണ്ടായിട്ടും മാങ്ങയണ്ടിയൊന്നും ഈരി

ലയ്ക്കപ്പുറം വിരിയുന്നില്ല. തൊഴിലുറപ്പു പദ്ധതിയുടെ പ്രധാന പരിപാടി പാതയോരം വൃത്തിയാക്കലായിരിക്കുന്നു. ചൂടും പൊടിയും കൊണ്ട് തപിച്ച വേനൽക്കാലത്ത് പാതയോരത്തെ ഇത്തിരി പുൽപ്പച്ചകൂടി ചുരണ്ടിക്കോരി റോഡിനിരുവശത്തും കൊണ്ടിടുക. മഴക്കാലത്ത് ഇതെല്ലാം കുത്തിയൊഴുകിയുണ്ടാവുന്ന കുഴികൾ നികത്താൻ ഇതേപണി വീണ്ടും ചെയ്യുക. തൊഴിലുറപ്പ് പദ്ധതിയുടെ മുഖ്യ കലാപരിപാടി പല പഞ്ചായത്തുകളിലും ഇപ്പോൾ ഇതുമാത്രമായിരിക്കുന്നു. മനുഷ്യാധ്വാനത്തെ, കർമ ശേഷിയെ, കാര്യക്ഷമമായി ഉപയോഗിക്കാവുന്ന അപാരസാധ്യതകളാണ് ഇവിടെ പ്രകൃതിവിരുദ്ധവും മനുഷ്യദ്രോഹപരവുമായ ഒരു പ്രവൃത്തി യായി അധഃപതിക്കുന്നത്. റോഡ് വികസനവും ആദ്യം കോടാലി വെക്കുന്നത് മരങ്ങളിലാണ്. വീതി കൂട്ടാൻ മരങ്ങൾ ലേലം വിളിച്ച് വിറ്റ് കാൽനൂറ്റാണ്ടു കഴിഞ്ഞിട്ടും ഒരിഞ്ചുപോലും പണി നടക്കാത്ത എത്രയോ റോഡുകൾ ഇന്ന് നമ്മുടെ നാട്ടിലുണ്ട്.

കുന്നുകൾ ഇടിഞ്ഞു തീരുന്നു. വീട്ടുതൊടികൾ റബ്ബർകാടുകളാകുന്നു. ഒരു നാട്ടുമാവുപോലും റബ്ബർത്തോട്ടത്തിൽ കണ്ടുപോകരുത്; റബ്ബർ ബോർഡിന്റെ സബ്സിഡി കിട്ടില്ല; സാമൂഹ്യവനവൽക്കരണത്തിന്റെ പേരിൽ റോഡരുകിൽ കാൽനൂറ്റാണ്ടു മുമ്പ് നട്ടുപിടിപ്പിച്ച അക്കേഷ്യ യുടെ സ്ട്രിപ് പ്ലാന്റേഷനുകൾ വെട്ടിമാറ്റിക്കഴിഞ്ഞു. പക്ഷേ, നിയന്ത്ര ണാതീതമായ പുനരുത്ഭവശേഷിയാണ് ഈ തോട്ടങ്ങളിൽ അക്കേഷ്യ ഇന്നും പ്രകടിപ്പിക്കുന്നത്. അക്കേഷ്യപ്പൂവ് വരുത്തുന്ന അലർജിയും ആസ്ത്മയുമല്ല ഇന്നു പ്രശ്നം. നാട്ടുമരങ്ങളെ ഇല്ലായ്മ ചെയ്യുംവിധം ഒരു കളയായിപ്പടരുകയാണ് ഈ വിദേശ വൃക്ഷമിന്ന്. ഇവയ്ക്കിടയിൽ എവിടെയെങ്കിലും ഒരു നാട്ടുമാവ് ബാക്കിയാവട്ടെ, ഗ്രാമവൃക്ഷത്തിലെ കുയിലിന് വസന്തത്തെ വിളിച്ചുവരുത്താനെങ്കിലും.

5

ക്യാമറയുടെ വരാഹദൃഷ്ടി

ജലാവകാശത്തിനും ജലനീതിക്കും വേണ്ടിയുള്ള പ്രാദേശിക ജന തയുടെ മുറവിളികൾ ആഗോളശ്രദ്ധ നേടുന്നത് പ്ലാച്ചിമട സമരത്തോടെ യായിരുന്നു. ജലം ഒരു വിൽപ്പനച്ചരക്കല്ലെന്നും പൊതുസ്വത്തും മനുഷ്യാ വകാശവുമാണെന്നും പ്രഖ്യാപിച്ച ഈ ദശകത്തിന്റെ ജനകീയ പ്രതി രോധ സമരങ്ങൾക്ക് ഒരു ആക്ടിവിസ്റ്റ് പത്രഫോട്ടോഗ്രാഫർ സമർപ്പി ക്കുന്ന ചിത്രോപഹാരമാണ് മധുരാജിന്റെ *വാട്ടർ പ്ലണ്ടർ കോർപ്പറേ റ്റൈസേഷൻ ഇൻകോർപ്പറേറ്റ്ഡ്* എന്ന ഗ്രന്ഥം. വെള്ളക്കൊള്ളയെക്കു റിച്ചു മാത്രമല്ല ജലത്തിന്റെ പരിസ്ഥിതിയെയും സംസ്കാരത്തെയും രാഷ്ട്രീയത്തെയും രേഖപ്പെടുത്തുന്നു ഈ ഗ്രന്ഥം. "നിശ്ചലചിത്ര ങ്ങൾകൊണ്ടൊരു ഡോക്യുമെന്ററി" എന്ന് ഈ ചിത്ര/ചരിത്ര പുസ്ത കത്തെ വിശേഷിപ്പിക്കാം. സിനിമയ്ക്ക് ദൃശ്യപഥത്തിനു പുറത്തു ഭാഷ ണത്തിന്റെയും പരിസരശബ്ദങ്ങളുടെയും രണ്ടു ട്രാക്കുകളുള്ളതുപോലെ ഇതിലെ ചിത്രദൃശ്യങ്ങൾക്കു സമാന്തരമായി രണ്ടു ലിഖിതപഥങ്ങളുണ്ട്. ഒന്ന്, ദൃശ്യത്തിന്റെ അടിക്കുറിപ്പാകുമ്പോൾ മറ്റേത് പൂരകക്കുറിപ്പാകുന്നു. വെള്ളത്തിന്റെ രാഷ്ട്രീയവിവക്ഷകൾ പൂരിപ്പിക്കപ്പെടുന്നത് ഈ കുറിപ്പു കളിലൂടെയാണ്. എൻഡോസൾഫാൻ ദുരന്തത്തെക്കുറിച്ചുള്ള 'വിഷവി മുക്ത ഭൂമി' കോളക്കമ്പനികൾ നടത്തുന്ന ജലചൂഷണം വിഷയമാക്കിയ വെള്ളക്കള്ളൻ എന്നീ പാനൽ പ്രദർശനങ്ങളുടെയും ഇതിനോടകം അന്താരാഷ്ട്ര ശ്രദ്ധ ലഭിച്ചു കഴിഞ്ഞ ജലചൂഷണത്തെക്കുറിച്ചുള്ള ഓഡിയോ വിഷ്വൽ പ്രോഗ്രാമിന്റെയും തുടർച്ചയാണ് ഈ പ്രസിദ്ധീകൃത ഗ്രന്ഥം.

യു എന്നിന്റെ ജലോപദേഷ്ടാവും ബ്ലൂ ഗോൾഡിന്റെ സഹരചയിതാ വുമായ മൗഡ് ബാർലോ അവതാരികയും എം പി വീരേന്ദ്രകുമാർ ആമു ഖക്കുറിപ്പും എഴുതിയിരിക്കുന്ന ഈ ഇംഗ്ലീഷ് ഗ്രന്ഥം നാലുഭാഗമായാണ്

ക്രമീകരിച്ചിരിക്കുന്നത്. ഇഹലോകജീവിതം തീർന്നവരുടെ ഭൗതികാവ
ശിഷ്ടങ്ങൾ നിമജ്ജനം ചെയ്യപ്പെടുന്ന പാപനാശിനികളായ പിതൃതർപ്പണ
സ്ഥലികളെയും വിശുദ്ധനദികളിലെ സ്നാനഘട്ടങ്ങളെയും പിൻതുടരു
ന്നുണ്ട് മധുരാജിന്റെ ക്യാമറ. ജരായുവിലെ ജലശായിയായ ഭ്രൂണാവ
സ്ഥയിൽനിന്ന് ജലോദകമേറ്റ് കൂടുവിട്ടുപോകുന്ന അന്ത്യംവരെ നീളുന്ന
ജീവന്റെ ജലബന്ധിയായ നൈരന്തര്യത്തെ ഓർമപ്പെടുത്തുന്നു തുടക്ക
ത്തിൽ മധുരാജ്. ഡൽഹിയിലെ പാതയോരത്തെ ഒരുതണ്ണീർപ്പന്തലിലെ
കുടിവെള്ളം നിറച്ചുവെച്ചിരിക്കുന്ന മൺകുടത്തിൽനിന്ന് മൈസൂരിലെ
പാതയ്ക്കുനടുവിൽ കെട്ടിക്കിടക്കുന്ന ഇത്തിരി ചെളിവെള്ളം നക്കിക്കുടി
ക്കുന്ന തെരുവു പട്ടിയിലേക്കാണ് മധുവിന്റെ ക്യാമറ കൺതുറക്കുന്നത്.
കൊക്കക്കോളയുടെ കുടിവെള്ളക്കുപ്പിയാണ് ഈ രംഗത്തിന് മുന്നരങ്ങ്.
ഒഴിഞ്ഞപ്ലാസ്റ്റിക് കുപ്പികൾക്കായി ചവറ്റുകുട്ടയ്ക്കരികിൽ കാത്തു
നിൽക്കുന്ന തെരുവുബാലനു സമീപത്ത് കോള ആസ്വദിച്ചുകുടിച്ചു
നിൽക്കുന്ന ഒരു മധ്യവർഗ വീട്ടമ്മയുടെ ചിത്രം കൽക്കത്തയിൽനിന്ന്
മധു പകർത്തിയിട്ടുണ്ട്. ചുക്കുവെള്ളത്തെക്കാൾ ശുദ്ധമാണ് കുപ്പിവെള്ളം
എന്ന മിഥ്യാധാരണ തിരുത്തപ്പെടാത്തിടത്തോളം കേരളത്തിലായാലും
ബംഗാളിലായാലും വയലുകളും കിണറുകളും വെള്ളക്കൊള്ളയ്ക്കായി
തീറെഴുതി കൊടുക്കപ്പെടുമെന്നും പാരിസ്ഥിതികാഭയാർഥികൾ ഉണ്ടാ
യിക്കൊണ്ടിരിക്കുമെന്നും മുന്നറിയിപ്പു നൽകുന്നു അർഥപൂർണമായ ഈ
ചിത്രം. വികസനത്തിന്റെ മുഷിഞ്ഞ അടിയുടുപ്പുകൾ നിക്ഷേപിക്കപ്പെട്ട
ചെന്നെയിലെ പള്ളിക്കരണിയെന്ന ചതുപ്പും തെർമോക്കോളിന്റെയും
പ്ലാസ്റ്റിക്കിന്റെയും പുതപ്പിനടിയിൽനിന്ന് നെടുവീർപ്പിടുന്നത് അന്നാടിന്റെ
കെട്ടുപോയ ജലസംസ്കാരത്തെക്കുറിച്ച് ഓർത്തുതന്നെ. ഒരു നദിയെ
ന്നത് കേവലം ഒഴുക്ക് മാത്രമല്ലെന്നും ക്യൂബിക് കണക്കിലെ ജലപിണ്ഡം
മാത്രമല്ലെന്നും അവിടെ സ്പന്ദിക്കുന്നത് ബഹുശതം ജീവിതങ്ങളാ
ണെന്നും ഓർമിപ്പിച്ചുകൊണ്ടാണ് പ്ലാച്ചിമടയിലെ ഐതിഹാസികമായ
സമരത്തിന്റെ നേർക്കാഴ്ചകളിലേക്ക് ക്യാമറ കണ്ണു തുറക്കുന്നത്.

പെരുമാട്ടി പഞ്ചായത്തിലെ 33 ഏക്കർ ഇരുപ്പുനിലം നികത്തി
ക്കൊണ്ട് രണ്ടായിരമാണ്ടിൽ പ്രവർത്തനമാരംഭിച്ച കൊക്കക്കോള കമ്പനി
ആറു പാതാളക്കിണറുകളിലൂടെ ഭൂഗർഭജലം ഊറ്റിയെടുത്തപ്പോൾ കുടി
വെള്ളം മുട്ടിപ്പോയ മൂന്നുകിലോമീറ്റർ ചുറ്റളവിൽ മൂന്നു പഞ്ചായത്തുക
ളിലായി കിടക്കുന്ന പത്ത് ആദിവാസിക്കോളനികളിലെ ജനങ്ങൾ നട
ത്തിയ, വർഷങ്ങൾ നീണ്ടുനിന്ന സഹനസമരത്തിന്റെ നാൾവഴികളാണ്
രണ്ടും മൂന്നും ഭാഗങ്ങളിൽ. പാലക്കാടൻ നാട്ടുതനിമയുടെ ജലോപയോഗ
സംസ്കാരത്തിന്റെയും 2004 ജനുവരിയിൽ പ്ലാച്ചിമടയിൽ നടന്ന ലോക
ജലസമ്മേളനത്തിന്റെയും പശ്ചാത്തലത്തിൽ ജലാധികാരത്തെക്കുറിച്ച്
ചർച്ച ചെയ്യുന്നു അവസാനഭാഗത്ത്. പ്ലാച്ചിമട സമരനായിക മയിലമ്മ
യ്ക്കാണ് ഈ പുസ്തകം സമർപ്പിച്ചിരിക്കുന്നത്.

അരിവേവിക്കാനാവാത്ത മഞ്ഞനീരിനെക്കുറിച്ച് മയിലമ്മ വേവലാ

തിപ്പെടുന്നു. കോളക്കമ്പനിക്കായി നികത്തപ്പെട്ട വയലിൽ പണിയെടുത്തു ജീവിച്ചിരുന്ന പാപ്പാൾ കുഞ്ഞുമക്കളെ ചേർത്തുപിടിച്ച് ആകാശത്തേക്കു മിഴിയുയർത്തി ചോദിക്കുന്നു; എന്റെ കാലശേഷം ഇവരെങ്ങനെ ജീവി ക്കുമെന്ന്. മധുരാജിന്റെ ചിത്രപടങ്ങളിൽ തെളിയുന്ന സമരദൃശ്യങ്ങളിലെ മുഖങ്ങളിൽ മിക്കവയും ആദിവാസി സ്ത്രീകളുടേതാണെന്നത് യാദൃച്ഛി കമല്ല. ആഹാരം കഴിക്കുന്നത് വെള്ളം കൊണ്ടുവരാനും വെള്ളം കൊണ്ടു വരുന്നത് ആഹാരം കഴിക്കാനും എന്ന നിലയിൽ ഊർജത്തെ പ്രവൃത്തി യിൽ തളച്ചിട്ടവരാണിവർ.   വെള്ളം തേടിയുള്ള യാത്രയുടെ നിരവധി ചിത്രങ്ങൾ ഈ പുസ്തകത്തിലുണ്ട്. പെപ്സി കമ്പനിക്കു മുൻപിൽ ഇത്ത രമൊരു സമരമുഖം തുറക്കാനാവാത്തത് കഞ്ചിക്കോട് ഒരു വ്യാവസാ യിക മേഖലയായതുകൊണ്ടുമാത്രമല്ല. സ്ത്രീകളുടെ ഇച്ഛാശക്തിയാണ് പ്ലാച്ചിമടയെ അതിജീവിക്കാൻ പഠിപ്പിച്ചത്. കൂട്ടുകാരിക്ക് വലനെയ്യുന്ന മരച്ചിലന്തിയെ കാട്ടിക്കൊടുക്കുന്ന ആദിവാസിബാലന്റെ ചിത്രം അവഗ ണന മാത്രം കൈമുതലായവർ വൈകിയെങ്കിലും നേടിയ തിരിച്ചറിവിന്റെ പ്രതീകമായി മാറുന്നുണ്ട്.

ഒഴിഞ്ഞ കുടങ്ങൾ, തലയറ്റുണങ്ങിയ മരങ്ങൾ, വറ്റിയ കിണറുകൾ, വരണ്ടുവിണ്ട വയലുകൾ, വരൾച്ചയുടെ ഈ സ്ഥിരം മോട്ടിഫുകൾ മധു രാജിന്റെ ഫോട്ടോകളിൽ സമൃദ്ധമായി പ്രത്യക്ഷപ്പെടുന്നുണ്ട്. സവിശേ ഷമായ വിന്യാസംകൊണ്ട് ഇവ പതിവ് അർഥങ്ങളെ മറികടക്കുന്നു. കൊക്കക്കോളക്കമ്പനിയുടെ കവാടത്തിനു മുന്നിലെ കാക്കാത്തൊണ്ടി പടർന്ന ഉണക്കമരം നിൽക്കുന്നത് ബന്ധനസ്ഥനായ പ്രൊമിത്യൂസിനെ ഓർമിപ്പിച്ചുകൊണ്ടാണ്.

ഒരുപാട് കിണറുകളുടെ ചിത്രങ്ങളുണ്ട് ഈ ഗ്രന്ഥത്തിൽ. മകന്റെ കല്യാണത്തിന് ലോറിയൊന്നിന് 800 രൂപയ്ക്ക് വെള്ളം വാങ്ങേണ്ടിവന്ന മഴക്കാലത്തും നെല്ലിപ്പടികൾ തെളിഞ്ഞുകാണുന്ന കുഞ്ചന്റെ കിണർ, കിണർതന്നെ ആരോ കൊണ്ടുപോയതുപോലെ പകച്ചുനിൽക്കുന്ന കുഞ്ചന്റെ ഭാര്യയുടെ കണ്ണുകളിലെ മറ്റൊരു കിണർ. വിജയനഗർ കോള നിയിലെ ഉപ്പുവെള്ളം കയറിയ കിണറിൽ കയറുപൊട്ടി വീണുപോയ നാലുവർണക്കുടങ്ങൾ. അടിത്തട്ടിലെ ഇത്തിരി കൊഴുത്ത വെള്ളത്തിൽ പ്രതിഫലിച്ച ആകാശവൃത്തത്തിന് ഞാണുകൾ തീർത്ത് കപ്പിപിടിപ്പി ക്കാനുള്ള ഇരുമ്പുദണ്ഡുകളുടെ നിഴൽ. ഏതോ കുഞ്ഞ് വലിച്ചെറിഞ്ഞ താകാവുന്ന ഉജാലക്കുപ്പിയുണ്ട് കിണറൊന്നിൽ. വെളുക്കും മുൻപു ണർന്ന് വെളുത്ത മുണ്ടുടുത്തു ശീലിച്ച മലയാളിയുടെ ശുചിത്വബോ ധത്തെ നിർണയിച്ച ജലസാമീപ്യത്തെ ഓർമിപ്പിക്കുന്ന ഒരു ബിംബമായി ത്തീരുന്നു ഉപേക്ഷിക്കപ്പെട്ട ഈ കളിപ്പാട്ടംപോലും. പ്ലാച്ചിമടയിലെ കിണ റുകൾക്കൊന്നും കപ്പിയും കയറുമില്ല.

'ഏരി' കളെന്ന സ്വാഭാവിക ജലസംഭരണികളിലെ ജലസമൃദ്ധിയെ മുൻനിർത്തിയായിരുന്നു പാലക്കാടൻ വയലുകളിലെ വിളപരിവൃത്തികൾ. പരമ്പരാഗത ജലസേചന മാർഗങ്ങളിൽക്കൂടിത്തന്നെയാണ് പാലക്കാട്

കേരളത്തിന്റെ നെല്ലറയായിത്തീർന്നത്. സംസ്ഥാനത്തെ അരിയുൽപ്പാദ നത്തിന്റെ മുന്നിലൊന്നും സംഭാവന ചെയ്ത പാലക്കാടിന്റെ ഇന്നത്തെ അവസ്ഥയെന്താണ്? പുനരുദ്ധരിക്കപ്പെട്ടിട്ടും വെള്ളപ്പറ്റുകാണാത്ത, കുട്ടി കൾക്ക് കളിയിടമായി മാറിയ പുതുശ്ശേരിയിലെ പടിയത്ത് ഏരിയുടെയും പറമ്പിക്കുളം ആളിയാർ പദ്ധതിയുടെ ജലശൂന്യമായ കമ്പളത്തറ, വെങ്ക ലക്കയം റിസർവോയറുകളുടെയും ചിത്രങ്ങൾ ഇന്നാട്ടിൽ നിലനിന്നിരുന്ന ജലജനാധിപത്യത്തിന്റെ സുവർണകാലത്തെ ഓർമയിൽ കൊണ്ടുവരു ന്നു. ഒപ്പം വികസന ക്ഷേത്രങ്ങളെല്ലാം ഭൂമിയുടെ ശവപ്പറമ്പുകളായി രിക്കുന്നുവെന്നതിന് ദൃശ്യസാക്ഷ്യവും നൽകുന്നു.

കള്ളിപ്പാലു കൊടുത്ത് ഓന്തിനെ ജീവിപ്പിക്കാൻ ശ്രമിക്കുന്ന കുഞ്ഞു ങ്ങളുടെ അത്രയൊന്നും നിഷ്കളങ്കമല്ലാത്ത കളിയുടെ മധ്യവിദൂരദൃശ്യ ത്തിൽനിന്ന് സമീപദൃശ്യങ്ങളിലേക്കു വളരുന്ന ചിത്രപരമ്പരയ്ക്കു താഴെ മധുരാജ് എഴുതുന്നു: നാമനുവദിച്ചാൽ പാലക്കാടിന്റെ മണ്ണിൽ നിന്ന് അവ സാനത്തെ തുള്ളി രക്തവും ഊറ്റിയെടുത്ത് കോളക്കമ്പനികൾ അവരുടെ ജോലി ഭംഗിയായി നിർവഹിച്ച് നിവർന്നുനിൽക്കും. അപ്പോൾ നമുക്ക് നിഷ്കളങ്കമായ കളികളിലേർപ്പെടാം.

"തുമ്പിയെ പിടിക്കാനറിയാമോ? തുമ്പിയെ കിട്ടിയില്ലെങ്കിൽ നമുക്ക് ഓന്തിനെ പിടിക്കാം." "അയ്യോ ഇതുചത്തുപോയല്ലോ. ഊതിക്കൊടു ത്താൽ ജീവൻ വരും." "കള്ളാവണക്കിൻപാൽ കൊടുത്തുനോക്കൂ." ഊതിക്കൊടുത്താലും പാലു കൊടുത്താലും പോയ ജീവൻ തിരിച്ചുവരി ല്ല. മരിച്ച ഉരഗത്തിന്റെ ചെവിക്കുഴിയിൽ ജീവനൂതിക്കയറ്റാൻ കള്ളിപ്പാലും ഇനി കുഞ്ഞുങ്ങൾക്കില്ല. അവയൊക്കെ ഡീസൽ ഉണ്ടാക്കാൻ പോയിരി ക്കുകയാണ്. കോയമ്പത്തൂരിലെ ചോളം വിളഞ്ഞപാടങ്ങൾ ഇപ്പോൾ ജൈവ ഡീസൽച്ചെടിയായ ജട്രോഫയുടെ – ഇതേ കള്ളാവണക്കിന്റെ തോട്ടങ്ങളാണ്.

ജലയുദ്ധങ്ങൾ തുടങ്ങിക്കഴിഞ്ഞു. ആഗോളകുത്തകകൾ തമ്മിൽ മാത്രമല്ല പ്ലാച്ചിമടയിലെപ്പോലെ കുത്തകയും തദ്ദേശീയ ജനതയും തമ്മിലല്ല. മുല്ലപ്പെരിയാറും കാവേരിയുംപോലെ സംസ്ഥാനാന്തര തർക്ക ങ്ങളുമല്ല; ഗ്രാമങ്ങളും അയൽപക്കങ്ങളും തമ്മിൽ. വീട്ടുമുറ്റത്തെ കിണ റുകൾ തന്നെ കട്ടുകൊണ്ടുപോകുന്ന കാലം വരുന്നു. എവിടെയായാലും സ്വന്തം വിഭവങ്ങളെ സംരക്ഷിക്കാനറിയാത്തവർക്ക് ദുരിതങ്ങളുടെ കയ്പു നീരേ കുടിക്കാൻ കിട്ടൂ. വരണ്ടുവിണ്ടുകൊണ്ടേയിരിക്കുന്ന ഭൂമിയിൽ ആണ്ടാണ്ടുപോകുന്ന ജലസിരകൾ തിരികെ കൊണ്ടുവരാനുള്ള ഹരിത കുലങ്ങളുടെ ഭഗീരഥയജ്ഞങ്ങളും ഈ തിരിച്ചറിവിനോട് കണ്ണിചേർക്ക പ്പെടണം. 1400 വർഷം മുമ്പ് ജീവിച്ച വരാഹമിഹിരന്റെ *ബൃഹദ്സംഹിത* യിലെ 54-ാം അധ്യായം 'ദകാർഗള'മാണ്. അനർഗളമായി ജലമൊഴുകാ നുള്ള അന്വേഷണം. മധുരാജിന്റെ ക്യാമറയുടെ വരാഹദൃഷ്ടികൾ മണ്ണിൽ തിരയുന്നത് അതുകൂടിയാണ്.

6

കലിമലം അകലുവാൻ

ഭൂമിയിൽ ജീവന്റെ പൊടിപ്പുകൾ തഴച്ചു വളരുന്നത് ഇടവമഴ തൊ ട്ടാണ്. വെള്ളത്തിലുതിർന്നു വീണിട്ടും അഴുകുകയോ മുളപൊട്ടുകയോ ചെയ്യാതെ ഉറങ്ങിക്കിടന്ന അസുരവിത്തുകളായ വരിനെല്ലുകളാകും കാല ഘടികാരം തട്ടിയുണർത്തുമ്പോൾ ആദ്യം കുരുക്കുന്ന വയൽപ്പച്ച. കുന്ന മുക്കികൾക്ക് ഇടലാകെ പൂക്കാൻ തോന്നുംവിധം കുളിരുകോരിയിടുന്നതും ഇടവപ്പാതിയിലെ കന്നിമഴതന്നെ. മേടപ്പത്തുകഴിഞ്ഞാൽപ്പനെ വിത്തു പൊതി അകത്തുവെക്കാനേ പാടില്ലെന്നാണ്. ഇടവം കഴിഞ്ഞാലും മഴ പെയ്യാതായപ്പോൾ പഴമൊഴിയും പാതിരായിപ്പോയി. വിതയ്ക്കാൻ കൊണ്ടുപോകുമ്പോൾ ഒരു വിത്തുപോലും ബാക്കിയാവരുതെന്നാണ്. കണ്ടത്തിലെത്താൻ കഴിയാത്ത വിത്തിന്റെ ശാപം മതി കൃഷിയാകെ നശിക്കാൻ! ജീവിതത്തിന്റെ കൊടിപ്പടം ഉയർന്നു നിൽക്കുന്നത് വിത്തു കളിലൂടെയാണ്. ആകാശത്തിലെ അദൃശ്യമൂലകങ്ങൾ അലിയിച്ചെടുത്ത മഴവെള്ളം വിത്തിനു വേണ്ട മുലപ്പാൽ കുടിയാണ്. പൈപ്പു വെള്ളം നനച്ച് മുളപ്പിച്ചെടുക്കാനാവില്ല വയലിന്റെയീ സമൃദ്ധി. എങ്കിലും മഴയെ മരണ മെന്ന് കർഷകക്കെടുതികളെ കരുതി പത്രങ്ങൾ സമീകരിക്കുന്നു. മഴ 'മാരി'യാണ്. മാരി എന്നാൽ മരണം മാത്രമല്ല എടുക്കുകയും കൊടുക്കു കയും ചെയ്യുന്ന അമ്മദേവത കുടിയാണ്.

മനുഷ്യന്റെ ദേഹത്തുവീണാൽ മാരിക്കുരിപ്പും ഭൂമിയിൽ വീണാൽ നെല്ലും വിളയിക്കുന്ന അത്ഭുതജന്മമാണ് വിത്തിന്റെത്. മനുഷ്യന്റെ കർമ ങ്ങളാണ് വിളവേതെന്ന് നിർണയിക്കുന്നത്. അനാതുരമായ ശരീരത്തിന് കർക്കിടകത്തിലെ മരുന്നുസേവയും പത്തില കഴിക്കലുമൊക്കെ സഹാ യിക്കും. പക്ഷേ, മനസിനും ശരീരത്തിനുമൊപ്പം ഭൂമിയുടെ ആരോഗ്യവും

കാക്കണം. കർക്കിടകത്തിൽ പിട്ടിലുറച്ചു തുടങ്ങുന്ന കതിരുകൾ പതി രാകാതെ ഓണം കൊണ്ടുവരണം. ചിങ്ങത്തിൽ മാത്രമല്ല, ഒരാണ്ടു മുഴുവൻ. വിരിപ്പുകൃഷിയുടെ പൊലിവ് കണ്ടത്തിൽ ചില ലക്ഷണങ്ങൾ നോക്കി കർഷകർ പറയുമായിരുന്നു. നെല്ലിന്റെ തണ്ടിലും ഇലയിലു മെല്ലാം കറുപ്പം വെളുപ്പും നിറത്തിൽ മല്ലിവിത്തുപോലൊന്ന് തൂങ്ങിക്കി ടക്കുന്നതുകണ്ടാൽ ഇക്കുറി കരോൻമാടാമെന്ന് വൃദ്ധകർഷകർ പറയും. വിളവുകാക്കുന്ന ഏതോ മിത്രകീടത്തിന്റെ ലാർവയാകാം അത്. അന്ന പൂർണേശ്വരിയുടെ അംശാവതാരങ്ങൾ. കരോൻമാടലെന്നത് പയ്യന്നൂർ പ്രദേശങ്ങളിൽ നെല്ല് സൂക്ഷിക്കുന്ന നാട്ടുരീതിയാണ്. ചാണകം തേച്ച നിലത്ത് പുല്ലുവിരിച്ച് പുറത്ത് കയറുവരിഞ്ഞ് ബലപ്പെടുത്തി നിർമിക്കുന്ന വിത്തുവല്ലമാണ് കരോൻ. ഇരുപത്തഞ്ചു പറ നെല്ലുവരെ കരോൻമാടി സൂക്ഷിക്കും. പാട്ടവും പൊലുവുമൊക്കെ കൊടുത്തുതീർത്ത് കരോൻമാ ടാൻ നെല്ലുബാക്കിയാവുക അപൂർവമായേ സംഭവിക്കാറുള്ളൂ എന്നതു കൊണ്ടുകൂടിയാണ് ഈ സമൃദ്ധപ്രതീക്ഷ. വിത്തുസൂക്ഷിക്കുക പൊതി കെട്ടിയാണ്. ഭക്ഷ്യാവശ്യത്തിനുള്ള നെല്ല് കരോൻ മാടി സൂക്ഷിക്കും.

കണ്ടത്തിൽ കതിരുകൾക്കിടയിൽ ചീവോതിക്കുറി കണ്ടാലും വിളവ് സമൃദ്ധമാകുമെന്നാണ് വിശ്വാസം. ചാണകപ്പച്ച നിറമുള്ള ഒരുതരം പൊടി യാണിത്. ശാസ്ത്രം കൊണ്ടു നോക്കിയാൽ ഏതോതരം ഫംഗസിന്റെ രേണുക്കളാകാം ഇത്. ശ്രീഭഗവതിയുടെ പ്രസാദമാണ് ചീവോതിക്കുറി. ചീവോതിക്കുറികൊണ്ട് പൊട്ടുതൊടുന്നത് ഐശ്വര്യദായകമാണെന്നാണ് നാട്ടുവിശ്വാസം. പാലക്കാടൻ പാടങ്ങളിൽ 'വാരിപ്പൂവ്' എന്ന പേരിലാണ് ചീവോതിക്കുറി അറിയപ്പെടുന്നത്. പുത്തൻ കൃഷിശാസ്ത്രജ്ഞന് ഈ ദേവതാപ്രസാദം പുഴുവും പ്രാണിയും പൂപ്പലുംമാത്രം.

സമൃദ്ധിയുടെ കതിരുകൾകൊണ്ട് ഇല്ലവും വല്ലവും നിറയ്ക്കാനുള്ള ഉത്സവമാണ് 'നിറ.' വീടും പത്തായവും പൊലിയാൻ നിറയോലം കെട്ടു ന്നു. മാവ്, പ്ലാവ്, പേരാൽ, അരയാൽ, നെല്ലി, കായൽമുള, കാഞ്ഞിരം, പൊലുവള്ളി, സൂത്രവള്ളി തുടങ്ങിയ ഇലകൾ തെങ്ങിന്റെ പാന്തംകൊണ്ട് വട്ടപ്പലത്തിന്റെ ഇലയിൽ കതിരുംകുട്ടി പൊതിഞ്ഞുകെട്ടിയാണ് അത്യു അരകേരളത്തിൽ നിറയോലം തയാറാക്കുന്നത്. പാലക്കാടൻ ഗ്രാമങ്ങ ളിൽ കുന്നി, ഉഴിഞ്ഞ പാല, കരിക്കൊടി തുടങ്ങിയ നിറവള്ളികളും മാവി ലയും നിറയോലമുണ്ടാക്കാൻ പറിച്ചെടുക്കുന്നു. തൃണവൃക്ഷമായ മുള മുതൽ മഹാവൃക്ഷമായ അശ്വത്ഥം വരെ, ഏകവർഷികളും ബഹുവർഷി കളുമായ ശാകവൈവിധ്യത്തെ വിരലിടയിലൂടെ പകുത്തുനേടുന്ന ഈ അറിവാണ് നിലനിൽപ്പിന്റെ ഹരിതസൗന്ദര്യശാസ്ത്രം. വയലുകളേ ഇല്ലാ തായിക്കഴിഞ്ഞതോടെ നിറയുത്സവം ഇന്ന് ക്ഷേത്രങ്ങളിൽ മാത്രമൊതു ങ്ങിയ ഒരനുഷ്ഠാനമായി. പുലത്തിന്റെ യഥാർഥ അധികാരിയായ പുല യനുതന്നെയാണ് കതിരുപറിച്ചെടുത്ത് ക്ഷേത്രങ്ങളിലും കാവുകളിലും

കങ്ങാണിവെക്കാൻ അവകാശം. കർക്കിടകത്തിലെ കറുത്തവാവു കഴിഞ്ഞേ 'നിറ' നടക്കൂ. പുലയമുഖ്യനായ കാവിൽ തെക്കൻ പൊള്ള യുടെ നേതൃത്വത്തിൽ ആണ്ടക്കണ്ടമെന്ന പ്രത്യേകം സംരക്ഷിച്ചുനിർത്തി യിരിക്കുന്ന വയലിൽനിന്നും കാഞ്ഞിരയില കൂട്ടിപ്പിടിച്ച് മൂർന്നെടുക്കുന്ന കതിരാണ് മാടായിക്കാവിൽ നിറയ്ക്കായി പറകൊട്ടിന്റെ അകമ്പടിയോടെ ഇന്നും എത്തിക്കുന്നത്. മാടായിക്കാവിലെ കതിർവെപ്പിന്റെ ചിത്രം ഒര നുഷ്ഠാനംപോലെ എല്ലാക്കൊല്ലവും പത്രത്തിൽ അച്ചടിച്ചുവരുന്നതുകാ ണുമ്പോൾ നീണ്ടുമെലിഞ്ഞ ഒരു മനുഷ്യനെ ഓർമവരും. നാട്ടറിവിന്റെ തമ്പുരാനായ കാഞ്ഞൻ പൂശാരിയെ. ഭൂമിയിൽ നെല്ലുകൊണ്ടുവന്നത് 'അന്നം ചെറുകിളി'യാണെന്ന് പൂശാരി പറയും. നെല്ലിന്റെ സംസ്കരണ പ്രക്രിയകളായ ചെത്തിയടിക്കലും വാരലും തൂറ്റലും അടിയാത്തിക്കുമാ ത്രമറിയുന്ന പണിയാണ്. അടിക്കുന്നവളാണ് അടിയാത്തി. അന്നം ചെറു കിളിയെന്നും അടിയാത്തിക്കു പേരുണ്ടെന്ന് പൂശാരി പറയുമായിരുന്നു. പാർവതീദേവിയുടെ പ്രതീകമാണവൾ. അടിമത്തബോധവും അധമബോ ധവുമുണർത്തുന്ന അടിയാനെന്ന ജാതിനാമത്തെ തങ്ങളുടെ കർമ ത്തിന്റെ താൻപോരിമകൊണ്ട് ഉദാത്തമാക്കുന്നത് സാർഥകമായ ഒരു പ്രതി രോധം കൂടിയാണെന്ന തിരിച്ചറിവുകൂടി നൽകുന്നു കാഞ്ഞൻപൂശാരി യുടെ വംശജ്ഞാനം.

കാലവർഷം തവളക്കും കുളക്കോഴിക്കും നീർക്കാക്കയ്ക്കും തൂക്ക ണാംകുരിവികൾക്കുമെല്ലാം ദാമ്പത്യകാലമാണ്. മൂടിക്കെട്ടിയ ആകാശം ഇപ്പോൾ പെയ്യുമെന്ന് മുഖം കനപ്പിക്കുമ്പോൾ എന്തിനെന്നോ ഏതി നെന്നോ അറിയാത്ത ഒരു സങ്കടം അലട്ടും. മനം കരയുന്ന ഈ അവ സ്ഥയെ കാസർകോഡൻ നാട്ടുമലയാളം വനം കരയലെന്നു പേരിട്ടുവി ളിക്കുന്നു. മനസാകെ മൂടിക്കെട്ടി നിൽക്കുമ്പോഴാണ് കുളക്കോഴികൾ 'റ്റുവാറ്റുവാ'യെന്നു അലമുറയിട്ടു കരയാൻ തുടങ്ങുക. മനസാകെ കല ക്കിമറിക്കുന്ന ഈ രോദനം കുളക്കോഴിയുടെ പ്രണയഗീതമത്രേ.

വളരെക്കുറച്ചുമാത്രം മനസിലാക്കപ്പെട്ട ഒരു ജീവവർഗമാണ് തവള കൾ. ജീവചക്രത്തിലെ ജലജന്മം നൂണുകടക്കാൻ കാലവർഷത്തിന്റെ കാരുണ്യമാണ് തവളകൾക്കാശ്രയം. തവളകളെന്നാൽ നമ്മുടെ മനസിൽ ആദ്യം തെളിയുക പേക്കാച്ചികളാണ്. മണ്ണിനടിയിലെ ഗ്രീഷ്മനിദ്രവിട്ടു ണർന്ന് പുതുമഴയിൽ നനഞ്ഞുകുതിർന്ന കണ്ടത്തിൽ പാറപ്പുറത്തു ചിര ട്ടയുരയ്ക്കുന്ന ഒച്ചയിൽ ഇണയെ വിളിക്കുന്ന, സ്വർണവർണവിവാഹവ സ്ത്രമണിഞ്ഞ ആൺതവളകൾ വയലേലകളിലെ നഷ്ടചിത്രമാണ്. ചാക്കും പെട്രോൾമാക്സുമായി വരമ്പിലൂടെ നടന്നുനീങ്ങിയ തവളപി ടുത്തക്കാരുടെ എതിർദിശയിലേക്ക് പാൻ ചെയ്യപ്പെട്ട, വീട്ടുചുമരിൽ പതിഞ്ഞ നിഴൽചിത്രങ്ങളായിരിക്കണം എഴുപതുകളിലെ ബാല്യങ്ങൾ കണ്ട ആദ്യത്തെ ചലച്ചിത്രം.

വയൽത്തവളകളിൽ ആദ്യമായി മുട്ടയിടുന്നത് പേക്കാച്ചികളാണ്. വേനൽമഴയുടെ തുടർച്ചയില്ലാത്ത പെയ്ത്തിലൊന്നും ഇവയുടെ മദനോ ത്സവമാരംഭിക്കുന്നില്ല. ഇടവമഴയിൽ മണ്ണ് കുതിർന്ന് ജീവൻ മുളപൊട്ടു മെന്നുറപ്പാകുമ്പോഴേ മഞ്ഞനിറം കൈവന്ന ആണും ചാണകപ്പച്ചയിൽ വലിയ പകിട്ടൊന്നുമില്ലാത്ത പെണ്ണും പൂട്ടിയിട്ട മണ്ണടരിൽ കെട്ടിമറിയാൻ തുടങ്ങൂ. പേക്കാച്ചികളുടെ മാംസഭോജികളായ വട്ടിത്തുന്തകളിൽനിന്നും തങ്ങളുടെ മുട്ടയെയും വാൽമാക്രികളെയും രക്ഷിച്ചെടുക്കാനായി അവ ജീവിതചക്രം പൂർത്തിയാക്കി കരയ്ക്കുകയറിയ ശേഷമേ മറ്റുതവളകൾ മുട്ടയിടൂ. ക്രിക്കറ്റ് ഫ്രോഗ്, സ്വർണത്തവള (ഹൈലാറാണ്), പൊന്തത്ത വളകൾ തുടങ്ങി വയൽവാസികളായ നിരവധിജനുസുകളുണ്ട്. 'ഫിലോ ട്ടസ്' ജനുസിൽപ്പെട്ട പൊന്തത്തവളകൾ വയൽപ്പൊന്തകളിലാണ് അധി വാസം. കർക്കിടകത്തിലെ ഇടതടവില്ലാത്ത മഴയെ വിശ്വസിച്ചാണ് ഫിലോ ട്ടസുകൾ മുട്ടയിടുന്നത്. പെൺതവളയുണ്ടാക്കുന്ന ഒരുതരം പതയിലാണ് അത് മുട്ടയിടുന്നത്. വരണ്ടകാലാവസ്ഥയിൽ പത വറ്റിപ്പോകുന്നു. തവള കളുടെ മുട്ട ഉണങ്ങിപ്പോകുന്നു. മുട്ടയിൽ നിന്നും നേരിട്ട് തവളകളാകുന്ന അപൂർവമായൊരു ഔദാര്യംകൂടി ഫിലോട്ടസുകൾക്ക് പ്രകൃതി നൽകി യിട്ടുണ്ട്.

പൂജാമുറിയിലെ ഇരുട്ടിൽ കിണ്ടിയിലെ ഇത്തിരിവെള്ളത്തിൽ ഒതു ങ്ങിജീവിക്കുന്ന മണവാട്ടിത്തവളയെന്ന കുപമണ്ഡൂകത്തിന്റെയും പ്രജ നനകാലമാണ് കർക്കിടകം. പ്രജനനകാലത്ത് ഇവ വീട് വിട്ടിറങ്ങുന്നു. പകൽനേരത്ത് കിണ്ടിയിലെ വെള്ളത്തിൽ കഴിഞ്ഞ് രാത്രിയിലിരതേടാൻ പുറത്തുപോയാലും ഏഴരവെളുപ്പിനുതന്നെ ഇവ തിരിച്ചുവീടുകയറിവരും. വരുംവഴി മൂടിപ്പുതച്ചുകിടന്നുറങ്ങുന്ന കുഞ്ഞുങ്ങളുടെ മേലെ നനഞ്ഞ കാലുകൊണ്ട് ചവിട്ടി 'ഉത്തിഷ്ഠോത്തിഷ്ഠ ഗോവിന്ദ' എന്നു വിളിച്ചു ണർത്തുന്ന നങ്ങേലിപ്പെണ്ണുങ്ങൾ കർക്കിടകത്തിൽ വയലിലെ വെള്ള ക്കെട്ടുകൾക്കരികിൽത്തന്നെയാണ് സ്ഥിരവാസം. മഴയുടെ താളം തെറ്റു മ്പോൾ പ്രകൃതിഘടികാരത്തിനനുസരിച്ച് ജന്മവാസനകളെ ക്രമീകരി ച്ചിരിക്കുന്ന ഇത്തരം ജീവികളുടെ ജന്മം മുട്ടിപ്പോവുകയാണ്...

മനുഷ്യന് കർക്കിടം കല്യാണക്കാലമല്ല. തിന്നാനല്ലാതെ കൊല്ലുന്ന വിശക്കാതെ ആഹാരം കഴിക്കുന്ന എല്ലാക്കാലവും ഇണചേരുന്ന ജീവി യെന്ന് മനുഷ്യന്റെ ജന്തുസ്വത്വത്തെ നിർവചിച്ചിട്ടുണ്ട് ഡെസ്മണ്ട് മോറീസ് *നഗ്നവാനരനിൽ.* ഉപ്പുചിരട്ടപോലും കമിഴ്ത്തുന്ന നട്ടദാരിദ്ര്യ ത്തിന്റെ കാലമാണ് കർക്കിടകമെന്നത് കാർഷികസമ്പദ്‌വ്യവസ്ഥയുടെ നാട്ടറിവാണ്. കാലവും നേരവും പ്രകൃതിയും 'ഋതു'വുമില്ലാ തായിത്തീർന്ന സൈബർകാമനകൾക്ക് കല്യാണം എപ്പോഴുമാകാം...

കർക്കിടകം ഈതിബാധകളുടേതു തന്നെയായിരുന്നു. ദാരിദ്ര്യത്തിന് തെല്ലെങ്കിലും ശമനം നൽകിയത് നാട്ടുപ്ലാവുകളിലെ ചക്കയായിരുന്നു.

കുടുംബത്തിന്റെ പട്ടിണിമാറ്റാൻ ചക്ക കൊത്താൻ കിഴക്കൻ മലകളി ലേക്ക് പോയസാഹസങ്ങളായിരുന്നു ഞങ്ങളുടെ കുട്ടിക്കാലത്ത് മുത്ത ശ്രീമാർ നൽകിയിരുന്ന പഴങ്കഥകളിൽ മിക്കവയും. പ്രകൃതിസൗന്ദര്യ ശാസ്ത്രംകൊണ്ട് വിലയിരുത്തപ്പെട്ട കാരൂരിന്റെയും എൻ പി ചെല്ലപ്പൻനാ യരുടെയും ആദ്യകാലകഥകളിൽ പ്ലാവ് ഒരു രൂപകമായിത്തീരുന്നത് ഈ പശ്ചാത്തലത്തിൽ വേണം കാണാൻ. "രണ്ടു പ്ലാവുള്ളതു രണ്ടോണ്ണോം വിറ്റോയി, അല്ലെങ്കിൽ ഒരു നല്ല ചക്ക പറിക്കേണനും' എന്ന് സങ്കടപ്പെ ടുന്ന കുടുംബനാഥന്മാർ നാടൻപാട്ടിൽ നിന്നും പണ്ടേ ഇറങ്ങിപ്പോയ്ക്ക ഴിഞ്ഞു. കൊമ്പിൽത്തന്നെ അഴുകിയടിഞ്ഞാലും കർക്കിടകത്തിൽപ്പോലും ആരും ചക്ക കൊത്താറുമില്ല. പിന്നെ മുമ്പൊക്കെ നാട്ടിപ്പണി തുടങ്ങി യാൽ ചക്കയില്ലാതെ പണിക്കാർക്ക് കഞ്ഞിയിറങ്ങില്ലായിരുന്നു. പാടവര മ്പിലെ നായത്തീട്ടത്തിൽ കൂടികാണും നിറയെ ചക്കക്കുരുവിന്റെ ചൂളി!

കർക്കിടകത്തിലെ ഈതിബാധകളകറ്റാനാണ് കർക്കിടോത്തിയും വേടനും ഗളിഞ്ചനുമെല്ലാം വീടുകൾ സന്ദർശിക്കുന്നത്. വണ്ണാനും മല യനും കോപ്പാളനുമാണ് പാർവതി–ശിവൻ–അർജുനൻ എന്നീ സങ്കൽപ്പ ങ്ങളിൽ ഉള്ള ഈ സമൃദ്ധിദേവതകളെ കെട്ടി നാടുചുറ്റി അനർഥങ്ങൾ നീക്കുന്നത്. കർക്കിടകമെത്തവെ പൊട്ടിയെ പുറത്താക്കി ശ്രീഭഗവതിയെ കുടിയിരുത്തുന്നവരാണ് മലയാളികൾ. കൊയിലാണ്ടി പ്രദേശങ്ങളിൽ ശ്രീഭഗവതി 'കലിച്ചി'യാണ്. ചിങ്ങസംക്രമം മുതൽ കലിച്ചിയെക്കെട്ടി പാണന്മാർ ഗൃഹങ്ങൾ സന്ദർശിക്കുന്നു.

ഉച്ചാടനച്ചടങ്ങുകളുടെ ഉച്ചദിനമാണ് പതിനാറാം നാൾ. കർക്കിടക ത്തിന്റെ മധ്യം. മഴകോരിച്ചൊരിയേണ്ട നാൾ. പ്രേതങ്ങൾ ഇറങ്ങിനടക്കുന്ന നാളാണിത്. കനം കുറഞ്ഞവരെയാണ് പ്രേതങ്ങൾ കൊണ്ടുപോകുക യെന്നതു കൊണ്ട് അമ്മിക്കുട്ടിയും നെഞ്ചിൽ ചേർത്തുവെച്ച് ഉറങ്ങാനു പദേശിക്കും ചില വല്യേട്ടന്മാർ. പ്രേതങ്ങളെ ആവാഹിച്ചൊഴിക്കുന്ന മാരി മാറ്റൽ ചടങ്ങു നടക്കുക പതിനാറാം നാളിലാണ്. ഓർമയിൽ തെളിയു ന്നത് വെള്ളൂർ ശാലിയ തെരുവിലെ മാരിമാറ്റലിന്റെ കൂക്കുംവിളിയുമാ ണ്. കൂലികളെ ആട്ടിത്തെളിച്ച് ദേശാർത്തികളായ ഊർവേലികൾ കട ത്തിവിടലാണ് മാരിമാറ്റൽ. ദേശാതിർത്തികളിൽ അനർഥങ്ങൾ ഏറ്റുവാ ങ്ങാൻ നീക്കിവെക്കപ്പെട്ട ചില പൊതു ഇടങ്ങളുണ്ടാകും. പഴയ കാല ഗ്രാമവ്യവസ്ഥയിലെ മാരികൾ ഏറ്റുവാങ്ങാനായി ഉഴിഞ്ഞുവെക്കപ്പെട്ട ഈ ഭൂരൂപങ്ങളുടെ സ്ഥലസസ്യം മിക്കവാറും ഞാണൽ (ഇലിപ്പ) മരമായിരു ന്നു. മാരി മാറ്റിയതിന്റെ പിറ്റേന്ന് വഴിയിൽ ചിതറിവീണു കണ്ട പാതിക ത്തിയ അടിചാരച്ചൂട്ടുകളെ ആഭിചാരികമായ ഒരു ഉൾഭയത്തോടെയാ യിരുന്നു ഞങ്ങൾ കുട്ടികൾ കണ്ടിരുന്നത്.

മാടായിപ്പാറയിൽ മാരിത്തെയ്യങ്ങൾ ആടുന്നതും കർക്കിടകം പതി നാറിനാണ്. ആരിയർ നാട്ടിൽനിന്നും മലനാട് കാണാൻ പുറപ്പെട്ട, വേലാ

പുറത്ത് കപ്പലിറങ്ങിയ മാരിക്കലിയന്‍, മാരിക്കലിച്ചി, മാമായക്കുളിയന്‍, മാമായക്കലിച്ചി, മാരിക്കുളിയന്‍, മാമായക്കുളിയന്‍ എന്നീ രോഗദേവത കള്‍ നാട്ടിലൊട്ടാകെ ആധിയും വ്യാധിയും പരത്തുന്ന കഥ മാരിപ്പാട്ടായി ചേങ്ങിലയും തുടിയും കൊട്ടി കാഞ്ഞന്‍പൂശാരിപാടിയിരുന്നത് ഓര്‍മയി ലിന്നും പച്ചയായിത്തന്നെ നില്‍ക്കുന്നു.

രോഗനിദാനമായി കരുതപ്പെടുന്ന അമൂര്‍ത്തകാരണങ്ങളെ ഉന്മൂലനം ചെയ്യുന്നതിലൂടെ ഉച്ചാടനദേവതകള്‍ സമൂഹത്തെയാണ് ചികിത്സിക്കു ന്നത്. അഭൗമമായ മാലിന്യങ്ങളെ മനസിലും പ്രകൃതിയിലും അടിഞ്ഞു കൂടിയ കലിമലങ്ങളെ ആവാഹിച്ചൊഴിക്കുകയാണ് കലിയനും കലിച്ചി യും. ഇതേസമയം നഗരങ്ങള്‍ പുറന്തള്ളുന്ന ജൈവവും അജൈവവു മായ മലങ്ങള്‍ കുമിഞ്ഞുകൂടുകയാണ്. പുതിയ കാലത്തിന്റെ മാരിത്തെ യ്യങ്ങളായിത്തീര്‍ന്ന കുടുംബശ്രീക്കാര്‍ക്കും തുത്തുമാറ്റിക്കുടിവെക്കാനാ വുന്നില്ല ശ്രീഭഗവതിയെ.

7

വിരലറ്റ കാമരൂപങ്ങൾ

ഇക്കിരാം തൊട്ടിയിൽ വെച്ചാണ് പാനോത്ത് കുമ്പ നരിവായിൽ നിന്ന് കന്നുകുട്ടിയെ വലിച്ചെടുത്ത്. നീലമനയോറെ കാലിയെ നോക്കു കയായിരുന്നു കുമ്പ. പത്തോ പന്ത്രണ്ടോ വയസ്സ് പ്രായം. "അയ്യോ... എന്റെ കടിച്ചിയെ പൂച്ച പിടിക്കുന്നേ" എന്നലറിക്കരഞ്ഞ് ഒറ്റവലി, നരി പിടിവിട്ട് ഓടിയത്രെ. സംഗതി നടന്നിട്ട് കാലമൊരുപാടായി. വടക്കൻ കേര ളത്തിന്റെ വാങ്മയ പാരമ്പര്യത്തിന്റെ കെട്ടുമുറയിൽ കുമ്പയുടെ കഥയ്ക്ക് ഒരു പാട്ടായി പാടാനുള്ള കോപ്പുണ്ട്. പക്ഷേ നരിവായിൽ നിന്നും കന്നിനെ വീണ്ടെടുത്ത കുമ്പയുടെ പാട്ടു കഥ ഞാറ്റു കണ്ടത്തിൽ പാടിയില്ല. നരി യെയും പൂച്ചയെയും കണ്ടാലറിയാത്ത കാലത്ത് അറിയാതെ ചെയ്ത ധീരകൃത്യം കുമ്പ പറഞ്ഞു നടന്നുമില്ല. രണ്ട് കൊല്ലം മുമ്പ് എൺപതാം വയസിൽ കുമ്പ മരിച്ചു. കുമ്പയുടെ സമപ്രായക്കാരിയായിരുന്ന മുത്ത ശ്രീയിൽനിന്നാണ് ഈ കഥ കേട്ടത്.

ഈ ധീരകൃത്യം അരങ്ങേറിയ കാലത്ത് മലയാള ഗദ്യസാഹിത്യം നായാട്ടു കഥകളാൽ സമൃദ്ധമായിരുന്നു. പുറത്ത് രോമവും വെടിക്കലയും കഷണ്ടിയും കഞ്ഞിപിഴിഞ്ഞമുണ്ടും പുരുഷ ലക്ഷണമാക്കിയവരുടെ വെടിക്കഥകൾ — ഉണ്ടയുള്ളതും ഇല്ലാത്തതും *ഭാഷാപോഷിണിയിലും മംഗളോദയത്തിലും* മറ്റും അടിച്ചു വന്ന കാലം. തറവാടുകൾ പൂമുഖങ്ങ ളിൽ കാട്ടിത്തലയും കലമാൻ കൊമ്പും പ്രതാപ ചിഹ്നങ്ങളാക്കി വെച്ചു. കാട്ടിക്കൊമ്പിൽ വെള്ളി കെട്ടി എണ്ണപ്പാത്രമാക്കിയവരോട് "കൊമ്പിലെ ണ്ണക്ക് കണ്ണില്ലെന്ന് ചൊന്നാൽ" "ഏച്ചിൽ താളിതേക്കാറുണ്ടെന്ന് മറു പടി ചൊല്ലി അപരനെ മുട്ടുകുത്തിക്കുന്ന ദ്രവ്യഗുണവിജ്ഞാനം."

നായാട്ടുകാരോളം കാട്ടറിവ് മറ്റാർക്കുമുണ്ടാവില്ല. കാട്ടിൽ വഴിയറി യുന്നതല്ല, കാടിന്റെ മനസറിയുന്നതാണ് കാട്ടറിവ്. വെടിമരുന്നിന്റെ ഹുങ്കിൽ കാടു വിറപ്പിക്കുന്ന കാട്ടു കൊള്ളക്കാരന്റെയല്ല, കെണിവെച്ചും

അമ്പെയ്തും ഇര തേടുന്ന നിഷാദന്റെയും കാർഷിക സംസ്കൃതിയുടെ അനിവാര്യതകളിലൊന്നായ നായാട്ടിനെ അനുഷ്ഠാനമാക്കിക്കൊണ്ടു നടന്ന കർഷക പിതാവിന്റെയും വനജ്ഞാനം.. കടുവയും പുലിയും... തീർന്നു ജന്തുശാസ്ത്രജ്ഞന്റെ വനവിജ്ഞാനം. നായാടുന്നവന് നരി ഒന്നല്ല. പലതരമാണ്. തേക്കടിയിലെ പൊഹയനെപ്പോലെ... പലയിനം കടുവകൾ, പല പേരുകൾ, പല സ്വഭാവങ്ങൾ പലതരം ഇരതേടൽ രീതി കൾ.. നേരങ്ങൾ...

പാനോത്ത് കുമ്പയുടെ തലമുറയ്ക്കൊപ്പം മറഞ്ഞു പോകുന്നത് ജൈവവൈവിധ്യത്തെക്കുറിച്ചുള്ള ഇത്തരം നാട്ടറിവുകൾ കൂടിയാണ്.

കുമ്പയുടെ സാഹസികതയരങ്ങേറിയ ഇക്കിരാംതൊട്ടി ഒരു ഊർവേ ലിയാണ്. വെള്ളൂർ ഗ്രാമത്തെ കാങ്കോലിൽ നിന്നും വേർതിരിക്കുന്ന അതിർരേഖ. ഇപ്പോൾ പയ്യന്നൂർ മുനിസിപ്പാലിറ്റിയുടെ അതിർത്തി. 'തൊട്ടി'യെന്നാൽ നീരുറവ. ഇപ്പോൾ പേരിലേ ഉറവയുള്ളൂ. ഇക്കിരാം തൊട്ടി ചുരത്തിയ ഏച്ചിലാംവയൽക്കുന്നുമില്ല. പയ്യന്നൂരിലെ പണി തീരാത്ത ബസ്റ്റാന്റിലും ഷോപ്പിങ് കോംപ്ലക്സായി പടുത്ത് മീൻ മാർക്കറ്റ് മാത്രമായി തീർന്ന ഷോപ്പിങ് കോപ്ലക്സിലും, എന്റെ വീട്ടുതറയിലും ഈ കുന്ന് അടങ്ങിക്കിടക്കുന്നു. സമതലങ്ങളിൽ നടന്നു ശീലിക്കാത്ത അവസാനത്തെ തലമുറയും പിളരുന്ന ഭൂമിക്കൊപ്പം നിലവിളിച്ചു മറയാൻ തുടങ്ങുന്നു. നരിയെയും പുലിയെയും നേരിൽക്കണ്ട ഗ്രാമവൃദ്ധന്മാർ. പാഞ്ചൻ, നായാത്തെറ്റൻ തുടങ്ങി ശ്വാനവംശത്തിൽ നാം ഇതുവരെ കേട്ടി ട്ടില്ലാത്ത വന്യജീവികളെ കണ്ടവരുണ്ട് ഇവർക്കിടയിൽ. പയ്യന്നൂരെന്ന ഈ മുനിസിപ്പാലിറ്റിയിലുമുണ്ട് ഇത്തരം വയസന്മാർ. ഗ്രാമവൃദ്ധന്മാരുടെ ഒടുക്കത്തെ തലമുറയിലായിരിക്കും ഇത്. ജ്ഞാന വൃദ്ധന്മാരുടെയും. ഗ്രാമം നഗരമാവുമ്പോഴും നഗര വൃദ്ധന്മാരാകാൻ കൂട്ടാക്കാത്തവർ. പ്രജ്ഞാനഷ്ടരോഗം ബാധിക്കാത്തവർ. ഞാറ്റുവേലകളുടെ സർവവി ജ്ഞാന സഞ്ചയം നക്ഷത്ര വാക്യങ്ങളുടെ ചിമിഴിലൊതുക്കി സൂക്ഷിച്ച കാർഷിക സംസ്കൃതിയുടെ മുൻതലക്കാമ്പ്. 'ചോറു കറിയാക്കല്ലെ മക്കളെ' എന്ന് കരഞ്ഞ് പറഞ്ഞവർ. ഞെങ്ങോലും നുകവും തെരുവൻ മുണ്ടും പോലെ കാലഹരണപ്പെട്ട് പുരാവസ്തു കൗതുകമായി ചുരുക്ക പ്പെട്ടവരാണ് തങ്ങളുമെന്ന് ഉള്ളാലെയറിഞ്ഞ് സങ്കടപ്പെടുന്നവർ...

സാമൂഹ്യശാസ്ത്ര പഠനരീതികളുടെ ഉരുളൻതടി വെച്ച് മുറിച്ചെ ടുത്ത് ചെത്തി കൂർപ്പിച്ച ചോദ്യാവലികൾ മാറ്റി വെച്ച് ഇവരോട് ഒന്ന് ഉള്ളുതുറന്ന് സംസാരിച്ചുനോക്കുക.

പ്രകൃതിയുടെയും സംസ്കൃതിയുടെയും നഷ്ടങ്ങളിൽ നാം അനുഭ വിക്കുന്ന സങ്കടങ്ങളും ആശങ്കകളും എത്ര നിസ്സാരമാണെന്ന് ബോധ്യ പ്പെടുക നമ്മുടെ കപട ഗൃഹാതുരതയുടെ പുറംതൊലി പൊട്ടിച്ചു കൊണ്ട്, പുകയുന്ന നെഞ്ച് തടവി ഈ ഗ്രാമവൃദ്ധന്മാർ പറയുന്ന പഴങ്കഥകളും നാട്ടുപഴമകളും കേൾക്കുമ്പോഴാണ്. ജൈവ വൈവിധ്യത്തിന്റെ മൂന്നാം പ്രമാണമായ ജനിതക വൈവിധ്യങ്ങളെക്കുറിച്ചുള്ള അറിവുകളാണ് ഈ

പഴങ്കഥകളുടെ വിഹാര പരിസരം. നെൽച്ചെടിപോലും കണ്ടറിയാത്ത പേര മക്കൾക്കുമുമ്പിൽ നാം നമ്മുടെ വാർധക്യ കാലങ്ങളിൽ ഉരുക്കഴിക്കാനി രിക്കുന്ന പഴങ്കഥകളിൽ ഇല്ലാതെ പോകുന്നതും ഈ നാട്ടറിവുകളായിരി ക്കും.

ഒരുപാടു പഴമനസുകൾക്ക് ചെവികൊടുക്കാൻ കഴിഞ്ഞിട്ടുണ്ട്. പറ ഞ്ഞവാക്കുകളും കേട്ടസ്വരവും ഓർമയിലുണ്ട്. പേരും രൂപവും മറക്കു ന്നു. പേരും വയസുമോർത്തുവെക്കാൻ ഒരു ഗവേഷണ പഠനത്തിലെ ആവേദകരായിരുന്നില്ലല്ലോ അവർ. മണ്ണൻ മുതലയെക്കുറിച്ച് ജാവാതി വെരുകിനെയും പാഞ്ചൻ വെരുകിനെയും കമലപ്പുരുന്തിനെയുംപ്പറ്റി പറഞ്ഞു തന്ന ഗ്രാമവൃദ്ധന്മാർ.. നാം പഠിച്ച ജന്തുശാസ്ത്രനാമങ്ങളോട് ചേരുംപടിചേരില്ല ഈ നാട്ടുപേരുകളും കാട്ടുപേരുകളും.

ഈ നൂറ്റാണ്ടിന്റെ ആദ്യ പകുതിയോളവും ഇടനാട്ടിൽ നിന്നും മല നാട്ടിലെ ജനവാസകേന്ദ്രങ്ങളിൽ നിന്നും നരിവേട്ടയുടെ കഥകളാണ് ഏറെ കേട്ടതെങ്കിലും തീരപ്രദേശങ്ങളിൽ കേട്ടത് മുതല നായാട്ടിന്റെ കഥകളാണ്. വ്യത്യസ്തമായ രണ്ട് ആവാസവ്യവസ്ഥകളുടെ കാടിന്റെയും കണ്ടൽക്കാടിന്റെയും സ്തൂപികാശീർഷസ്ഥരാണ് കടുവയും മുതലയും. കടുവയുടെ വിഹാരരംഗം കുറച്ചെങ്കിലും ബാക്കി നിൽക്കുന്നു. (അതു കൊണ്ട് നമുക്കൊരു ടൈഗർ പ്രോജക്ട് നടപ്പിലാക്കാനായി, കടുവയെ സംരക്ഷിക്കുക എന്നതിലൂടെ ഭക്ഷ്യ ശൃംഖലയിലെ ആദിഘടകങ്ങളുടെ കൂടി സംരക്ഷണമാണ് ടൈഗർപ്രോജക്ടുകൾ. അടിത്തറയുള്ള ഒരു പാരി സ്ഥിതിക സങ്കൽപ്പം. എന്നാൽ മുതല സംരക്ഷണ പദ്ധതികൾ മുതല വളർത്തൽ മാത്രമാണിന്ന്. വേറ്റുപോയ ഒരു വൃക്ഷത്തെ നിലനിർത്താൻ ശ്രമിക്കുന്നതുപോലെ വ്യർഥമാകുന്നു നമ്മുടെ മുതലസംരക്ഷണ പദ്ധ തികൾ (Crocodile project). മുതലയുടെ സ്വാഭാവിക ആവാസസ്ഥാന ത്തിൽ ഭക്ഷ്യഗോപുരത്തിന്റെ മുനയൊടിഞ്ഞിരിക്കുന്നു. കണ്ടലില്ല–ചതു പ്പില്ല, മീനില്ല, മുതലയുമില്ല. എന്നാൽ അരനൂറ്റാണ്ടു മുമ്പുവരെ ഇതായി രുന്നില്ല സ്ഥിതി. നെൽവയലുകളിലും കുളങ്ങളിലും സാധാരണമായി രുന്നു മണ്ണൻ എന്ന മുതല. നാമിന്ന് ചീങ്കണ്ണിയെന്നു വിളിക്കുന്ന മഗർ ആകണം മണ്ണൻ മുതല. പയ്യന്നൂർ സുബ്രഹ്മണ്യക്ഷേത്രക്കുളത്തിൽ 1950 കളിൽപ്പോലും നിറയെ മുതലകളുണ്ടായിരുന്നത്രെ. ക്ഷേത്രക്കുളത്തിൽ മുങ്ങിക്കുളിച്ചവർ മുതലക്കുഞ്ഞുങ്ങളെ വകഞ്ഞു മാറ്റിയ അനുഭവങ്ങൾ പറഞ്ഞുകേട്ടിട്ടുണ്ട്. കോഴിക്കോട് മുതലക്കുളത്തിലെ അവസാനത്തെ മുതല കൊല്ലപ്പെട്ടിട്ട് മുപ്പതോളം വർഷങ്ങളെ ആയിട്ടുള്ളൂ. ഏഴിമലപ്പുഴ യുടെ അലസമായ വെള്ളത്തിൽ കിടന്നുപുളയ്ക്കുന്ന മുതലകൾ മനു ഷ്യന്റെയും മൃഗങ്ങളുടെയും മണംപിടിച്ച് മീൻ പിടുത്തക്കാർക്കും കർഷ കർക്കും കടുത്ത ഭീഷണിയായി വർത്തിക്കുന്നതിനെക്കുറിച്ച് ലോഗൻ *മലബാർ മാന്വലിൽ* സരസമായി വിവരിക്കുന്നുണ്ട്. ഒരു എരുമയെ വിഴു ങ്ങാൻ മാത്രം ശക്തിയുള്ള ഈ കൂറ്റനെ വേട്ടയാടാൻ കമ്പക്കയറുകൾ കൊണ്ടുതീർത്ത വലകളുമായി ഒരുങ്ങിപ്പുറപ്പെടുന്ന ആണും പെണ്ണുമട ങ്ങുന്ന നായാട്ടു സംഘത്തെക്കുറിച്ച് ലോഗൻ പറയുന്നു. ലോഗന്റെ വിവ

രണത്തിലെ മുതല കായൽമുതല (Easturine Crocodile) ആണ്. കായൽ മുതല ഇന്ന് കേരളത്തിൽ എവിടെയും ബാക്കി നിൽക്കുന്നില്ല.

കണ്ണിൽ പിടിക്കാൻ മാത്രം വലുപ്പമുള്ള ഒരു ഉരഗ ജീവിയാണ് നിന്ന നിൽപ്പിൽ അപ്രത്യക്ഷമായത്. എങ്കിൽ പുല്ലിലും പൂമ്പാറ്റയിലും പക്ഷി യിലും മീനിലുമെല്ലാം എത്രയിനങ്ങളായിരിക്കും നമ്മുടെ ശ്രദ്ധയിൽ പോലും പെടാതെ അപ്രത്യക്ഷമായിക്കഴിഞ്ഞിരിക്കുക.

കമലപ്പരുന്തിനെപ്പറ്റി (White Bellied Sea Eagle) പറയുമ്പോൾ കട ലോരപ്പഴമനസുകൾക്ക് ആയിരം നാവാണ്. കമല കരഞ്ഞാൽ ചാകര ക്കാലമാണെന്ന് ബേക്കലം കടപ്പുറത്തെ പാണൻ കാരണവർ പറയുന്നു. മൂക്കുവരെ സംബന്ധിച്ചിടത്തോളം പിതൃക്കളുടെ ആത്മാവാണ് കമലപ്പ രുന്തിൽ കുടികൊള്ളുന്നത്. കമലമന്ത്രമെന്ന മന്ത്രം ജപിച്ചാണത്രെ ഈ പരുന്ത് കടൽപ്പാമ്പുകളെ നിഷ്ക്രിയരാക്കുന്നത്. കാനാക്കൽ, മീഞ്ചാടി, മീന്തുള്ളി, മരിത്തലച്ചി തുടങ്ങി നിരവധി നാമഭേദങ്ങളുണ്ട് കമലയ്ക്ക് കടപ്പുറങ്ങളിൽ. പക്ഷേ കേരളത്തിൽ മയ്യഴിക്ക് തെക്ക് ഈ പക്ഷി ബാക്കി നിൽക്കുന്നുണ്ടോ എന്ന കാര്യം സംശയമാണ്. ഏറിയാൽ ഇരുപതു ജോഡി കമലപ്പരുന്തുകളുണ്ടാവും. കേരളത്തിൽ ഇരുപതാം നൂറ്റാണ്ടിൽ കായൽ മുതലകൾക്ക് സംഭവിച്ച ദുര്യോഗം ഈ നൂറ്റാണ്ടിൽ കാത്തിരി ക്കുന്നത് വെള്ളവയറുള്ള ഈ കടൽപ്പരുന്തിനെയാകാം.

ഇരുപതാം നൂറ്റാണ്ട് വനനാശത്തിന്റെ കാലമായിരുന്നുവെങ്കിൽ ഇട നാടൻ ചെങ്കൽക്കുന്നുകളുടെ വിനാശകാലമായിരിക്കും പുതുനൂറ്റാണ്ട്. കേരളത്തിലെ പുൽച്ചെടികളുടെ മുഖ്യ ആവാസസ്ഥാനമാണ് ഇടനാടൻ കുന്നുകൾ. നമ്മുടെ തൃണസസ്യങ്ങളിൽ 40 ശതമാനവും പരിമിതമായ വിതരണസ്ഥാനങ്ങളിലൊതുങ്ങിയിരിക്കുന്ന 'എൻഡമിക്കു'കൾ ആണ് അന്യം നിൽക്കാനുള്ള സാധ്യതയേറിയവ.

കേരളത്തിലെ 'എൻഡമിക്' പുൽച്ചെടികളിൽ മിക്കവയുടെയും ആരൂ ഢസ്ഥാനവും അവയിൽ മിക്കവയും ആദ്യമായി കണ്ടെത്തി തിരിച്ചറിയ പ്പെട്ടതും ഇടനാടൻ ലാറ്ററൈറ്റ് കുന്നുകളിലാണ്. കേരളത്തിൽ തന്നെ യന്ത്രക്കല്ല് വ്യവസായം ഏറ്റവും വ്യാപകമായ കാസർഗോഡ് പെരിയ യിൽ നിന്നാണ് 'ക്രൈസോപോഗൺ തടുലുംഗാമി' എന്ന സ്ഥാനിക തൃണയിനം ആദ്യമായി കണ്ടെത്തി തിരിച്ചറിഞ്ഞത്. ബീഹാറിലും ഒറീ സയിലും മാത്രം മുമ്പ് റിപ്പോർട്ട് ചെയ്തിരുന്ന 'സൈമേറിയ കൊണ്ണി വെൻസ്' കാസർകോഡ് ജില്ലയിലെ 'സീതാംഗോളി' യിലെ പുൽമേടു കളിൽ നിന്നാണ് കണ്ടെത്തിയിട്ടുള്ളത്. ചട്ടഞ്ചാലെയും പെരിയയിലെയും പുൽമേടുകളിൽ കാണപ്പെടുന്ന "ഇസ്കാമം കാനനുരൻസിസ്" ബേക്ക ലത്തെ 'സോയ്സിയ മാട്രെല്ല' അപൂർവങ്ങളായ സ്ഥാനിക സസ്യങ്ങൾ ഏറെയുണ്ട്. കാസർകോഡ് ജില്ലയിൽ മാത്രം രണ്ടരലക്ഷം ഹെക്ടർ ലാറ്ററൈറ്റ് തരിശു ഭൂമിയുണ്ട്. ഈ ഭൂമിയാണ് മേൽച്ചൊന്ന തൃണവൈ വിധ്യങ്ങളുടെ വിളനിലങ്ങൾ. നനവുള്ളിടത്തുമാത്രം കുഴിച്ചിരുന്ന യന്ത്ര പൂർവ കാലത്ത് ഈ കരിമ്പാറയിടങ്ങൾ സുരക്ഷിതമായിരുന്നു. എണ്ണം പെരുകുന്ന കല്ലുവെട്ടു യന്ത്രങ്ങൾ ഒരു പതിറ്റാണ്ടിനകം കാസർകോട്ടെ ചെങ്കൽപ്പാറകളുടെയെല്ലാം മേലടർ ചെത്തി മാറ്റിത്തീർക്കും. അതോ

അപൂർവമായ പൂരപ്പൂവുകൾ

ടൊപ്പം സസ്യ പരിണാമ ശൃംഖലയുടെ ഒരു മേൽപ്പാളി കൂടി അപ്രത്യ
ക്ഷമാകും.

ആവാസസ്ഥാനങ്ങളെ ഒരു പരിധിവരെയെങ്കിലും തിരിച്ചു പിടിക്കാ
നായേക്കും. അന്യംനിന്ന അറിവുകളെ തിരിച്ചുകൊണ്ടുവരാനാകില്ല.
നമ്മുടെ നാടൻ പാട്ടുകളിലെയും നാട്ടുചികിത്സയിലെയും എത്രയെത്ര
ദ്രവ്യങ്ങളാണ് ഏതെന്നറിയാതെ മറഞ്ഞുപോയിട്ടുള്ളത്. കടവാങ്കോട്ട്
മാക്കത്തിന്റെ തോറ്റംപാട്ടിൽ മാക്കത്തിന് പൂരപ്പൂവിടാൻ കിളിതീനിപ്പൂവു
തേടിപ്പോകുന്നുണ്ട് കാര്യസ്ഥനായ ഈയവനാടൻ. പൂരപ്പൂക്കളിൽ
ഏറ്റവും ശ്രേഷ്ഠമത്രേ കിളിതീനിപ്പൂവ്. കിളിച്ചിന്തുപാടി കിളികളെമെ
രുക്കി കളിതീനിപ്പൂവുമായി മടങ്ങുന്നു ഈയവനാടൻ. മാക്കത്തിന്റെ
കന്നിപ്പൂരം കെങ്കേമമാക്കിയ കിളിതീനിപ്പൂവ്. കഴിഞ്ഞ പത്തുവർഷമായി
ഞാൻ കിളിതീനിപ്പൂവു തേടുന്നു. ഇതുവരെ കണ്ടെത്താനായില്ല. കൊട
ക്കാട് ഗ്രാമത്തിലെ ഒരു ഇല്ലപ്പറമ്പിൽ പണ്ട് കിളിതീനിപ്പൂ മരം ഉണ്ടായി
രുന്നതായും അശോകത്തിന്റെ പൂപോലെയാണിതിന്റെ പൂവെന്നും കേട്ട
റിയാൻ കഴിഞ്ഞു.

പാട്ടിൽ പറയുംപടി അതിരാണിപ്പൂകൊണ്ട് കാമന് അരപതിക്കാം.
വയറപ്പൂ കൊണ്ടു വയറ് വെക്കാം. എരിഞ്ഞിപ്പൂ കൊണ്ട് പൊക്കുവെ
ക്കാം. പാലപ്പൂ കൊണ്ട് മാറ് പതിക്കാം. കറുകക്കൊടി കൊണ്ട് നാവ്
വെക്കാം. കുമുദിൻ പൂ കൊണ്ട് കാതും കവുങ്ങിൻ പൂക്കുല കൊണ്ട്
മുടിയും ചമയ്ക്കാം. വിരലുവെക്കാൻ കിളിതീനിപ്പൂവു തന്നെ വേണം.
വിരൽ ചമക്കാതെ കാമരൂപം അപൂർണമായി കിടക്കട്ടെ. അറിവിന്റെ പരി
മിതികളെ ഓർമപ്പെടുത്തിക്കൊണ്ട് ഏഴുകൊട്ട കിളിതീനിപ്പൂവുമായി
ഈയവനാടനെപ്പോലെ ഒരു നരത്തലയൻ കിളിതീനിമാമലയിറങ്ങി വരും
വരെ.*

---

*   ഫിർമിയാന കോളറേറ്റ എന്ന ഇടമ്പിരിവലമ്പിരി കുടുംബത്തിൽ (സ്റ്റെർക്കുലിയേസി)
പെടുന്ന മരമാണ് കിളിതീനിപ്പൂവ് എന്ന് പത്ത് വർഷത്തിനുശേഷം തിരിച്ചറിയാനായി,
കിളിതീനി മരം കാണാനും. പക്ഷേ ശാസ്ത്രഭാഷയുടെ ഏക ശിലാരൂപങ്ങൾ ഒരു
സാംസ്കാരധാരയുടെ ഭാഷയ്ക്ക് പകരമാവില്ലല്ലോ.

ഭാഗം രണ്ട്

വാർഷിക വലയങ്ങൾ

കഴിഞ്ഞ ഇരുപത്തഞ്ചുവർഷക്കാലത്തെ പാരിസ്ഥിതിക ചരിത്ര ത്തോടൊപ്പം ഒരു പ്രകൃതി വിദ്യാർഥി നടക്കാൻ ശ്രമിച്ചതിന്റെ കാൽപ്പാ ടുകളാണ് വരുംലേഖനങ്ങൾ. മരങ്ങളിൽ കാലം അടയാളപ്പെടുത്തിയ വാർഷികവലയങ്ങൾ പോലെ. കേരളത്തിൽ പാരിസ്ഥിതികജാഗ്രതകൾ ഉണർന്നുതുടങ്ങിയ എൺപതുകളുടെ അവസാനവർഷങ്ങളിൽ എഴുത പ്പെട്ട ഈ ലേഖനങ്ങൾ കൃഷി, ജലം, ഊർജം, ആഗോളക്കുത്തകക ളുടെ ജൈവചൂഷണം തുടങ്ങിയവയെക്കുറിച്ച് അറിവിന്റെയും ഉപാദാന ങ്ങളുടെയും പരിമിതികൾക്കകത്ത് അന്നത്തെ ഒരു ഇരുപതുവയസുകാ രൻ നടത്തിയ അന്വേഷണങ്ങളാണ്. പിൽക്കാലത്തുണ്ടായ ഗാട്ടുകരാറും ഫുകുഷിമാ ആണവദുരന്തവും എൻഡോസൾഫാൻ ദുരിതങ്ങളും മുല്ല പ്പെരിയാർ വിവാദങ്ങളും ഈ ലേഖനത്തിലെ ആശങ്കകളെ ശരിവെക്കു ന്നു. കാൽനൂറ്റാണ്ടിനിപ്പുറവും ഈ ലേഖനങ്ങൾ പ്രസക്തമാകുന്നതും ഇതുകൊണ്ടുതന്നെ.

1

പാട്ടൊഴിഞ്ഞ പാടവും വികസനക്ഷേത്രങ്ങളും

ഒരു പഴമ്പാട്ട്

തുലാമഴയുടെ നനുത്ത ഇഴകൾക്കിടയിലൂടെ കാരിച്ചിയമ്മയുടെ പാട്ട് ഒലിച്ചിറങ്ങിയെത്തുമ്പോൾ കിഴക്കെ കയ്യാലയിലെ ചെമ്പകത്തിന്റെ താണകൊമ്പിലിരുന്ന് ചാറ്റൽ മഴകൊണ്ടും ശ്രദ്ധിക്കാറുണ്ടായിരുന്നു. കോരോത്തുകൊടക്കലെ കുഞ്ഞിക്കണ്ണന്റെയും പനങ്ങോടൻ ചന്തുവി ന്റെയും പൊനം കാക്കാൻ മലകേറിപ്പോയ കണ്ണന്റെയും പാട്ട്. ഉഴുതുമ റിച്ചിട്ട പുഞ്ചവയലിൽ കുളക്കൊക്കും നീർക്കാടകളും നാടുതെണ്ടികളായ വരി എരണ്ടകളും വഴികുലുക്കികളും ഇരതിരിഞ്ഞു കലപിലകൂട്ടവേ കൂട്ടു പാടാനൊരു കൂട്ടുകാരി കൂടിയില്ലാതെ ഏറെ പകലുകൾ പാടി ത്തീർക്കുന്ന കാരിച്ചിയമ്മ. മഴയ്ക്കിടയിലൂടെ ഉരുകി വീഴുന്ന വേനൽ പോലെ ഹൃദയമുരുക്കി, കാരിച്ചിയമ്മ പാടിയ പാട്ടുകൾ — ഓർമത്തെ റ്റോടെയെങ്കിലും ഇപ്പോഴും ഓർക്കുന്നു ആ പഴമ്പാട്ടിന്റെ ചില ശീലു കൾ.

"ആരാന്റെ നെല്ലും വിത്തും പത്തായത്തോടെ വാങ്ങി
ദൈവത്തെ നെനച്ചു ഞാൻ കാട്ടിക്കൊണ്ടാറാടിച്ചു.
എന്തെല്ലാം കളകള്
നമ്മുടെ പൊനത്തില്
ചേരണി, ചവുടൂരം, പാരിച്ച കുറുന്തോട്ടി
പുരിച്ച പയിച്ചവും
കുട്ടിക്കുമൊലകൊടുത്തല്ല ഞാൻ പൊറപ്പെട്
അച്ചിക്കു കഞ്ഞികൊടുത്തല്ല ഞാൻ പൊറപ്പെട്
അഞ്ചെട്ടു ചക്കക്കുരു ചുട്ടുഞാനുക്കൽവെച്ചു.
ഉക്കലും വെന്തു എന്റെ പക്കലും വെന്തു എന്റെ

എന്നിട്ടുമറിയില്ലെന്റയൽവക്കത്തുള്ളോരാരും..."

സാന്ധ്യാകാശത്തുനിന്നും അഴിഞ്ഞുപെയ്യുന്ന മഴക്കൊപ്പം പാറി വീഴുന്ന നാട്ടുവെളിച്ചത്തിൽ കാരിച്ചിയമ്മ അദൃശ്യയായി, മൗനമായി പാടുന്നു...

പണ്ട്; കാത്തു കിട്ടിയ വേനലവധിയിൽ വള്ളിട്രൗസറിട്ട കുറേ കുഞ്ഞുങ്ങൾ തലപ്പന്തും കിളിത്തട്ടും കളിക്കുന്നതിന് മൃഗതൃഷ്ണകൾ പൊടിഞ്ഞുവീഴാറുള്ള ഈ വയലിന്റെ വിശാലതകളിലെത്താറുണ്ടായിരുന്നു. ഇന്ന് പിഴച്ച ഋതുക്കൾ അഹല്യമാക്കിയിട്ട പാടങ്ങളിൽ തൈത്തെങ്ങുകൾ തലനീട്ടിയിരിക്കുന്നു. പാടത്തിന്റെ തെക്ക് ഞങ്ങൾക്ക്; കുറേ കുഞ്ഞുങ്ങൾക്ക് മധുരമായ പൂക്കളും മധുരതരങ്ങളായ കായ്കളും നൽകിയ കൂറ്റൻ ഇലിപ്പമരം നിന്നേടത്ത് ഏതോ പുതുപ്പണക്കാരന്റെ കോൺക്രീറ്റ് കൂട്. കിഴക്കേക്കരയിൽ, കാരിച്ചിയമ്മയുടെ വീടുനിന്നേടത്ത് നാടിന്റെ മുഖച്ഛായ മാറ്റുന്ന കാക്കടവു പദ്ധതിയുടെ മെയിൻ കനാലിനു വേണ്ടി നാട്ടിയ കുറ്റികൾ. ആരോ വെടിവെച്ചിട്ട ദേശാടനക്കൊക്കിനെ കാണാൻ വരമ്പുകൾ ചാടിക്കടന്ന് തോട്ടുവക്കത്തേക്കോടുന്ന കുഞ്ഞുങ്ങൾ. കടൽ കടന്നവന്റെ ഗൃഹാതുരത്വം പോലെ; ഉള്ളിൽ വിങ്ങുന്ന ഞാറ്റുപാട്ടുപോലെ പ്രകൃതി ലോലമായ ഒരു വികാരമായി മാറുമ്പോൾ ശിഥിലമായ വിചാരങ്ങൾ മുനയറ്റ വാക്കുകളിൽ കുറിച്ചു പോകുന്നു.

*   *   *   *   *   *

അവമാനവീകരണത്തിന്റെയും അന്യമാക്കപ്പെടലിന്റെയും സവിശേഷകാല സന്ധിയാണല്ലോ നമ്മുടേത്. നമ്മുടെ ജീവിതത്തിന്റെ നമ്മുടെ ശരീരത്തിന്റെ തന്നെ ഭാഗമായ പലതും അന്യവൽക്കരിക്കപ്പെട്ടു. പത്തു നാൽപ്പത് വർഷം മുമ്പ് നമ്മുടെ വസ്ത്രധാരണത്തിൽ ബോംബെ ഡയിങ് പരസ്യത്തിലെ പൂച്ചക്കണ്ണൻ കൈകടത്തും മുമ്പേ ചിരവയും അരകല്ലും ഉറിയും പോലെ തന്നെ സാധാരണമായിരുന്നു ചർക്ക. ചർക്കയ്ക്ക് ഒരു ദർശനത്തിന്റെ മുഖചിത്രം എന്നമാനം കൂടിയുള്ളതുകൊണ്ട് ഈയൊരുദാഹരണം തിരഞ്ഞെടുക്കുന്നു. പരുത്തിവസ്ത്രം മാനക്കേടായിക്കരുതുകയും ചർക്കയെ കേവലമൊരു തിരഞ്ഞെടുപ്പു ചിഹ്നമായും കൊടിയ ടയാളമായും മാത്രം മാറ്റുകയും ചെയ്ത പുത്തൻ കൂറ്റുകാരന്റെ കാലത്ത് ചർക്ക നമുക്കന്യമായി.

ഹൃദയ ശൂന്യമായ രൊക്കം പണത്തിന്റെ പരിമണ്ഡലത്തിനപ്പുറം കാണാത്ത ഒരു കച്ചവട സമൂഹത്തിൽ വിനിമയമൂല്യമില്ലാത്തതെല്ലാം വിഗണിത വസ്തുക്കളാണ്. പുല്ലെന്നതു കാലിത്തീറ്റയോടും പുഴുവെന്നത് പട്ടുനൂലോടും പുഴയെന്നതു പൽപ്പു വ്യവസായത്തോടും ചേരും പടി ചേരുന്നു ഇവിടെ. മൊഴിയും പൊരുളുംപോലെ ചേർന്നിരിക്കേണ്ട ഭിന്നലിംഗങ്ങളുടെ പരസ്പരാകർഷണത്തെ അർധനാരീശ്വരനെന്ന കാവ്യാത്മകദ്വന്ദ സങ്കൽപ്പമാക്കി മാറ്റി നമ്മുടെ പൂർവികർ. എന്നാൽ സ്ത്രീയെ ചരക്കുമാത്രമായി കാണുന്ന യാന്ത്രിക മാനവ കുലത്തിൽ ഉൽപ്പന്നം സൂക്ഷിച്ചു വെക്കേണ്ടുന്ന ശീതീകരണ അറമാത്രമാവുന്നു

ഞാറു നടുന്നു

അവളുടെ ഗർഭപാത്രം. കേവലമൊരു ഭോഗവസ്തുവും ഉപഭോഗവ
സ്തുവും (പരസ്യങ്ങളിലൂടെ) മാത്രമാവുന്നു അവളുടെ ശരീരം. (ടാറ്റാ
യുടെ സോപ്പിന്റെ പരസ്യത്തിലെ ജീവിക്കാൻ വേണ്ടി മുലക്കച്ചയഴിക്കുന്ന
ആ പാവം പെൺകുട്ടിയെ വെറുതെ വിടുക. അവൾ ഒരു ഇരമാത്രമാ
ണ്) മനുഷ്യനെന്ന ശബ്ദത്തിന് പെണ്ണിന്റെ യാഥാർഥ്യം കൂടി ഉൾക്കൊ
ള്ളാൻ കഴിയുന്ന വിശാലാർഥമില്ലാത്തിടത്തോളം സ്ത്രീക്ക് മാനമുണ്ടെന്ന്
അവൾ കൂടി അറിയപ്പെടുന്നത് മാനഭംഗപ്പെടുമ്പോഴാണ്.

ജനങ്ങളെ ഒരു തരത്തിലും ബോധവാന്മാരാക്കാതിരിക്കുക എന്ന
ഏറ്റവും കുടിലമായ തന്ത്രമാണ് ഏതു സംഹാരശക്തിയെയും വികസ
നമെന്ന മേമ്പൊടിപുശി ജനമധ്യത്തിൽ പ്രതിഷ്ഠിക്കാൻ ഭരണ വർഗം
സ്വീകരിച്ചിരിക്കുന്നത്. താൻ കൈകാര്യം ചെയ്യുന്നത് ഏതു വിധത്തി
ലുള്ള രാസപദാർഥമാണെന്ന് ഫാക്ടറിത്തൊഴിലാളി അറിയുന്നില്ല. വിക
സനമെന്നാൽ ധൂർത്തമായ വൈദ്യുതോപഭോഗമാണെന്നു ധരിച്ചു വെച്ചി
രിക്കുന്ന നാം തൊഴിലും തണലും നൽകുമെന്ന വാഗ്ദാനത്തോടെ
സ്ഥാപിക്കുന്ന അണു-താപനിലയങ്ങൾ, വികിരണം വഴിയും ജൈവ
സാന്ദ്രീകരണം വഴിയും (Biological Magnification) നമ്മൾക്കും വരും
തലമുറകൾക്കും വരുത്തി വെക്കുന്ന വിപത്തുകളെക്കുറിച്ച് തികച്ചും
അജ്ഞരാണ്. സഹജമായ ചോദ്യം ചെയ്യൽ സ്വഭാവത്തെ നമ്മളിൽ നിന്ന്
അകറ്റുന്നതും ഈയൊരജ്ഞതയാണ്. ഒരു മഹായുദ്ധത്തെക്കാൾ പ്രസ
ക്തമായേക്കാവുന്ന ഓരോ ചെറു ചോദ്യം ചെയ്യലുകളും ക്ഷരവീര്യമാ

കവേ നമ്മുടെ അകത്തളങ്ങളിൽനിന്നും ചോദ്യം ചെയ്യുകയും സത്യമ ന്വേഷിക്കുകയും, ആത്മജ്ഞാനം നേടുകയും ചെയ്യുന്ന നചികേതസ്സ് പടി യിറങ്ങിപ്പോവുന്നു. തിരിച്ചു പിടിക്കാൻ കഴിയാത്ത കാലത്തെപ്പോലെ പിണങ്ങിപ്പിരിഞ്ഞു പോയ സ്വത്വം നമ്മെ യന്ത്രോപലങ്ങളാക്കുന്നു. ഹൃദയ ചോദനകൾക്ക് നിഷ്പ്രതികരണങ്ങൾകൊണ്ട് ഉത്തരം നൽകി കാതലായ പ്രശ്നങ്ങളിൽ നിന്നും മുഖം തിരിപ്പിക്കുന്നു. ഇതേ ജലത തന്നെയാണ് അറബിക്കടലിലേക്കൊഴുകി പാഴായിപ്പോകുന്ന മുഴുവൻ ജലവും ഊറ്റിയെടുക്കാൻ കൂറ്റൻ അണക്കെട്ടുകൾ തന്നെ കെട്ടണമെന്ന് നമ്മളെക്കൊണ്ടു പറയിക്കുന്നത്. ക്ഷിപ്രപരിഹാര്യമായ കൈത്തെറ്റുകൾ നാശപരിവാഹിയായ വൻ ദുരന്തങ്ങളായി മാറുമ്പോഴേ വിമാനുഷമാനദ ണ്ഡങ്ങൾക്ക് പരിമേയമാവുന്നുള്ളൂ. ഒറ്റപ്പെട്ട മരണങ്ങളേക്കാൾ സംഘഹ ത്യകൾക്ക് ചൂടും ചുരുമേറുന്നു.

സൂചിമുഖി 1987

2

കൃഷിയുടെ ചരിത്ര പരിവൃത്തി

അക്ഷയമായ സൗരോർജത്തെ ഉപയോജ്യമായ ഊർജപ്രരൂപങ്ങ ളാക്കി മാറ്റുന്ന ജൈവ പ്രക്രിയയിൽ മനുഷ്യൻ ബോധപൂർവം ഇടപെട്ട് അതിനെ അവന്റെ ആവശ്യങ്ങൾക്കനുഗുണമായി മാറ്റിയെടുക്കുന്ന പ്രവർത്തനമാണല്ലോ കൃഷി. പ്രകൃതി സമായോജിതമായ ഒരു ജീവിതം നയിച്ചിരുന്നപ്പോഴൊക്കെ മനുഷ്യന് കൃഷി അന്യമായ ഒരു ഏർപ്പാടായി രുന്നില്ല; പ്രായോഗികമായ ഒരു ചര്യയായിരുന്നു. ജൈവാജൈവക്കെട്ടു പാടുകളുടെ പരസ്പരപൂരണിയായ ഒരു ഘടകമെന്ന നിലയിൽനിന്നും ഉപരിഷ്ഠാധികാരങ്ങളുടെ കോയ്മയിലേക്ക് അടിമാറ്റിച്ചവിട്ടവേ മനുഷ്യൻ പ്രകൃതിയിൽ നിന്നും ഏറെ അകന്നുപോയി.

മനുഷ്യന്റെ നാളിതുവരെയുള്ള ഭൗതികവും രാഷ്ട്രീയവും ചരിത്ര പരവുമായ നിമ്നാഭ്യുദയങ്ങൾ കൃഷിയുടെയും ഭക്ഷണത്തിന്റെയും സ്വഭാ വവുമായി ബന്ധപ്പെട്ടിരിക്കുന്നു. "വാനരനിൽനിന്നും നരനിലേക്കുള്ള പരി ണാമത്തിന്റെ രാസീയ അടിത്തറ വൈവിധ്യപൂർണമായ ഭക്ഷണത്തി ലൂടെ ശരീരത്തിലെത്തിപ്പെട്ട വിവിധ വസ്തുക്കളായിരുന്നു" വെന്നും എംഗൽസ് പറയുന്നു. മനുഷ്യൻ തീയുടെ ഉപയോഗം മനസിലാക്കിയ തുതന്നെ മാംസം ഭക്ഷിക്കാൻ തുടങ്ങിയതുകൊണ്ടാണ്. പുരാതന റോമാ സാമ്രാജ്യത്തിലെ ക്ലയന്റേജ്, കോളോനൈറ്റ് തുടങ്ങിയ സമ്പ്രദായങ്ങ ളിലും മധ്യകാലഘട്ടത്തിന്റെ (എ ഡി 476 മുതൽ എ ഡി 1453 വരെ) ആദ്യശതകങ്ങളിലാരംഭിച്ച് പതിനൊന്ന്, പന്ത്രണ്ട്, പതിമൂന്നു നൂറ്റാണ്ടു കളിലൂടെ വികാസ പരിണാമം പ്രാപിച്ച ഫ്യൂഡലിസമെന്ന സാമുദായിക സാമ്പത്തിക വ്യവസ്ഥിതിയിലും ഇത്തരം കാർഷിക ബന്ധങ്ങളുടെ നിഴ ലാട്ടം കാണാം.

കേരളത്തിലെ എല്ലാ സാമൂഹ്യക്രമങ്ങളുടെയും രാഷ്ട്രീയ വ്യവസ്ഥ

കളുടെയും മൂലസ്കന്ധം സ്വകാര്യ സ്വത്തായിരുന്നു. മധ്യകാല കേരള
ത്തിലെ സവർണമേധാവിത്വ കലാസന്ധിയിൽ ഭൂമിയുടെമേൽ പരി
പൂർണാവകാശം ദേവസ്വം, ബ്രഹ്മസ്വം തുടങ്ങിയ പേരുകളിൽ ഭൂമി കയ്യ
ടക്കിയിരുന്ന നമ്പൂതിരിമാർക്കായിരുന്നു. ആചാരാനുഷ്ഠാനങ്ങളുടെ ചാല
കശക്തിയായ കേന്ദ്രസ്ഥാപനങ്ങളായിരുന്നു അക്കാലഘട്ടങ്ങളിൽ
ഇത്തരം ജന്മിമാർ. കേവലം ഭൂവുടമകൾ മാത്രമല്ലായിരുന്ന അവരിൽ
കുടിയാന്മാരുടെ സംരക്ഷണച്ചുമതലകൂടി നിക്ഷിപ്തമായിരുന്നു. എന്നാൽ
മൈസൂർ സുൽത്താനായിരുന്ന ടിപ്പുവിന്റെ പതനത്തിനുശേഷം; 1792ൽ
വടക്കൻ പ്രദേശങ്ങളിൽ കൂടുതൽ അധികാരമുറപ്പിച്ച ബ്രിട്ടീഷുകാർ ജന്മി
മാരെ 'പാശ്ചാത്യവൽക്കരിച്ച്' സഹാനുഭൂതിയുടെ അവസാന ശ്വാസവും
നിർഗതമായ പ്രേതനരന്മാരാക്കിമാറ്റി. ഭൂവുടമകളുടെയും പാട്ടക്കാരുടെയും
അന്യോന്യ അന്യതയാണ് 1836 മുതൽ 1921 വരെ ഒരു ശതകത്തോളം
മലബാറിനെ ഇളക്കിമറിച്ച മാപ്പിള ലഹളയ്ക്ക് വിത്തുപാകിയത്. നാൽപ്പ
തുകളിൽ ഉത്തരമലബാറിൽ നടന്ന ഐതിഹാസിക കർഷക സമരങ്ങ
ളുടെ ഉൾപ്രേരണകളും ജന്മി കുടിയാൻ ബന്ധങ്ങളിലെ അന്തർഗതി
കൾ തന്നെ.

പാട്ടൊഴിയുന്ന പാടങ്ങൾ

ഒരു സ്ഥലത്തിന് അനുയോജ്യമായ വിള നിർണയിക്കുന്നത് അവി
ടത്തെ ഭൂമിയുടെ ഉപയോഗക്ഷമത (Landuse Capability) അടിസ്ഥാന
മാക്കിയാണ്. മണ്ണിന്റെ സ്വഭാവം ഭൂമിയുടെ നിമ്നോന്നതി; വർഷപാതം;
സമുദ്രനിരപ്പിൽ നിന്നുള്ള ഉയരം തുടങ്ങിയ ഘടകങ്ങളെ ആശ്രയിച്ചാണ്
ഭൂവുപയോഗത്തിന്റെ കഴിവ് നിലകൊള്ളുന്നത്. ഓരോ സ്ഥലത്തിനും
യോജിച്ച വിളയേതെന്ന് നമ്മുടെ പൂർവഗാമികളെ പഠിപ്പിച്ചിരുന്നത് സ്വാനു
ഭവങ്ങളായിരുന്നു. പരമാവധി ലാഭമുണ്ടാക്കുക എന്ന പരമമായ ലക്ഷ്യ
ത്താൽ ചോദിതമായ വ്യവസായവൽകൃത സമൂഹത്തിൽ കൃഷിയും കച്ച
വടവും അനന്യമായി. ആഹാരസമ്പാദനത്തിനു പകരം ഉൽപ്പാദനമാ
ത്സര്യം ഉടലെടുത്തു. അനുഭവജന്യമായ വിളക്രമങ്ങളിൽനിന്നും കർഷ
കർ വ്യതിചലിച്ചുപോകവേ സഹസ്രാബ്ദങ്ങളുടെ പരിണാമഗർഭം ചാപി
ള്ളയായി. അനേകതലമുറകളുടെ പ്രകൃതിനിർധാരണ (Natural Selec-
tion) ത്തിലൂടെ രൂപംകൊണ്ട നാടൻ വിത്തുകളുടെ വിത്തെത്തിച്ച ദൂര
വ്യാപിയായ ദുരിതവിനാശങ്ങളിൽ പ്രകൃതിയുടെ തുലിതാവസ്ഥ തകിടം
മറിഞ്ഞു –– സാധാരണക്കാരന്റെ ദുരന്തം മൂർധന്യത്തിലെത്തി.

കേരളത്തിന്റെ സമ്പദ് വ്യവസ്ഥ കാർഷികവും കേരളീയരുടെ
പ്രധാന ആഹാര പദാർഥ അരിയുമാണ്. എന്നാൽ കൃഷിഭൂമിയുടെ
മൂന്നിൽ രണ്ടുഭാഗവും ഇന്ന് നാണ്യവിളകൾക്കുവേണ്ടി ഉപയോഗിക്ക
പ്പെടുന്നു നമ്മുടെ നെൽപ്പാടങ്ങളെ ഓരോ വർഷവും തെങ്ങും റബറും
കരണ്ടുതിന്നുന്നു. 1982 – 83 ലെ കേരളാ ഗവൺമെന്റിന്റെ സാമ്പത്തിക
സർവേ അനുസരിച്ച് ആ വർഷം മുൻവർഷത്തെ അപേക്ഷിച്ച് നെൽപ്പാ

വയൽ നികത്തി വീട് വച്ചിരിക്കുന്നു

ടങ്ങളുടെ വിസ്തൃതിയിൽ 28,381 ഹെക്ടറോളം കുറവു വന്നു. കപ്പ (2,466 ഹെക്ടർ കുറവ്) പയറു വർഗങ്ങൾ (1251 ഹെക്ടർ) തെങ്ങ് (8,078 ഹെക്ടർ) എന്നിങ്ങനെ ഭക്ഷ്യദ്രവ്യങ്ങൾക്കെല്ലാം പൊതുവെ ഉൽപ്പാദന മാന്ദ്യം സംഭവിച്ചു. എന്നാൽ അന്നും ഇന്നും വർധനവിന്റെ വിജയയാത്ര കൾ മാത്രം നടത്തിയ ഒരേയൊരുവിള റബർ മാത്രമാണ്. നാച്യുറൽ ഫുഡ് റിസർവോയറുകൾ കൂടിയായിരുന്ന നെൽവയലുകളിൽ നാണ്യ വിളകളുടെ ലക്കുകെട്ട കയ്യേറ്റം നമ്മെ കൂടുതൽ കൂടുതൽ പരഭൃതങ്ങ ളാക്കി. 'അന്നവും വസ്ത്രവും അപ്പവും വീഞ്ഞുമായി' പഞ്ചാബിൽ നിന്നോ ആന്ധ്രയിൽ നിന്നോ വരുന്ന സാധനവണ്ടിയെയും കാത്ത് വഴി ക്കണ്ണുമായിരിക്കേണ്ടുന്ന അർഥികളും അഭയാർഥികളുമാക്കി മാറ്റി.

1960–61 മുതൽ 75–76 വരെയുള്ള വിസ്തൃതമായ കാലയളവിൽ കാർഷികവിളകളുടെ വർധന 3.2% ഉയർത്തുന്നതിന് ഹരിതവിപ്ലവമെന്ന ചെപ്പടി വിദ്യയ്ക്ക് കഴിഞ്ഞു. എന്നാൽ 76നു ശേഷം 39% എന്ന തോതിൽ കാർഷിക വിളകൾ ക്ഷയിച്ചുവന്നു. ദേശീയ-അന്തർദേശീയ വിപണിയുടെ കനിവും കടാക്ഷവും ഇരക്കുന്ന നാണ്യവിളകൾക്ക് അമിത പ്രാധാന്യം കൊടുത്ത നമ്മുടെ കേരളം ഒരു ആശ്രിത സംസ്ഥാനമായി മാറുകയും ആവശ്യമായ ഭക്ഷ്യധാന്യത്തിൽ 2/3 ഭാഗവും ഇറക്കുമതി ചെയ്യേണ്ട തായി വരികയും ചെയ്തു. 1972ൽ കേരളത്തിലെ ഒരാൾക്ക് പ്രതിദിനഭ ക്ഷ്യധാന്യലഭ്യത 267 ഗ്രാമായിരുന്നു. ഇതിനെ കേരളത്തിലെ അരി ഉൽപ്പാ

ദനം 160 ഗ്രാം; പുറത്തുനിന്നുള്ള ഇറക്കുമതി 97 ഗ്രാം, ഗോതമ്പിന്റെ ഇറ
ക്കുമതി 10ഗ്രാം എന്നിങ്ങനെ വിഭജിക്കാം. 1982 ആയപ്പോഴേക്കും ധാന്യ
ലഭ്യത 255 ഗ്രാമായി കുറഞ്ഞു (കേ- അ- ഉ 128 ഗ്രാം; പു. അ. ഇ. 128.
ഗ്രാം ഗോ. ഇ. 9 ഗ്രാം) ഈ കാലഘട്ടത്തിനിടയിൽ ഏറ്റവും കൂടുതൽ
ധാന്യലഭ്യത 77ലും 78ലും ആയിരുന്നു; 323 ഗ്രാം. (1977–128 ഗ്രാം. 171
ഗ്രാം–24ഗ്രാം; – 1978–30 ഗ്രാം – 180 ഗ്രാം – 13 ഗ്രാം) 72 ലേയും 82
ലേയും സംസ്ഥാനാന്തര ഉൽപ്പാദനവും ഇറക്കുമതിയും ശ്രദ്ധിക്കുക.
ആദ്യത്തേത് 160ൽനിന്നും 128 ആയി കുറഞ്ഞപ്പോൾ രണ്ടാമത്തേത്
97ൽനിന്നും 128 ആയി വർധിച്ചു. അധിക വിഭവങ്ങൾ ലഭ്യമായ വർഷ
ങ്ങളിൽ വർധനവ് ഇറക്കുമതിത്തോതിൽ മാത്രമാണെന്നു കാണാം.

കാർഷികരംഗം നേരിടുന്ന മറ്റൊരു പ്രധാന പ്രശ്നമാണ് കൃഷിഭൂ
മി തരിശിടുന്നത്. കൃഷിഭൂമി തരിശിടുന്നവർക്കെതിരെ കർശനനടപടി
കൾ സ്വീകരിക്കുമെന്ന സർക്കാർവക മുന്നറിയിപ്പ് ഇതെഴുതുന്ന ദിവ
സത്തെ പത്രത്തിലുമുണ്ട്. ആരാണ് കൃഷിഭൂമി തരിശിടുന്നത്? കേറി
ക്കിടക്കാനൊരിടമില്ലാതെ പൈപ്പുകൾക്കിടയിൽ ചുരുണ്ടുകൂടുന്ന
ബോംബെയിലെ ഫാക്ടറിത്തൊഴിലാളിയോ...? കോണാട്ടുപ്ലേസിലെ
രോഗം വിൽക്കുന്ന ഇരുണ്ട ഗലികളിൽ അന്നത്തേക്കുള്ള അപ്പം തേടി
പ്പോയി തിരിച്ചുവരാത്ത അമ്മയെ വിളിച്ചുവിളിച്ചു വിണ്ട ചുണ്ടുകളാൽ
തെരുവു പട്ടിയുടെ കനിവു ചുരത്തിയ മുലകുടിച്ചുവളർന്ന പള്ളയുന്തിയ
ഭാവി പൗരനോ?*

ആറാം പഞ്ചവത്സരപദ്ധതിയുടെ രേഖയിൽ ഇന്ത്യയിലെ ഭൂമിയുടെ
വിതരണത്തെക്കുറിച്ച് ആധികാരിക കണക്കുകൾ കൊടുത്തിട്ടുണ്ട്. അതു
പ്രകാരം 2 ഹെക്ടറിനു താഴെ കൃഷിഭൂമിയുള്ളവരാണ് 72.6% ഇന്ത്യൻ
പൗരന്മാരും. അവർ കയ്യടക്കി വെച്ചിരിക്കുന്ന ഭൂമിയുടെ വിസ്തീർണമോ;
23.5% മാത്രം. 2 മുതൽ 10 വരെ ഹെക്ടർ ഭൂമിയുള്ളവർ 24.4% പേരും
അവർ കയ്യടക്കിയ ഭൂമിയുടെ വിസ്തീർണം 50.2% വും. ശേഷിച്ച 26.3
ശതമാനം ഭൂമിയും കയ്യടക്കിവെച്ചിരിക്കുന്നത് 3 ശതമാനം മാത്രംവരുന്ന
10 ഹെക്ടറിനും മുകളിൽ ഭൂമിയുള്ളവരാണ്. കാർഷിക പരിഷ്കരണ
നടപടികൾക്ക് ഗ്രാമീണ ദാരിദ്ര്യ വിതരണത്തിൽ ശ്രദ്ധേയമായ പ്രത്യാ
ഘാതം സൃഷ്ടിക്കാൻ കഴിഞ്ഞിട്ടില്ലെന്ന് ഇതേ രേഖതന്നെ സമ്മതിക്കു
ന്നു.

പരിപൂർണമായും കർഷകരുടെ സ്വേച്ഛാപ്രവർത്തനമല്ല ധാന്യവരവ്
കുറച്ചത്. ഭരണവർഗത്തിന്റെ ഒത്താശകളോടെ കൊക്കോ നടുവിക്കു
കയും നിബിഡമായ വനങ്ങളെ പൾപ്പുമരത്തോട്ടങ്ങളാക്കി മാറ്റുകയും
ചെയ്യുന്ന ബഹുരാഷ്ട്രക്കുത്തകകളുടെ ഗൂഢകാമവും ഗുപ്തോപായ
ങ്ങളും ഇതിനു പിന്നിലുണ്ട്.

---

* 1987 നവംബർ, ഡിസംബർ മാസങ്ങളിലെ *ദേശാഭിമാനി* ദിനപത്രത്തിൽ വന്ന ചില
 വാർത്താ ചിത്രങ്ങൾ ആണ് സൂചന.

പേക്കുയിലുകൾക്കും പാടിത്തീർക്കാനാവാത്തവിധം ജ്വരബാധയേ
റ്റുതുള്ളുന്ന രാത്രി വളരുന്നു. അതിരാത്രങ്ങളുടെ നീരവതയിൽ പുലരി
പ്പുള്ളിന്റെ പാട്ടുപോലെ പ്രത്യുഷസ്സു പാറിവീഴുമെന്ന ഒളിമങ്ങാത്ത
പ്രത്യാശ കരളിൽപ്പേറി; അരി ചിരകിയിട്ട തേങ്ങാക്കഞ്ഞിയും റബർ പാൽ
ചായയും ഭക്ഷണപ്പട്ടികയിലെ വിഭവങ്ങളാക്കിയ പ്ലാസ്റ്റിക് മനുഷ്യന്റെ
കരഞ്ഞുതീർന്ന രോഷവും ഊഷ്മളത കെട്ടുപോയ വികാരങ്ങളും മാത്രം
കൈയിരിപ്പാകും മുമ്പെ പ്രജ്ഞയുടെ പ്രാണശബ്ദങ്ങൾ മുഴങ്ങേണ്ടിയി
രിക്കുന്നു — നമ്മളിൽ നിന്നും.

സൂചിമുഖി 1987

3
ഒഴുക്കുമുറിയാത്ത ഭോപ്പാൽ

ഭോപ്പാലിലെ ഏതോ കുഴിമാടത്തിനു മുകളിൽ ആരുടെയോ കൈപ്പത്തിയിൽ ചാരി നിങ്ങളെ തുറിച്ചു നോക്കിയിരുന്ന ആ കുഞ്ഞുശി രസ്സ് ഓർക്കുന്നോ? പൂർത്തിയാകാത്ത മോഹങ്ങളും ബാക്കിവെച്ച് തിരി ച്ചടങ്ങേണ്ടിവന്ന ഭോപ്പാലിലെ ബഹുശതം കുഞ്ഞുങ്ങളിലൊരുവൻ! ഏറെ ക്കാലം നാമവനെ ഭോപ്പാലിന്റെ പ്രതീകമാക്കിവെച്ചിരുന്നുവല്ലോ? നിങ്ങ ളുടെ ഗതിവേഗത്തെ വിടാതെ പിൻതുടരുന്ന ആ അഴുകിയ കൃഷ്ണമ ണികൾക്കു മുമ്പിൽ കെട്ടുപോയ ഓർമകളെ ഒരു നിമിഷം കുത്തിയു ണർത്തുക.

ഹമീദിയാ ആശുപത്രിയിലെ കുടുസ്സുമുറികളിൽ ഇരുട്ടു കയറുന്ന കണ്ണുകളുമായി വെട്ടിപ്പൊളിക്കുന്ന വേദനയിൽ ജെ പി നഗറിലെയും ഖാസി ക്യാമ്പിലെയും പാവപ്പെട്ട ഇരകൾ ഛർദിയിൽ മുങ്ങിക്കിടന്നുപി ടയുമ്പോൾ; കാർബൈഡ് പ്ലാന്റിൽ: അവശേഷിച്ച എം ഐ സി വാത കത്തെ നിർവീര്യമാക്കുന്നതിനുപകരം സെവീൻ കീടനാശിനിയാക്കി മാറ്റുന്ന 'ഓപ്പറേഷൻ ഫെയ്ത്ത്' എന്ന ആഭിചാരക്രിയ നടക്കുകയായി രുന്നു. ഹമീദിയായിലെയും സി ബി ഐ യിലെയും ഫോറൻസിക് വിദ ഗ്ധന്മാർക്ക് സയനൈഡ് വിഷബാധയെക്കുറിച്ച് അറിയാമായിരുന്നിട്ടും; അതിനെതിരെ സോഡിയം തയോസൾഫേറ്റും അമേൽ നൈട്രേറ്റും ഫല പ്രദമാണെന്നു കണ്ടിട്ടും (ഇന്ത്യൻ കൗൺസിൽ ഓഫ് മെഡിക്കൽ റിസർച്ച് ഐ സി എം ആറിന്റെ പരിശോധനാ റിപ്പോർട്ടു പ്രകാരം ഈ മരുന്നുകൾ നൽകി നിരീക്ഷണ വിധേയരാക്കിയ 19 പേരിൽ 10 പേർക്കും പ്രകടമായ പുരോഗതി കണ്ടിരുന്നു. എന്നാൽ ഈ റിപ്പോർട്ട് മൂടിവെക്ക പ്പെട്ടു). രോഗികൾക്ക് നൽകപ്പെട്ടത് വായുഗുളിക (Antacids)കളായിരു ന്നു. ദുരന്തത്തിനു മുമ്പേ 8.6 ആയിരുന്ന ഗർഭസ്ഥ മരണങ്ങളുടെയും സ്വതശ്ചലിത ഭ്രൂണഹത്യകളുടെയും ശതമാനം ദുരന്തശേഷം 4 മട

ങ്ങോളം വർധിച്ച് 31.33 ആയി എന്ന് മെഡിക്കോ ഫ്രെന്റ്സ് സർക്കിൾ എന്ന ജനകീയാരോഗ്യ സംഘം നടത്തിയ പഠനങ്ങൾ കാണിക്കുന്നു. ദുരന്തബാധിത പ്രദേശങ്ങളിലെ 1632 കുടുംബങ്ങളിലായി എണ്ണായിരത്തി ഒരുനൂറ്റി അറുപത്തഞ്ചോളം ആളുകളിൽ നടത്തിയ പഠനം സംഭവിച്ച സംഘഹത്യയെക്കാൾ ദാരുണമായ; വരുംതലമുറകളെക്കൂടി വേട്ടയാടി പ്പിടിക്കുന്ന ഭ്രൂണഹത്യയുടെ ആസുരമുഖം വ്യക്തമാക്കുന്നു — സത്യ ത്തിനു വായ്പ്പൊതി കെട്ടിവെച്ച് യൂണിയൻ കാർബൈഡിനു വിടുവേല ചെയ്യുകയായിരുന്നു നമ്മുടെ എല്ലാ ഔദ്യോഗിക ഏജൻസികളും.

    അമേരിക്കയിലെ കഴുകൻ വക്കീലന്മാർക്ക് വീണ്ടും വീണ്ടും ഇരക ളാകേണ്ടി വരുന്ന ഭോപ്പാലിലെ പാവപ്പെട്ട മനുഷ്യരുടെ ഒടുങ്ങാത്ത ദുരിതം ഇവിടെയും തീരുന്നില്ല. കാലത്തിനും പ്രകൃതിക്കും ഉണക്കാൻ പറ്റാത്ത വിധം പഴുത്തുപൊട്ടിയ കഷ്ടസാധ്യമായ ഒരു ദുഷ്ടപുണ്ണാണ് ഇന്നും ഭോപ്പാൽ. 'ത്രിവർണവിപ്ലവങ്ങൾ' പകുത്തെറിഞ്ഞു പോയ ദുര ന്തങ്ങളുടെ പുനരാവർത്തനത്തിൽ തടഞ്ഞുകെട്ടി വീണുപോയ ഒരിട വരമ്പ്-പുരോഗതിയുടെ ചണ്ഡവേഗതയ്ക്കിടയിൽ കാലുഴിഞ്ഞിരിക്കാൻ തെല്ലിട. കയറിത്തീർന്ന ഇറക്കവും കയറേണ്ട കയറ്റവും നോക്കി ദീർഘ ശ്വാസം വിടാൻ ഒരിടത്താവളം.

    ഭോപ്പാലിനു പുറംതിരിഞ്ഞു കൊണ്ടുള്ള നമ്മുടെ അന്വേഷണം വ്യക്തിപരമായ നിരാകരണങ്ങളിലാണല്ലോ ചെന്നു നിന്നത്. കാർബൈഡ് ഉൽപ്പന്നങ്ങളുടെ ബഹിഷ്കരണത്തിലൂടെ കാലം കാൽത്തട്ടി മാറ്റുമായി രുന്ന ഒരു ദുരന്തത്തെ സജീവ പ്രശ്നമാക്കി നിലനിർത്തിയെന്ന ഗുണപ രമായ നേട്ടമുണ്ടെങ്കിലും അതോടൊപ്പം തന്നെ ദുരന്തത്തെയാകമാനം എവറഡി ബാറ്ററിയെന്ന വിഗ്രഹത്തിലാവാഹിച്ച് ആ വിഗ്രഹത്തിന്റെ ഭഞ്ജനത്തിലൂടെ കാലബന്ധിയായ അനേക പ്രശ്നങ്ങളെ അതിലലി തവൽക്കരിച്ചുവെന്ന മറുമുഖം കൂടി കാണേണ്ടിയിരിക്കുന്നു. ബഹിഷ്ക രണത്തിന്റെ ആത്മാർഥതയെയും ആത്മവത്തയെയും ഉൾക്കൊണ്ടുതന്നെ പറയട്ടെ; മറുപാളയത്തിലെ ദുഷ്ടവണിക്കുകളുടെ മാറ്റക്കച്ചവടത്തിന് വീണ്ടും ഇരയാവുകയായിരുന്നു നാം. വൈയക്തികമായ നിരാകരണങ്ങ ളിലൂടെ സ്വാത്മനിഷ്ഠാധികാരങ്ങൾ തിരിച്ചുപിടിക്കവേ ഒന്നിന്റെ നിരാസം അറിഞ്ഞോ അറിയാതെയോ മറ്റൊന്നിനെ പകരം വെക്കുകയായിരുന്നു. സെവീൻ കീടനാശിനിക്കു പകരം 'എക്കാലക്സ്' പ്രാദേശിക വാർത്ത യ്ക്കൊപ്പം നമ്മുടെ പ്രഭാതഭക്ഷണമായി. 'സാന്റോസ് കാർബൈഡിനു പകരമായി.

    യഥാർഥത്തിൽ കാർബൈഡ് ബഹിഷ്കരണത്തിലൂടെ ആത്യന്തി കമായി നാം നേടേണ്ടിയിരുന്ന തിരിച്ചറിവ് ഒരു വസ്തുവിനെ; ഒരു വിഗ്ര ഹത്തിന്റെ ജഡതയെ ആയിരുന്നില്ല മറിച്ച് സചേതനമായ ഒരു രീതിയെ യായിരുന്നു പുനഃപ്രതിഷ്ഠിക്കേണ്ടിയിരുന്നത്. പ്രകൃത്യാനുസരണ ജീവി തരീതിയിലേക്കും ജീവിതത്തിന്റെ തന്നെ ഭാഗമായ കൃഷിയിലേക്കും നമ്മെയത് തിരിച്ചെത്തിക്കേണ്ടിയിരുന്നു. യുഗങ്ങളിലൂടെ നാം നേടിയ

പാതകൾ പുഴയെ മായ്ച്ചത്
ഡോ. ഇ ഉണ്ണികൃഷ്ണൻ

നൈതികവും രാഷ്ട്രീയവും സാമ്പ
ത്തികവുമായ നതോന്നതികളെ
ക്കൂടി കൃഷിയിലും കൃഷിയിൽ
സാക്ഷാൽക്കരിക്കപ്പെട്ട ജീവിത
ത്തിലും സ്വാംശീകരിച്ച് ധൂർത്ത
മായേക്കാവുന്ന നമ്മുടെ ഉപഭോഗ
തൃഷ്ണയെ 'യമം' കൊണ്ടു കീഴ
ടക്കി പ്രകൃത്യാനുസാരിയായ ഒരു
ജീവിതം നയിക്കുകയെന്നാൽ
കാടത്തത്തിലേക്കുള്ള തിരിച്ചടങ്ങ
ലല്ല. ഓർക്കുക — പ്രശ്നങ്ങളെ
അതിന്റെ സകല സാകല്യത്തി
ലും കണ്ടുകൊണ്ടുള്ള ഇത്തരം
തിരിച്ചിറക്കങ്ങൾക്ക് ബെയറിനെ
യോ സാന്റോസിനെയോ സിബാ
ഗീയെയോ പ്രതിസ്ഥാപിക്കേണ്ടി
വരില്ലായിരുന്നു.

ആയക്കറ്റ

ഓടിക്കൊണ്ടിരിക്കുന്ന ബസ്
പെട്ടെന്ന് നിന്നാൽ യാത്രക്കാർ മുമ്പോട്ട് ചായുമല്ലോ? യാത്രക്കാരുടെ
ചലന ജഡത്വമാണിതിനു കാരണം. രാസവളങ്ങളിലും കീടനാശിനിയിലും
മാത്രം താങ്ങി നിർത്തപ്പെടുന്ന കൃഷിയിടത്തിൽ അവയുടെ പെട്ടെന്നുള്ള
നിരാകരണങ്ങൾക്ക് മേൽപ്പറഞ്ഞ വിധത്തിലുള്ള ചലന ജഡത്വത്തെ നേരി
ടേണ്ടി വരുന്നു. ഫലമോ കൃഷിയുടെ സമ്പൂർണ നാശവും.

പ്രകൃതിയിലേക്ക് മടങ്ങുകയെന്നത് ഉടുതുണിയില്ലാതെ കാടുക
യറുകയല്ലെന്നതു പോലെ പ്രകൃതികൃഷിയെന്നത് രാസവളങ്ങളും കീട
നാശിനിയും ചേർന്ന് വന്ധ്യമാക്കിയ മണ്ണിലേക്കു ഉഴവും കിളയും
നിർത്തിയ ശേഷം വിത്തുവാരിയെറിയുക എന്ന ഭ്രാന്തൻ പണിയുമല്ല.
ഒരു സുപ്രഭാതത്തിൽ പൊന്നു വിളിയിക്കാനുള്ള സുവർണ സ്പർശമല്ല
അത്. ഇവിടേയാണ് ഫുക്കുവോക്ക പ്രസക്തമാവുന്നത്. കൃഷിയെ
ജീവിതചര്യയാക്കി അതിനനുസരിച്ച് ജീവിതദർശനം പരിപാകപ്പെടുത്തി
യെടുത്ത മസനോബു ഫുക്കവോക്കയെന്ന മനുഷ്യൻ മഹത്തായ ഇച്ഛാ
ശക്തികൊണ്ട് ഗതാനുഗതിയായ കൃഷിചര്യയുടെ ചലന ജഡത്വത്തെ
നേരിട്ടു. ഉപരിപ്ലവമായി നോക്കുന്നവർക്ക് വെളിപാടായി തോന്നാമെങ്കിലും
തലയിൽ വെളിവുദിക്കവേ തോന്നിയ പ്രബോധനങ്ങളല്ല ഫുക്കുവോക്ക
യുടെ ദർശനം. വിദേശ വസ്ത്രാബഹിഷ്കരണ സമയത്ത് ഗാന്ധിജി
പകരം വെച്ച 'ചർക്കയിൽ നൂൽക്കുന്ന ഓരോ ഇഴനൂലിലും' ദർശിക്കാ
മായിരുന്ന ഒരു ദർശനത്തിന്റെ ഇഴയടുപ്പം ഫുക്കുവോക്കയുടെ ഓരോ
വാക്കിലും വാക്കിൽനിന്നും വ്യതിരിക്തമല്ലാത്ത പ്രവൃത്തിയിലുമുണ്ട്.
തന്റെ സിദ്ധാന്തത്തിന്റെ പരമമായ പ്രായോഗികത ഫുക്കുവോക്ക

കഴിഞ്ഞ നാല്‍പ്പതിലേറെ വര്‍ഷങ്ങളായി സ്വന്തം വയലില്‍ പരീക്ഷിക്കു കയായിരുന്നു. 'ലോകബാങ്കിന്റെയോ ഫോര്‍ഡ് ഫൗണ്ടേഷന്റെയോ വക്താവായിട്ടില്ല.' 1938ല്‍ രണ്ടാം ലോക യുദ്ധത്തിന്റെ അന്തരാളഘട്ട ത്തില്‍ യാകാഹോമ കസ്റ്റംസ് ബ്യൂറോവിലെ സസ്യശാസ്ത്രജ്ഞന്റെ ജോലി വലിച്ചെറിഞ്ഞ് അദ്ദേഹം ഇപ്പണിക്കിറങ്ങിയത്.

മനുഷ്യന്‍ പ്രകൃതിയുടെമേല്‍ നേടിയ കോയ്മയിലല്ല മനുഷ്യന്‍ മനുഷ്യന്റെ മേല്‍ നേടിയ അധീശത്വത്തിലാണ് പ്രകൃതിയുടെ മാറ്റിമറി ച്ചിലുകളുടെ അടിവേരുകള്‍ തിരയേണ്ടത് എന്നതുകൊണ്ടുതന്നെ പാരി സ്ഥിതിക പ്രശ്നങ്ങള്‍ക്ക് വര്‍ഗപരമല്ലാത്തതോ; നിലവിലുള്ള അടിസ്ഥാന സാമൂഹ്യ പ്രശ്നങ്ങള്‍ കണക്കിലെടുക്കാതെയോ ഉള്ള 'ശുദ്ധ ഇക്കോള ജീയമായ' പരിഹാര മാര്‍ഗങ്ങളില്ല. മനുഷ്യനും പ്രകൃതിക്കും ഇടയ്ക്കുള്ള അന്യവല്‍ക്കരണം ഇല്ലാതായി; 'മനുഷ്യനില്‍ സാക്ഷാല്‍ക്കരിക്കപ്പെട്ട പ്രകൃതിയും പ്രകൃതിയില്‍ സാക്ഷാല്‍ക്കരിക്കപ്പെട്ട മനുഷ്യനും രമ്യത യോടെ ഒത്തുചേരുക.' സ്വകാര്യ സമ്പദ് വ്യവസ്ഥ അവസാനിച്ച വര്‍ഗര ഹിത സമൂഹത്തില്‍ മാത്രമാണെന്നതുകൊണ്ട് മൂന്നാംലോകത്തിന്റെയൊ ട്ടാകെ; പ്രത്യേകിച്ച് ഇന്ത്യയുടെ രാഷ്ട്രീയ സവിശേഷതകള്‍ കൂടി ഉള്‍ക്കൊണ്ടാല്‍ ഫുക്കുവോക്കയിസം ആര്‍ക്കും തൊണ്ടതൊടാതെ വിഴു ങ്ങാന്‍ പറ്റുന്ന ജലാറ്റിന്‍ ഗുളികകളല്ലെന്നുകാണാം. സാരംഗും, ഫ്രെന്‍ഡ്സ് റൂറല്‍ സെന്ററും പോലുള്ള പ്രതിരോധത്തിന്റെ പച്ചത്തുരുത്തുകളിലെ ഒറ്റപ്പെട്ട ശബ്ദങ്ങള്‍ അപ്രസക്തമെന്നല്ല. അവ ആള്‍ക്കൂട്ടത്തില്‍ നിന്നും ഒഴിഞ്ഞു നില്‍ക്കുകയോ ആരവങ്ങളുടെ ഭാഗമാവുകയോ ചെയ്യരുതെ ന്നുമാത്രം. കാളീശ്വരം രാജിന്റെ വാക്കുകള്‍ കടമെടുത്ത് പറയട്ടെ.

ആശ്രമവാസം താല്‍ക്കാലികമായ മാനസോല്ലാസം നല്‍കുമെ ങ്കിലും ധര്‍മപരമായ ഒരു പിഴവായിരുന്നു. നമ്മില്‍ പത്തോ പതി നഞ്ചോ പേര്‍ക്ക് കുന്നിന്റെ വിജനതയില്‍ കൂടിയിരിക്കാം. എന്നാല്‍ നാട്ടുകാര്‍ക്കെല്ലാം പോയിരിക്കാന്‍ വിജനമായ കുന്നെവിടെയുണ്ട്. അതുകൊണ്ടുതന്നെ ഒറ്റയ്ക്കും കൂട്ടായുമുള്ള നമ്മുടെ പ്രതിരോ ധങ്ങള്‍ക്ക് ഇതേ മണ്ണിന്റെ ഉപ്പുണ്ടായിരിക്കണം. അവയുടെ വേരു കള്‍ ഈ മണ്ണില്‍ നിന്നുതന്നെ മുളച്ചുതുടങ്ങണം.

സൂചിമുഖി 1988

4

ഹരിതവിപ്ലവത്തിന്റെ ഉത്തരാഖണ്ഡം

ഹരിത വിപ്ലവം നമ്മളിലേൽപ്പിച്ച സാമ്പത്തികാടിമത്തത്തിന്റെ ലാക്ഷണിക പ്രതിഫലനമായിരുന്നല്ലോ ഭോപ്പാലും അനന്തര സംഭവ ങ്ങളും. സ്വന്തമായൊരു ബാറ്ററിപോലും ഉണ്ടാക്കാനറിയാത്ത സ്വത ന്ത്രോൽപ്പര ഭാരതത്തിന്റെ വ്യാവസായിക പുരോഗതിയെക്കുറിച്ച് ഉള്ള പ്പില്ലാതെ ഊറ്റം കൊള്ളാതെ ഭരണ ജിഹ്വകളുടെ പൂതൽപിടിച്ച കള്ള ക്കണക്കുകൾ മാറ്റിവെച്ച് കണ്ണ് തുറന്നു നോക്കിയാൽ കാണാം നമ്മുടെ നേട്ടപ്പട്ടികയുടെ നേരായ പരിഛേദം! പൂതിഗന്ധം വമിക്കുന്ന ചികിത്സാ പ്പുണ്ണും ഏതു വാക്സിൻ പരീക്ഷണത്തിനും നിന്നു കൊടുക്കാൻ സദാ സന്നദ്ധമാവേണ്ടുന്ന നട്ടെല്ലില്ലാത്ത ഒരു ശരീരവും സിസ്ബ്രൗൺ കുട്ടിയെ പേറാൻമാത്രം വികാശനന്ത്രാണിയില്ലാത്ത ഗർഭപാത്രങ്ങളുമായി കുറേ ചാവാലിപ്പശുക്കളും ജനിച്ചു വീഴുന്ന ഓരോ കുഞ്ഞിന്റെയും തല തീരെഴുതി വാങ്ങിയ വിദേശക്കടവും തങ്ങളുടെ പട്ടുതൊപ്പിയിലെ തൊങ്ങലായിത്തന്നെ കരുതുന്നവർക്ക് ഇപ്പോഴും അസ്ഥാനങ്ങളിൽ തണ ലുതരുന്ന ആലു മുളച്ചുകൊണ്ടേയിരിക്കുന്നു.

ഭോപ്പാലിന്റെ കുരുതിക്കളം — അമിതോൽപ്പാദന തൃഷ്ണയുടെ മുഞ്ഞബാധ ഗതപ്രാണമാക്കിയിട്ട നേരറിവിന്റെ നെൽവയൽ; നമുക്ക് നൽകുന്ന പാഠം നായയുടെ വാലിൽ ഓടക്കുഴലിട്ട പഴയ ഗുണപാഠകഥ യിലേതുതന്നെ. നമ്മുടെ കൃഷി വിദഗ്ധന്മാർക്ക് രാസ വിഷങ്ങളില്ലാത്ത കൃഷിയെക്കുറിച്ച് ചിന്തിക്കാനേ പറ്റാതായിരിക്കുന്നു. വരൾച്ചമൂലം മണ്ടയും മാണവും പോയ തെങ്ങിന് ദുരിതാശ്വാസമായി കിട്ടുന്നതു പോലും രാസവളവും കീടനാശിനിയുമാണല്ലോ. പയ്യന്നൂരിനടുത്ത് പത്തു മുപ്പതു വർഷം പഴക്കമുള്ള ഒരു വിത്തുൽപ്പാദന കേന്ദ്രത്തിൽ രാസവ ളവും കീടവിഷവും ചേർന്ന് വന്ധ്യമാക്കിയ വയലിലെ മേൽമണ്ണ് നീക്കം

ചെയ്ത് പകരം ലോറിയിൽ മണ്ണ് കൊണ്ടുവന്നിടാൻ തുടങ്ങിയിരിക്കുക
കയാണ്. (നമ്മുടെ ഓരോരുത്തരുടെയും മണ്ണ്; ഈ ഭൂമിയുടെ മൊത്തം
മണ്ണ് ആരുടെ നികുതിപ്പണം കൊണ്ടാണ് വെച്ചുമാറാനാവുക?) ഇപ്പോ
ഴുള്ള നമ്മുടെ രാസവള ഉപയോഗം കുറവാണെന്നതിനാൽ അതു കൂട്ടു
വാനുള്ള ഊർജിത ബോധവൽക്കരണ പരിപാടിക്ക് തുടക്കം കുറിച്ചിരി
ക്കുകയാണത്രെ ഇക്കഴിഞ്ഞ റിപ്പബ്ലിക് ദിനത്തിൽ (1998) ആലുവായിലെ
നമ്മുടെ വളക്കമ്പനി. (പൊതുമേഖലയിലായാലും സ്വന്തം ചരക്കാണല്ലോ
പ്രധാനം). ആദിവാസി ഗ്രാമങ്ങളെ ദത്തെടുക്കാനും അവരെ വളമുപ
യോഗിക്കാൻ പരിശീലിപ്പിക്കാനും ഫാക്ടിന് പരിപാടിയുണ്ട്.
കാട്ടിൽനിന്നും പുഴകൾ വഹിച്ചുകൊണ്ടുവന്നിരുന്ന ഹ്യൂമസ് ആയിരുന്നു
പണ്ടൊക്കെ മണ്ണിന്റെ വളക്കൂറിനു നിദാനം. വനങ്ങൾ നശിക്കുകയും
അണക്കെട്ടുകളിൽ ഹ്യൂമസ് അടിഞ്ഞു കൂടുകയും ചെയ്തതോടെയാണ്
വയലുകളിൽ വിളവിറക്കാൻ കൃത്രിമ വളങ്ങൾ ചേർക്കേണ്ടി വന്നത്.
ഇനിയതു തിരിച്ചു ചെയ്യാം. വനങ്ങൾക്കുകൂടി രാസവളം ചേർക്കാം; കീട
ബാധയൊഴിവാക്കാൻ ആകാശമാർഗം മരുന്നു തളിക്കാം. ഹെലികോപ്റ്റർ
വഴി വിത്തുവിതറി കാടിന്റെ നിബിഡത കൂട്ടാൻ തുനിഞ്ഞ നാം അതില
പ്പുറവും ചെയ്തിട്ടില്ലെങ്കിലേ അത്ഭുതത്തിനകവാശമുള്ളൂ; റേഷൻ
കാർഡുകൂടി പണയപ്പെടുത്തിക്കഴിഞ്ഞ ആദിവാസികളുടെ പേരിലായി
രിക്കണം എല്ലാം ചെയ്യുന്നത് എന്നുമാത്രം; എല്ലാ പരീക്ഷണങ്ങളുടെയും
കൈത്തരിപ്പു മാറ്റാൻ നിന്നു കൊടുക്കേണ്ടി വരുന്ന; അടിക്കടി തോറ്റു
കൊണ്ടേയിരിക്കുന്ന ആ ജനതയെയോർത്ത് നമുക്കു സങ്കടപ്പെടാം.

ഹരിതവിപ്ലവം - തുടക്കവും വളർച്ചയും

1948ൽ മെക്സിക്കോയിലെ ഡോ. നോർമൻ ബെർലോ റോക്ക്ഫെ
ല്ലർ ഫൗണ്ടേഷന്റെ സഹായത്തോടെ വിളപ്പൊലിമയുള്ള ഒരുതരം
ഗോതമ്പ് വികസിപ്പിച്ചെടുത്തു. അതുവരെ ഹെക്ടറിന് 700 കി ഗ്രാമിൽ
താഴെമാത്രം ഗോതമ്പു ലഭിച്ചിരുന്ന അവിടെ പുതിയ വിത്ത് ഉപയോ
ഗിച്ച് ഉൽപ്പാദനം 2250 കി ഗ്രാമായി ഉയർത്താൻ കഴിഞ്ഞു.

1965ലാണ് ഇന്ത്യയിൽ ഹരിത വിപ്ലവം തുടങ്ങുന്നത്. മെക്സിക്കോ
യിൽ നിന്നും നോർമൻ ബെർലോ കൊടുത്തയച്ച സോണോറാ – 64;
ലെർമാറോജാ– 64 എന്നീ ഗോതമ്പു വിത്തുകൾ ഗവേഷണ കേന്ദ്രത്തിൽ
വിളവു പരിശോധിച്ച ഉടൻതന്നെ; 66–67 കാലഘട്ടത്തിൽ 7 ലക്ഷം ഏക്കർ
സ്ഥലത്ത് വിതയ്ക്കപ്പെട്ടു. 1966ലെ വരൾച്ചക്കാലത്ത് 10 ദശലക്ഷം ടൺ
ഗോതമ്പ് അമേരിക്കയിൽ നിന്നും ഇറക്കുമതി ചെയ്തു. പട്ടിണി തടയാൻ
നിർബന്ധിതരായ സമയത്താണ് ഈ പുതിയതരം വിത്തിന്റെ രംഗപ്ര
വേശം. ഈ വിത്തുകൾ മാതൃകയാക്കി ഇന്ത്യൻ ഗോതമ്പിനങ്ങളിൽ
നിന്നും പി വി 18 എന്ന അത്യുൽപ്പാദനശേഷിയുള്ള വിത്ത് ഉരുത്തിരി
ച്ചെടുക്കാൻ ഇന്ത്യൻ ശാസ്ത്രജ്ഞന്മാർക്ക് കഴിഞ്ഞു. ഫിലിപ്പെൻസിലെ
അന്താരാഷ്ട്ര നെല്ലു ഗവേഷണ കേന്ദ്രത്തിൽ നിന്നും ലഭിച്ച ഐ ആർ 8

എന്ന നെല്ലിനത്തിന്റെ വ്യാപനത്തിലൂടെ നെൽകൃഷിയിലും വിപ്ലവാത്മ
കമായ മാറ്റങ്ങളുണ്ടായി.

സാമൂഹ്യബാധ്യത (Social Cost)

ഹരിതവിപ്ലവത്തിന്റെ യഥാർഥ കഥ തുടങ്ങുന്നതേയുള്ളൂ. ഭൂവുടമാ
സമ്പ്രദായത്തിലെ ഘടനാപരമായ മാറ്റത്തിലൂടെ ഉദാത്തവൽക്കരിക്കപ്പെ
ടേണ്ട ഒരു സമഗ്രവിപ്ലവത്തിന്റെ സ്ഥാനത്ത് അത്യുൽപ്പാദന ശേഷിയുള്ള
വിത്തുകളും കീടനാശിനിയും രാസവളങ്ങളും ചേർന്നുള്ള ഒരു കാർഷിക
ഗൂഢ തന്ത്രമായിരുന്നു അമേരിക്കയിലെ സാമ്രാജ്യത്വ ഏജൻസികൾ
ഹരിത വിപ്ലവമെന്ന പേരിൽ മൂന്നാം ലോക രാഷ്ട്രങ്ങളിൽ അടിച്ചേൽപ്പി
ച്ചത്. ഇക്കാര്യം അവിടങ്ങളിലെ ഭരണാധികാരികൾ തിരിച്ചറിഞ്ഞില്ല.
സ്വൽപ്പം ശങ്കിച്ചു നിന്നവരെ നേർവഴിക്കു നയിക്കാൻ ആസ്ഥാനശാ
സ്ത്രജ്ഞന്മാരുണ്ടായിരുന്നു. 1964ൽ ഇന്ത്യൻ കൃഷി മന്ത്രിയായിരുന്ന
സുബ്രഹ്മണ്യം മെക്സിക്കൻ ഗോതമ്പു വാങ്ങിയത് ഐ ആർ ആർ ഐ
ഡയറക്ടറായിരുന്ന ഡോ. സ്വാമിനാഥന്റെ നിർബന്ധം മൂലമായിരുന്നു.
അസംതൃപ്തരായ ജനങ്ങളുടെ വിവിധങ്ങളായ പോരാട്ടങ്ങളെ, പ്രത്യേ
കിച്ചും കാർഷിക മേഖലയിലെ ഭൂപരിഷ്കരണമടക്കമുള്ള സമൂല പരി
വർത്തനങ്ങൾക്കു വേണ്ടിയുള്ള കർഷക സമരങ്ങളെ പരാജയപ്പെടു
ത്തുക എന്ന രാഷ്ട്രീയ ലക്ഷ്യവുമുണ്ടായിരുന്നു ഇന്ത്യയടക്കമുള്ള ദരിദ്ര
രാജ്യങ്ങളിലെ ഭരണകൂടത്തിന്.

ഹരിതവിപ്ലവം ഇന്ത്യയിലെ മൊത്തം ധാന്യോൽപ്പാദനം വർധിപ്പി
ച്ചുവെന്നത് തർക്കമറ്റ കാര്യമാണ്. എന്നാൽ ഇതിലൊരു ചെറുപങ്കെങ്കി
ലും വാങ്ങി ഉപയോഗിക്കാനാവാത്തവിധം കേവല ദരിദ്രരുടെ പരമ ദരി
ദ്രവൽക്കരണത്തിന് ആക്കം കൂട്ടി ഹരിത വിപ്ലവം എന്ന മറുമുഖം കൂടി
കാണേണ്ടിയിരിക്കുന്നു. ഹരിത വിപ്ലവത്തിന്റെ യഥാർഥ പ്രയോജനം ലഭ്യ
മായത് വളവും കീടനാശിനിയും മുൻകൂർ പണം മുടക്കി വാങ്ങാൻ കഴി
വുള്ള സമ്പന്ന കർഷകർക്കു മാത്രമാണ്. അവർ കൂടുതൽ കൂടുതൽ
ധനികവൽക്കരിക്കപ്പെട്ടു. കടം വാങ്ങിയിട്ടായാലും തങ്ങളുടെ കൃഷി രീതി
യിൽ മാറ്റം വരുത്താൻ തയാറായ ഇടത്തരം കർഷകരാവട്ടെ കാലം
തെറ്റാതെ വള പ്രയോഗം നടത്താൻ കഴിയാത്തതിനാൽ കൃഷി നഷ്ടമാ
യി പരാശ്രിതരായിത്തീർന്നു. ധനിക കർഷകർ കൃഷി ജോലിക്ക് ട്രാക്ടർ
പോലുള്ള യന്ത്രങ്ങൾ ഉപയോഗിക്കുകയും അതിലൂടെ കർഷകത്തൊ
ഴിലാളികളെ തൊഴിൽ രഹിതരാക്കുകയും ചെയ്തു. ഹരിത വിപ്ലവത്തി
നുശേഷം പഞ്ചാബിലും മറ്റും തൊഴിൽ രഹിതരായ കർഷകത്തൊഴിലാ
ളികളുടെ എണ്ണം കൂടിക്കൂടി വരികയാണ്. പുത്തൻ കൊളോണിയൽ
ചൂഷണത്തിന്റെ രൂപഭേദം മാത്രമാണ് ഹരിത വിപ്ലവമെന്നതിന് നിരവധി
ഉദാഹരണങ്ങളുണ്ട്. ഐ ആർ ആർ ഐ ആസ്ഥാനമായി ഫിലി
പ്പെൻസിൽ നിന്നും പുറം രാജ്യങ്ങളിലേക്ക് അരികയറ്റി അയയ്ക്കുന്നു
ണ്ട്. എന്നാൽ അന്നാട്ടിലെ ജനങ്ങൾ കൊടും പട്ടിണിയിൽത്തന്നെ. 1960–61

ൽ ഇന്ത്യയിൽ 23,9 കോടി ജനങ്ങൾ ദാരിദ്ര്യ രേഖയ്ക്കടിയിലായിരുന്നു. 70–71 ൽ ഇത് 24.67 കോടിയായിരുന്നു. 79–80 ലാകട്ടെ ഇത് 33.90 കോടി യായി ഉയർന്നു. ഹരിതവിപ്ലവത്തിന്റെ മാസ്മര പ്രഭാവത്തിൻ കീഴിലാണ് ഈ ദരിദ്രവൽക്കരണപ്രക്രിയയെന്ന് ഓർക്കുക.

കീടനാശിനിക്കുപ്പകൾ

ദരിദ്ര രാജ്യങ്ങളെ പട്ടിണിയിൽ നിന്നും രക്ഷിക്കാൻ നടത്തുന്ന സേവനം എന്ന നിലയിലാണ് കീടനാശിനികൾ കയറ്റി അയയ്ക്കപ്പെടു ന്നത്. (ആ നിലയിൽത്തന്നെ കൈനീട്ടി വാങ്ങുന്നതും.) ഒരു രാജ്യത്ത് നിരോധിക്കപ്പെട്ട കീടനാശിനി മറ്റുള്ള രാജ്യങ്ങളിലേക്കു കയറ്റി അയ യ്ക്കുന്നതിനോ അവയുടെ ചേരുവകൾ മറ്റു രാജ്യങ്ങളിൽ വെച്ച് കൂട്ടി ചേർക്കുന്നതിനോ യാതൊരു നിയമ തടസവുമില്ല. പല ബഹുരാഷ്ട്രക്കു ത്തകകളുടെയും 'അസംബ്ലിങ് ഫാക്ടറികൾ' മൂന്നാംലോകരാഷ്ട്രങ്ങളി ലാണ്.

ഐക്യരാഷ്ട്ര സഭയുടെ ഭാഗമായ ഭക്ഷ്യ കാർഷിക സംഘടന (എ ഫ് എ ഒ) യുടെ കീഴിൽ പ്രവർത്തിച്ചിരുന്ന ഐ സി പി യുടെ (ഇൻഡ സ്ട്രി കോർപ്പറേറ്റീവ് പ്രോഗ്രാം) പ്രധാന ഘടകമായിരുന്നു പെസ്റ്റി സൈഡ് വർക്കിങ് ഗ്രൂപ്പ്, അതിലെ അംഗങ്ങൾ ആരാണെന്നറിയേണ്ടേ? ബെയർ; സീബാഗീഗി; അമേരിക്കൻ സയനയിഡ്, ഷെൽ തുടങ്ങിയ കീട നാശിനി കച്ചവടക്കാരായ അമേരിക്കൻ കുത്തകകളുടെ പ്രതിനിധികൾ! കീടനാശിനിയുടെ ഉൽപ്പാദന വിതരണങ്ങളെക്കുറിച്ച് എഫ് എ ഒ വിന്റെ നയം രൂപീകരിക്കുന്നതു ഇവരെല്ലാം ചേർന്നാണ്. വിവിധ രാജ്യങ്ങളിലെ എഫ് എ ഒവിന്റെ പ്രതിനിധികളായി പ്രവർത്തിച്ചുവരുന്നതും കുത്തക കളുടെ ഈ ഏജന്റുമാർ തന്നെ.

കീടനാശിനികളുടെ ഉപയോഗം

ഏറെക്കാലത്തെ പ്രകൃതിനിർധാരണംമൂലം രൂപപ്പെട്ട പ്രതിരോധ ശേഷിയേറിയ നാടൻ ഇനങ്ങളെ പ്രക്ഷാളനം ചെയ്തുകൊണ്ടായിരുന്നു വല്ലോ അത്യുൽപ്പാദനത്തിന്റെ വിത്തുകൾ കടന്നുവന്നത്. വളരെ അടുത്ത ജനിതക ബന്ധമുള്ള സസ്യ ഇനങ്ങളെ തമ്മിൽ സംയോജിപ്പി ച്ചതിലൂടെ ജനിതക വൈവിധ്യം കുറഞ്ഞതും രോഗ പ്രകൃതിയുള്ളതു മായ ചെടികളാണ് ഉരുത്തിരിഞ്ഞത്. അവയെ കാത്തുരക്ഷിക്കാൻ പിറകേ ശക്തമായ കീടനാശിനികളും രാസവളവും കടന്നുവന്നു. ഭരണകൂടം ഇവയെ രണ്ടു കയ്യും നീട്ടി സ്വീകരിക്കാനുണ്ടായ കാരണങ്ങൾ മുമ്പേ സൂചിപ്പിച്ചുവല്ലോ.

ഭൂമുഖത്ത് ജീവിച്ചിരിക്കുന്ന ഓരോ ആൾക്കും ഒരു റാത്തൽ വീതം നൽകാൻ മാത്രം കീടനാശിനികൾ ഒരു വർഷം ലോകത്തൊട്ടാകെ ഉൽപ്പാ ദിപ്പിക്കപ്പെടുന്നു. ഇന്ത്യയിൽ 800 ലക്ഷം ഹെക്ടർ കൃഷി സ്ഥലങ്ങളി ലായി 9000 ടണ്ണോളം കീടനാശിനികൾ ഉപയോഗിക്കുന്നുണ്ട്. നടപ്പു

പദ്ധതി കാലത്ത് 200 ലക്ഷം ഹെക്ടർ സ്ഥലത്തുകൂടി കീടനാശിനി ഉപ യോഗം വ്യാപിപ്പിക്കാനാണ് ഇന്ത്യാ ഗവർമെന്റിന്റെ പരിപാടി. കീടനാ ശിനിയുടെ ലക്കും ലഗാനുമില്ലാത്ത ഉപയോഗം ധാരാളം കീടങ്ങൾക്കു പ്രതിരോധശേഷി നേടിക്കൊടുത്തു. ലോക ഭക്ഷ്യസംഘടനയുടെ കണ ക്കനുസരിച്ച് നിലവിലുള്ള കീടനാശിനികളെ ഭയപ്പെടേണ്ടാത്ത കീടങ്ങൾ 1977 ആയപ്പോഴേക്കും 364 ആയി വർധിച്ചു. ഹരിത വിപ്ലവത്തിന്റെ ആരം ഭഘട്ടമായ 1965ൽ ഇത് 182 ആയിരുന്നു. കൂടുതൽ ശക്തമായ പുത്തൻ കീടനാശിനികൾ വീണ്ടും വീണ്ടും രംഗത്തെത്തുകയും മത്സ്യങ്ങൾ, തവള തുടങ്ങിയ ചെറു ജീവികളെ ഉന്മൂലനം ചെയ്യുകയും ചെയ്തു. ജൈവ സാന്ദ്രീകരണത്തിലൂടെ വിഷം ഉള്ളിലെത്തി ഇത്തരം ജീവികളെ തിന്നു ജീവിക്കുന്ന മാംസഭുക്കുകളുടെ എണ്ണവും കുറഞ്ഞു. ഒരുകാലത്ത് കേര ളത്തിൽ സർവസാധാരണമായിരുന്ന കൃഷ്ണപ്പരുന്ത് ഇന്ന് അപൂർവ ജീവിയായിരിക്കുന്നു.

ദുരിതവും ദുരന്തവും

മൂന്നാംലോക രാജ്യങ്ങളിൽ ഓരോ നിമിഷവും ഒരാൾവീതം കീട നാശിനി ബാധയ്ക്കിരയാവുന്നു; കീടനാശിനി പാക്കറ്റുകളിൽ വ്യക്തമായ നിർദേശങ്ങൾ എഴുതിവെക്കണമെന്ന നിർബന്ധം ബഹുരാഷ്ട്ര കുത്തക കൾ മൂന്നാം ലോക രാജ്യങ്ങളിൽ പാലിക്കാറില്ല. അഥവാ എഴുതിവെ ച്ചാലും നിരക്ഷരരായ ഗ്രാമീണർക്ക് വായിക്കാനാവില്ലല്ലോ. വളരെ ശ്രദ്ധ യോടെ കൈകാര്യം ചെയ്യേണ്ടുന്ന ഓർഗാനോഫോസ്ഫേറ്റുകൾ കൂടി ('തൊട്ടാലും തിന്നാലും ചത്തു പോവുന്നത്' ഇത്തരം കീടനാശിനികളെ കൊണ്ടാണ്. ഇവ വേരിൽ കൂടി സസ്യ ശരീരത്തിൽ വ്യാപിച്ച് ചെടിയെ 'വിഷവൃക്ഷമാക്കുന്നു. മനുഷ്യ ശരീരത്തിൽ വീണാൽ ത്വക്കിലൂടെ തുളച്ചു കയറും. ഇപ്പോൾ മാർക്കറ്റിൽ സുലഭമായിക്കിട്ടുന്ന ചുവന്നു തുടുത്ത തക്കാളിപ്പഴം ഓർഗനോ ഫോസ്ഫേറ്റ് നൽകി പൊലിപ്പിച്ചെടു ത്തവയാണ്.) നഗ്നമായ കൈകൊണ്ട് കൈകാര്യം ചെയ്യുകയും ബാക്കി വരുന്ന വിഷം അശ്രദ്ധമായി വലിച്ചെറിയുകയും, പാത്രം വീട്ടാവശ്യ ങ്ങൾക്കുപയോഗിക്കുകയും ചെയ്യുക. നാട്ടിൻപുറങ്ങളിൽ സാധാരണമാ ണ്. കാലം തികയാത്ത പ്രസവങ്ങൾക്കും ക്യാൻസറിനും കാരണമാകു മെന്നതിനാൽ അമേരിക്കയിൽ കർശനമായി നിരോധിക്കപ്പെട്ട ബി എച്ച് സി ഇന്ത്യയിൽ പ്രതിവർഷം 33,000 ടണ്ണോളം വിൽക്കപ്പെടുന്നു. ഗ്രാമ ത്തിലെ കടകളിൽപ്പോലും ധാന്യങ്ങൾ സൂക്ഷിക്കുവാൻ 'ഉറുമ്പു പൊടി'യെന്ന ഓമനപ്പേരിലറിയപ്പെടുന്ന ബി എച്ച് സി പൊടികൊണ്ട് പുട്ടിൽ തേങ്ങയിടും പോലെ ആവരണം തീർക്കാറുണ്ട്.

വിയറ്റ്നാം യുദ്ധകാലത്ത് ഗറില്ലകൾ ഒളിച്ചിരുന്ന നിബിഡവനങ്ങളെ നശിപ്പിക്കാൻ അമേരിക്കൻ ഫയർഫോഴ്സ് പൈലറ്റുകൾ ഉപയോഗിച്ചത് 'ഡയോക്സിൻ' എന്ന ഉഗ്രവിഷമടങ്ങിയ 'ഏജന്റ് ഓറഞ്ചാ'യിരുന്നു. ഇത് വിമാനം വഴി വിതറിയപ്പോൾ വനങ്ങളുടെ പച്ചപ്പു നശിക്കുക മാത്രമല്ല

താഴെ യുദ്ധം ചെയ്തു കൊണ്ടിരുന്ന അമേരിക്കൻ പട്ടാളക്കാരിൽക്കൂടി അപകടമുണ്ടാക്കി. അനേകം പേർക്ക് അർബുദം പിടിപെട്ടു. മറ്റൊരു കീട നാശിനി ദുരന്തമായിരുന്നു നയാഗ്രാ വെള്ളച്ചാട്ടത്തിനു സമീപം ലവ്ക നാലിൽ സംഭവിച്ചത്. 'ഹുക്കർ കെമിക്കൽസ് ആന്റ് പ്ലാസ്റ്റിക്' കോർപ്പ റേഷൻ വലിച്ചെറിഞ്ഞ ചപ്പുചവറുകളിൽ നിന്നും രാസവിഷങ്ങൾ മണ്ണി ലേക്കു കിനിഞ്ഞിറങ്ങി ആയിരങ്ങളെ രോഗികളാക്കി. അംഗഭംഗം വന്ന കുഞ്ഞുങ്ങളെ പ്രസവിക്കേണ്ടിവന്നു ലവ്കനാലിലെ അമ്മമാർക്ക്. 1976ൽ ബംഗ്ലാദേശിലെ തേജ് ഗവോൺ വ്യവസായമേഖലയിൽ കുഴിച്ചിടപ്പെട്ട ഉപയോഗശൂന്യമായ മാലാത്തിയോൺ സമീപ പ്രദേശങ്ങളിലേക്ക് വ്യാപിച്ചും ഇതുപോലുള്ള അപകടമുണ്ടായി. ഭോപ്പാൽ കൂട്ടക്കൊലയ്ക്കും മുമ്പേ കർണാടകത്തിലെ വിഷബാധയേറ്റ ഞണ്ടുകളെ തിന്ന അനേകം ഗ്രാമീണർക്ക് മാരകമായ രോഗം പിടിപെട്ടു. പാരാത്തിയോൺ കലർന്ന ഭക്ഷണം കഴിച്ച് 1958ൽ കേരളത്തിലെ ഒരു എൻ സി സി ക്യാമ്പിൽ നൂറോളം പേർ കൊല്ലപ്പെട്ടു.

ഉപരോധം

ലോകമെല്ലാം ഹരിത വിപ്ലവത്തിനു പിറകേ പാഞ്ഞപ്പോഴും തങ്ങ ളുടെ പരമ്പരാഗത രീതികൾ പൂർണമായും പരിത്യജിക്കാൻ തയാറാ കാത്ത രാജ്യങ്ങളുമുണ്ടായിരുന്നു. അവയിലൊന്നാണ് ചൈന. കീടങ്ങളെ നേരിടാനുള്ള വിപുലമായ ആയുധശേഖരത്തിലെ ഒന്നു മാത്രമായിരുന്നു അവർക്കു കീടനാശിനി. കീടങ്ങളുടെ ലാർവകളെ തിന്നു നശിപ്പിക്കുന്ന 'ട്രൈക്കോഗ്രാമ' എന്ന കടന്നലിനെ വളർത്തിയെടുക്കുക അവിടത്തെ ഒരു കുടിൽ വ്യവസായമാണത്രെ. ഇവയെ ഉപയോഗിച്ച് പരുത്തി കൃഷി യിലെ കീടബാധ 90% തടയാൻ കഴിഞ്ഞിട്ടുണ്ട് ചൈനക്ക്. കീടങ്ങൾക്കു രോഗം വരുത്തുന്ന ബാക്ടീരിയകളെയും ഫംഗസുകളെയും ചൈന ഫല പ്രദമായി ഉപയോഗിക്കുന്നു. കൊയ്തൊഴിഞ്ഞ പാടങ്ങളിൽ താറാവു കളെ മേയ്ച്ചും അവർ കീടനിയന്ത്രണം സാധ്യമാക്കുന്നു. ആപ്പിളിനെ ബാധിക്കുന്ന കീടങ്ങളെ ചെറുക്കാൻ ജപ്പാൻ കടന്നലുകളെ (Japanese Wasp) കാലിഫോർണിയ ഫലപ്രദമായി ഉപയോഗിക്കുന്നു. ബുദ്ധസന്യാ സികളുടെ മഞ്ഞ വസ്ത്രം കത്തിച്ച് ദുർഗന്ധമുണ്ടാക്കി കീടങ്ങളെ അകറ്റി നിർത്തുക എന്ന ജൈവ നിയന്ത്രണ രീതി സിലോണിൽ പല ടത്തും തുടർന്നുവരുന്നു. ഫുക്കുവോക്കയുടെ 'പ്രകൃതി കൃഷി'യും ഏറെ പ്രസക്തമത്രെ.

ജീൻകൊള്ള

നാമിപ്പോഴും ആശ്വസിക്കുന്നത് 70കളിൽ മറികടന്ന ഭക്ഷ്യപ്രതിസ ന്ധിയെക്കുറിച്ചോർത്താണല്ലോ? 1965ൽ 12 ദശലക്ഷം ടണ്ണായിരുന്ന ഗോത മ്പുൽപ്പാദനം 70ൽ 20 ദശലക്ഷം ടണ്ണായി ഉയർത്തിയ ഹരിത വിപ്ലവ ത്തിന്റെ മാന്ത്രികവിദ്യ നമ്മുടെ കണ്ണു തള്ളിക്കുന്നു. ഈ ആശ്വാസനി

ശ്വാസത്തിന്റെ ആയാസത്തിനിടക്ക് ഓർക്കാതെ പോവുന്നു. ജനിതക ശോഷണത്തിന്റെ നടുക്കുന്ന വിവരങ്ങൾ. ലോകത്തൊട്ടാകെ തിരിച്ചറി ഞ്ഞിട്ടുള്ള 1,20,000 നെൽവിത്തുകളിൽ മൂന്നിലൊരു ഭാഗത്തോളം (43,000) നെൽത്തരങ്ങൾ ഇന്ത്യയിൽ നിന്നായിരുന്നു. ഏറെനാളത്തെ പ്രകൃതി നിർധാരണംമൂലം വികസിച്ച ഇവയിൽ 30ഓളം നെൽത്തരങ്ങളെ ബാക്കി യുള്ളൂവെന്ന് ഫ്രന്റ്സ് റൂറൽ സെന്ററിലെ ഡോക്ടർ പർതാപ് അഗർവാൾ പറയുന്നു. 1500ലേറെ വ്യത്യസ്ത സസ്യങ്ങളെ ആഹരിക്കുകയും 500 ഓളം പച്ചക്കറികൾ നട്ടുവളർത്തുകയും ചെയ്തിരുന്ന നമുക്കിന്ന് 30ഓളം കറിക്കോപ്പുകളേ ബാക്കിയുള്ളൂ. രണ്ടായിരമാണ്ടോടെ ദരിദ്ര രാജ്യങ്ങ ളിൽ ഉപയോഗിക്കുന്ന വിത്തുകളുടെ 67% വും അത്ഭുത വിത്തുക ളായിരിക്കുമെന്ന് ഭക്ഷ്യ കാർഷിക സംഘടന (എഫ് എ ഒ) കണക്കാ ക്കുന്നു.

ഇവയെല്ലാം എന്നന്നേക്കുമായി നമുക്ക് നഷ്ടമായെങ്കിലും ചിലേട ങ്ങളിൽ കൃത്യമായ താപനില (18 ഡിഗ്രി സെൽഷ്യസിനും 20 ഡിഗ്രി സെൽഷ്യസിനും ഇടയിൽ) സൂക്ഷിച്ചിട്ടുണ്ട്. പ്രകൃതിയിൽ നിന്നും ലഭ്യ മാക്കുന്നേടത്തോളം വിത്തുകളുടെ പ്രത്യുൽപ്പാദനക്ഷമമായ മാതൃകക ളുടെ ജേംപ്ലാസത്തിന്റെ ഇത്തരത്തിലുള്ള ശേഖരമാണ് വിത്തുബാങ്കു കൾ. പെട്രോകെമിക്കൽ ഔഷധ കീടനാശിനി വ്യവസായങ്ങൾ കയ്യട ക്കിയിരിക്കുന്ന ബഹുരാഷ്ട്ര കുത്തകകൾ തന്നെയാണ് ഇതിന്റെയും അധി പന്മാർ. അമേരിക്കയിലെ കൊളറാഡോ സ്റ്റേറ്റ് യൂണിവേഴ്സിറ്റിയുടെ കീഴി ലുള്ള നാഷനൽ സീഡ്സ്റ്റോറേജ് ലാബറട്ടറിയിൽ രണ്ടു ലക്ഷത്തിലേറെ വിത്തുകൾ ശേഖരിച്ചു വെച്ചിട്ടുണ്ട്. അമേരിക്കയിലെ തന്നെ സ്വകാര്യ സ്ഥാപനങ്ങളായ ഫോർഡ് ഫൗണ്ടേഷന്റെയും ഇന്ത്യയിൽ ഹരിത വിപ്ല വത്തിന്റെ ചുക്കാൻ പിടിച്ച റോക്ക്ഫെല്ലർ ഫൗണ്ടേഷന്റെയും കൂട്ടുസം രംഭമായി 1962ൽ ഫിലിപ്പൈൻസിലെ മനിലയിൽ പ്രവർത്തനമാരംഭിച്ച അന്താരാഷ്ട്ര നെല്ലു ഗവേഷണ കേന്ദ്രമാണ് (ഐ ആർ ആർ ഐ) മറ്റൊ രുസ്ഥാപനം. ഇന്ത്യയിൽ ശ്രദ്ധ കേന്ദ്രീകരിച്ചാൽ ഏഷ്യയുടെ മൊത്തം ജനിതക സമ്പത്തും കയ്യടക്കാമെന്ന് ഐ ആർ ആർ ഐ കണക്കുകൂ ട്ടി. അതിന്റെ ആദ്യപടിയായിട്ടായിരുന്നു ഇന്ത്യയെ ഹരിത വിപ്ലവത്തിന് ഒറ്റിക്കൊടുത്ത (ഇന്ത്യൻ ഹരിത വിപ്ലവത്തിന്റെ പിതാവ്?) ഡോ. എം എസ് സ്വാമിനാഥനെ അതിന്റെ ഡയറക്ടർ ജനറലായി നിയമിച്ചത്. ഇന്ത്യൻ കാർഷിക ഗവേഷണ ഇൻസ്റ്റിറ്റ്യൂട്ട് ഡയറക്ടർ, കേന്ദ്ര കൃഷി വകുപ്പു സെക്രട്ടറി തുടങ്ങിയ ഉന്നത സ്ഥാനങ്ങൾ വഹിക്കുകയായിരുന്നു തൽസമയം അദ്ദേഹം എന്നുകൂടിയറിയുക.

സൂചിമുഖി 1988

5

ദുരിതം കെട്ടിനിർത്തുന്ന അണകൾ

ആധുനിക ഭാരതത്തിന്റെ ദേവാലയങ്ങളെന്ന് ജവാഹർലാൽ നെഹ്റു വിശേഷിപ്പിച്ച അണക്കെട്ടുകളുടെ നിർമാണം സ്വതന്ത്രോൽപ്പ രഭാരതത്തിലെ ഏറ്റവും വലിയ നിർമാണപ്രവർത്തനമായിരുന്നുവല്ലോ. രാഷ്ട്രപുനർനിർമാണത്തിന്റെ അത്തരമൊരു കാലസന്ധിയിൽ അത് തികച്ചും ശരിയായിരുന്നുതാനും.

ഒരു ജനതയുടെ സ്വാർജിതമായ നീതിബോധത്തിനു മേലെ ഭരണ കൂടത്തിന്റെ നെറികെട്ട വികസനതൃഷ്ണയുടെ ഉരുക്കുചാടുരുളുമ്പോൾ വ്യക്തിയുടെയോ സംഘത്തിന്റെയോ ഒറ്റപ്പെട്ട പ്രതിഷേധശബ്ദങ്ങളെ ങ്കിലും ഉയരുന്നുവെന്നതാണ് ഈ കാലഘട്ടത്തിന്റെ ചാരിതാർഥ്യജനക മായ ഒരു സവിശേഷത. വലുപ്പമുള്ളതെന്തും വിശിഷ്ടമെന്ന നമ്മുടെ ദുര ഹങ്കൃതിക്ക് പോയകാലത്തിന്റെ പാഠങ്ങൾ നൽകിയ തിരിച്ചറിവ് പ്രകൃ തിസ്നേഹികളെയെങ്കിലും വൻകിട അണക്കെട്ടുകൾക്കെതിരെ തിരിച്ചി രിക്കുകയാണിന്ന്.

അടിസ്ഥാനതല പരിസ്ഥിതി പ്രവർത്തനത്തിലെ ഇത്തരം ഒറ്റപ്പെട്ട ചെറുത്തുനിൽപ്പുകളിൽപ്പോലും പലപ്പോഴും ഉൾപ്രേരകമായി വർത്തി ക്കുന്നത് കേവലമായ സ്വാർഥതയാണ്. ഇതിനു പുറമെ ജനങ്ങളുടെ അജ്ഞതയെ വളമാക്കി തിടംവെക്കുന്ന രാഷ്ട്രീയനേതൃത്വം കൂടി രംഗ ത്തെത്തുമ്പോൾ കിഴക്കും പടിഞ്ഞാറും തമ്മിൽ പറഞ്ഞു തീർക്കേണ്ട കുടിവഴക്കുമാത്രമായിത്തീരുന്നു പാരിസ്ഥിതിക പ്രശ്നങ്ങളുടെ സങ്കീർണതകൾ. മതവും രാഷ്ട്രീയവും തമ്മിലോ രാഷ്ട്രീയവും രാഷ്ട്രീ യവും തമ്മിലോ നടക്കുന്ന ക്രൂരമായ ഒത്തുതീർപ്പുകൾക്കു നടുവിൽ കാടിനുകോടാലി വീഴുന്നു. ജനങ്ങൾ കുടിയിറക്കപ്പെടുന്നു. മൂന്നാർഹൈ

ഡാമും പൂയംകുട്ടിയും നർമദാവാലിപദ്ധതിയുമെല്ലാം കാടിന്റെ ഭാവിയെ ക്കുറിച്ച് അശുഭവിശ്വാസം മാത്രമേ നൽകുന്നുള്ളൂ.

നെഹ്റുവിൽ തുടങ്ങി മൂന്നാം തലമുറയിലെത്തിനിൽക്കുന്ന രാഷ്ട്ര പുനർനിർമാണത്തിന്റെ ഇന്നിന്റെ ദശാസന്ധിയിൽ, വിഗതകാലങ്ങളിലേ പാരിസ്ഥിതിക പാതകങ്ങളിലേക്ക് ഒരു തിരിഞ്ഞുനോട്ടം; നമ്മുടെ പദ്ധ തിച്ചെലവിന്റെ മുക്കാലും മുടിക്കുന്ന ജലപദ്ധതികളെക്കുറിച്ചുള്ള ഒരു ഗുണദോഷവിചിന്തനം—അതിനുള്ള എളിയ ശ്രമമാണ് ഇവിടെ.

സാമ്പത്തികവും സാമൂഹികവുമായ പ്രശ്നങ്ങൾ

ഒരു പദ്ധതിക്ക് പ്ലാനിങ് കമ്മീഷൻ അനുവാദം കൊടുക്കണമെങ്കിൽ അതിന്റെ നേട്ടവും ബലവും തമ്മിലുള്ള അനുപാതം ചുരുങ്ങിയത് 1:1.5 എങ്കിലും ആയിരിക്കണം. അതായത് ഒരു രൂപ മുടക്കിയാൽ ഒന്നരരൂപ യുടെ ആദായമെങ്കിലും തിരികെ കിട്ടണം. വൻകിട അണക്കെട്ടുകളുടെ കാര്യത്തിൽ ഇത് 1:0.46 (ഒരു രൂപയ്ക്ക് അമ്പത്തിനാലു പൈസ നഷ്ടം) ആണെന്ന് വിജയ് പരഞ്ച് പൈ നടത്തിയ പഠനങ്ങൾ വെളിവാക്കുന്നു. സാധാരണക്കാരന്റെ കാർഷികാവശ്യങ്ങൾ എന്നതിലുപരി ചിലരുടെ കീശ യുടെ ആവശ്യമാണല്ലോ വൻകിട അണക്കെട്ടുകൾ. അതുകൊണ്ടുതന്നെ പ്രൊജക്ട് റിപ്പോർട്ടുകളിൽ കണക്കുകളുടെ കസർത്തുകൾ കാട്ടി ഗുണ വ്യയാനുപാതം എങ്ങനെയെങ്കിലും 1:1.5 ആക്കി പദ്ധതിക്ക് അനുവാദം വാങ്ങുന്നു. നിർമാണച്ചെലവ് ആദ്യം കുറച്ചു കാണിക്കുകയും പിന്നീട് പടിപടിയായി ഉയർത്തുകയുമാണ് അതിനായി ചെയ്യുന്ന ഒരു വിദ്യ. പണി പൂർത്തിയാവുമ്പോഴേക്കും യഥാർഥചെലവിന്റെ 13 ഇരട്ടിയെങ്കിലും വർധ നവ് വന്നിട്ടുണ്ടാകും. കഴിയുന്നതും 50 കോടിയിൽ കുറച്ച് എസ്റ്റിമേറ്റ് തയാറാക്കിയാൽ പ്ലാനിങ് കമ്മീഷന്റെ അനുവാദം കിട്ടാൻ എളുപ്പമുണ്ട്. കേരളത്തിലെ ഇതുവരെ പണി പൂർത്തിയാവാത്ത, പൂർത്തിയായാലും, ചോർച്ചമാറാത്ത പമ്പാ, ചിറ്റൂർപുഴ, കല്ലട, പെരിയാർ വാലി തുടങ്ങിയ പദ്ധതികളുടെ പ്രാരംഭ എസ്റ്റിമേറ്റ് യഥാക്രമം 3.83, 1.05, 13.28, 3.48 കോടി കളായിരുന്നു. ഇവയ്ക്ക് ഇതുവരെ ചെലവായതാകട്ടെ യഥാക്രമം 52,17,314,57 കോടികളും. 6 കോടിയിൽ തുടങ്ങി 58 കോടിയിൽ ഏറെ ക്കുറെ പണി ഉപേക്ഷിച്ച പഴശ്ശിഡാമും 3.15 കോടിയിൽ നിന്നും 50 കോടി യായി എസ്റ്റിമേറ്റ് തുക ഉയർത്തിയിട്ടും പണി തുടങ്ങാനാവാത്ത കാക്ക ടവും ആണ് മറ്റ് രണ്ട് പണം വിഴുങ്ങിപ്പദ്ധതികൾ. ഉത്തർപ്രദേശിലെ ഭാഗീരഥി നദിയിൽ പണിയാനുദ്ദേശിക്കുന്ന തെഹ്റി അണക്കെട്ടിനു 1968ലെ ആദ്യ എസ്റ്റിമേറ്റ് പ്രകാരം 180 കോടി രൂപ ചെലവ് കണക്കാക്കി യിരുന്നു. എന്നാൽ പത്തുവർഷത്തിനുശേഷം 1978 ൽ ഇത് 830 കോടി യായി ഉയർന്നു.

സൈലന്റ് വാലിക്കെതിരെ 1978 ൽ പയ്യന്നൂരിൽ ജോൺ സി ജേക്കബ്ബിന്റെ നേതൃത്വത്തിൽ നടന്ന പ്രതിഷേധം.

ജലസേചനം വഴി കാർഷികോൽപ്പാദനത്തിലുണ്ടാവുന്ന വർധനവ് മുങ്ങിപ്പോവുന്ന വനത്തിന്റെയും കൃഷിഭൂമിയുടെയും നഷ്ടത്തേക്കാൾ കൂടു തൽ കാണിക്കുകയാണ് അണക്കെട്ട് ലാഭകരമാക്കാൻ മറ്റൊരു വഴി. വിവാ ദമായിത്തീർന്ന കാക്കടവ് പദ്ധതിയുടെ 1973 ൽ തയാറാക്കിയ പ്രൊജക്ട് റിപ്പോർട്ടിൽ 2.7 ആയിരുന്നു ഗുണവ്യയാനുപാതം. 1980 ൽ റീ-സർവെ നടത്തിയശേഷം 1.73 ആയി കുറഞ്ഞു. 1983ലെ പുതുക്കിയ എസ്റ്റിമേറ്റ നുസരിച്ച് ഒരു ഹെക്ടർ സ്ഥലം നനക്കാൻ 36000 രൂപ ചെലവാക്കണം. ഏഴാം പഞ്ചവത്സരപദ്ധതിയുടെ രേഖകൾ അനുസരിച്ച് വൻകിടപദ്ധതി യിൽപ്പോലും 7224 രൂപമാത്രമാണ് ഇത്രയും സ്ഥലത്ത് ജലസേചനം നടത്താൻ ആവശ്യമായിട്ടുള്ളത്. കശുമാവിനും കുരുമുളകിനും ജലസേ ചനം നടത്തുന്നതിലൂടെ ജലവിനിയോഗ മേഖലയിലെ ഉൽപ്പാദനം വർധി പ്പിക്കാമെന്നും പറഞ്ഞുവെച്ചിരിക്കുന്നു. കാക്കടവ് ഡാമിന്റെ പ്രൊജക്ട് റിപ്പോർട്ട്. ജലാഗിരണശേഷി കുറഞ്ഞ വെട്ടുകൽ പ്രദേശത്ത് കൃഷി ചെയ്യുന്ന കശുമാവിന് ജലസേചനം നടത്തുന്നതിലെ അപ്രായോഗികത ആലോചിച്ചുനോക്കുക. അകാലത്തിൽ വെള്ളം തട്ടിയാൽ കുരുമുളകു വള്ളിയിൽ എന്തു സംഭവിക്കുമെന്ന് ആസ്ഥാന ശാസ്ത്രജ്ഞന്മാർക്കറി യില്ലെങ്കിലും അനുഭവജ്ഞാനമുള്ള കർഷകർക്കറിയാം.

നേട്ടപ്പട്ടികയിലെ തട്ടിപ്പിന് മറ്റൊരുദാഹരണമാണ് നർമദാവാലി പദ്ധ തി. നർമദാനദിയിൽ 30 വൻകിട അണക്കെട്ടുകൾ 135 ഇടത്തരം അണ

കെട്ടുകൾ, നിരവധി ചെറുകിട അണകൾ തുടങ്ങി അണക്കെട്ടുകളുടെ അതിബൃഹത്തായ ഒരു ശൃംഖലതന്നെ പണിയാൻ പരിപാടിയുണ്ട്. യു പിയിലെ പുനാശയ്ക്കു സമീപം പണിയുന്ന നർമദാസാഗർ അണക്കെ ട്ടാണ് ഇവയിൽ പ്രധാനം. 560 അടി ഉയരവും 910 ചതുരശ്ര കിലോമീറ്റർ റിസർവോയർ വ്യാപ്തിയുമുള്ള ഈ പദ്ധതി യാഥാർഥ്യമാകുന്നതോടെ ഖൻഡ്വ, കാരഗോന തുടങ്ങിയ ജില്ലകളിലെ 1.23 ലക്ഷം ഹെക്ടർ സ്ഥലത്തു ജലസേചനം നടത്താമെന്നും അതിലൂടെ 8 മടങ്ങ് വിളവർധ നവ് ഉണ്ടാക്കാമെന്നും പ്രോജക്ട് റിപ്പോർട്ട് പറയുന്നു. അതുപ്രകാരം നിലവിലുള്ള 17000 ടണ്ണിൽനിന്നും ഉൽപ്പാദനം 802,000 ടണ്ണിലേക്കു കുതി ച്ചുകയറണം. സ്വബോധമുള്ള ആർക്കും വിശ്വസിക്കാൻ കഴിയാത്ത ഈ കണക്കുകൂട്ടലിന്റെ സാംഗത്യം ചോദ്യം ചെയ്യുന്നു ഇന്ത്യൻ അഗ്രിക്കൾച്ച റൽ റിസർച്ച് ഇൻസ്റ്റിറ്റ്യൂട്ടിലെ ഡോ. സാഹ്നി. പദ്ധതിമൂലം ഒരു മണി ധാന്യംപോലും വർധിക്കാൻ പോകുന്നില്ലെന്ന് അദ്ദേഹം തറപ്പിച്ചു പറ യുന്നു.

പുനരധിവാസച്ചെലവുകൾ കുറച്ചുകാണിക്കുകയാണ് മറ്റൊരു സൂത്രം. ഇതുമൂലം പുനരധിവസിപ്പിക്കപ്പെടുന്നവർക്ക് അത്യാവശ്യ സൗക ര്യങ്ങൾ കൂടി കിട്ടുന്നില്ല. മനുഷ്യരുടെ കാര്യങ്ങൾ തന്നെ ഇങ്ങനെയെ ങ്കിൽ മൃഗങ്ങളുടെ കാര്യം പറയേണ്ടതില്ല. ഗുജറാത്തിലെ സർദാർ സരോ വർ പ്രൊജക്ടിനെക്കുറിച്ച് ഇത്തരത്തിലുള്ള ചില വിവരങ്ങൾ ദൽഹി യിലെ 'കൽപ്പവൃക്ഷ' നേച്ചർ ആക്ഷൻ ഗ്രൂപ്പ് തയാറാക്കിയ പഠനറിപ്പോർട്ട് വെളിവാക്കുന്നു. നർമദാവാലി പദ്ധതിയിൽപ്പെട്ട മറ്റൊരു കൂറ്റൻ അണ ക്കെട്ടാണ് സർദാർ സരോവർ. ഇതിന്റെ പ്രാന്തപ്രദേശങ്ങളിൽ അത്യ പൂർവമായ മത്സ്യങ്ങളും മുതലകളും ഉണ്ട്. പദ്ധതി വന്നാൽ അവയുടെ പ്രജനനകേന്ദ്രങ്ങൾ വെള്ളത്തിനടിയിലാവും. എന്നാൽ നിർദിഷ്ട പദ്ധ തിയുടെ സ്വാധീനമേഖലകളിലൊന്നും വന്യമൃഗങ്ങളൊന്നും ഇപ്പോൾ ഇല്ലെന്നാണ് ഗുജറാത്ത് ഗവൺമെന്റിന്റെ പരിസ്ഥിതി വകുപ്പ് പറയുന്ന ത്.

ഡാം വന്നുകഴിഞ്ഞാൽ അവിടെ ഒരു വന്യമൃഗസംരക്ഷണകേന്ദ്രവും സഫാരി പാർക്കും പണിയാനാവുമെന്ന് പറയുന്നതും ഇതേ നാവുകൊ ണ്ടുതന്നെ. എവിടെനിന്നാണ് വന്യമൃഗങ്ങൾ പെട്ടെന്നിങ്ങോട്ട് എത്തിയ തെന്ന് ആരും ചോദിച്ചേക്കരുത്. സർക്കാരിന് ബാധ്യതയായി വരുമ്പോൾ ഇല്ലെന്നു പറഞ്ഞ അതേ വന്യമൃഗങ്ങൾ തന്നെയാണ് വിനിമയമൂല്യമു ള്ളവയായപ്പോൾ കാടു മുഴുവൻ നിറഞ്ഞത്.

ഉപജീവനത്തിന്റെ അനാഥത്വം

നമ്മുടെ രക്തക്കുഴലുകളിൽ അമർത്തിക്കെട്ടി രക്തപ്രവാഹം നിർത്തുന്നതുപോലെതന്നെയാണ് കടലിലേക്കൊഴുകിപ്പോകുന്ന വെള്ളത്തെ തടുത്തു നിർത്താൻ അണകെട്ടുന്നത്. ശരീരത്തിന്റെ നില

നിൽപ്പിന് രക്തപ്രവാഹം അനിവാര്യമാകുന്നതുപോലെതന്നെ നദിയു ടെയും നദീതീരത്തിന്റെയും കടലിന്റെയും ആരോഗ്യകരമായ അസ്തി ത്വത്തിന് ജലത്തിന്റെ അനുസ്യൂതമായ ഒഴുക്കുവേണം. ഒഴുക്കുനദി അതിന്റെ ഉദ്ഭവപ്രദേശത്തുള്ള വനങ്ങളിൽനിന്നും ഫലപുഷ്ടിയേറിയ ക്ലേദം (ഹ്യൂമസ്) വഹിച്ചുകൊണ്ടുവരുന്നു. വെള്ളപ്പൊക്കസമയത്ത് നദീ തീരത്തുനിക്ഷേപിക്കപ്പെടുന്ന ക്ലേദമാണ് തീരത്തിന്റെ പുഷ്ടിക്ക് അടിസ്ഥാ നം. എന്നാൽ അണകെട്ടി വെള്ളം തടുത്തുനിർത്തപ്പെടുമ്പോൾ ജലസം ഭരണിയിൽ ഹ്യൂമസ് അടിഞ്ഞുകൂടുന്നു. അണക്കെട്ടിനു താഴെയുള്ള വയ ലുകളാകട്ടെ പോഷകശുഷ്കമാവുന്നു. രാസവളങ്ങളില്ലാതെ കൃഷിചെ യ്യാൻ സാധ്യമല്ലാത്ത അത്തരം വയലുകൾ കർഷകന്റെ സാമ്പത്തിക ഭാരം വർധിപ്പിക്കുന്നു. അസ്വാൻ അണക്കെട്ട് വരുന്നതിനുമുമ്പ് ഇത്തര ത്തിൽ പുഷ്ടമാക്കപ്പെട്ട ഈജിപ്തിലെ ഇരുപത്തഞ്ചുലക്ഷം ഹെക്ടർ കൃഷിഭൂമിയിൽ രാസവളം പ്രയോഗിക്കാൻ വേണ്ടി ഇപ്പോൾ 73 കോടി രൂപയോളം അധികച്ചെലവുണ്ടത്രേ.

ശുദ്ധജലത്തിനും ഉപ്പുവെള്ളത്തിനും സാന്ദ്രതയിൽ വ്യത്യാസമുണ്ട്. അതുകൊണ്ട് സമുദ്രസാമീപ്യമുള്ള സ്ഥലങ്ങളിൽ ശുദ്ധജലം ഓരുവെ ള്ളത്തിനു മുകളിൽ കാചാകാരത്തിൽ പൊങ്ങിക്കിടക്കുന്നു. തീരപ്രദേശ ങ്ങളിൽ കുറച്ചുകുഴിച്ചാൽ ശുദ്ധജലവും ആഴങ്ങളിലേക്കു പോകുന്തോറും ഉപ്പുവെള്ളവും കാണപ്പെടുന്നത് ഇതുകൊണ്ടാണ്. എന്നാൽ അണകെട്ടി വെള്ളം തടുത്തു നിർത്തപ്പെടുന്നതോടെ അണക്കെട്ടിനു താഴെ ജലവി നിയോഗപ്രദേശങ്ങളിൽ ഒഴുക്കു കുറയുന്നു. തൽഫലമായി പുഴയോ രത്തെ കുളങ്ങളിലെയും കിണറുകളിലെയും ജലനിരപ്പ് കുത്തനെ താഴു കയും പുഴയിലും കിണറുകളിലും ഉപ്പുവെള്ളം കയറുകയും ചെയ്യും. അണക്കെട്ടുകൾ പുഴയും കടലും തമ്മിലുള്ള നാഭീനാളബന്ധം മുറി ക്കുന്നതിനാൽ പുഴയിൽ പ്രജനനം നടത്തുന്ന കടൽമത്സ്യങ്ങൾ കക്ക കൾ തുടങ്ങിയവയും ഇല്ലാതാവുന്നു.

മറ്റൊരു വിധത്തിൽ കൂടി പുഴയിലെ മത്സ്യസമ്പത്ത് നശിക്കുന്നു ണ്ട്. ജീവികളുടെ നിലനിൽപ്പിനാധാരമായ അനേകം സൂക്ഷ്മമമൂലകങ്ങൾ അലിഞ്ഞുചേർന്നിട്ടുള്ള വെള്ളമാണ് പുഴയിലൂടെ ഒഴുകിയെത്തുന്നത്. ഇതാണല്ലോ റിസർവോയറിൽ തടഞ്ഞുനിർത്തപ്പെടുന്നത്. ഫലമോ അണ കെട്ടിനു താഴെ മത്സ്യങ്ങൾക്കും മറ്റുജീവികൾക്കും നാശം സംഭവിക്കു ന്നു. നടേ സൂചിപ്പിച്ച അസ്വാൻ അണക്കെട്ടിന്റെ താഴെ മീൻപിടുത്ത ത്തിന്റെ തോത് കുത്തനെ ഇടിഞ്ഞിരിക്കുകയാണ്. സൂക്ഷ്മപ്ലവകങ്ങളെ വഹിച്ചുകൊണ്ടുവരുന്ന വെള്ളവും എക്കലും അണക്കെട്ടുകളിൽ തടയ പ്പെടുന്നതുകൊണ്ടാണിങ്ങനെ സംഭവിക്കുന്നത്. 18000 ടൺ മത്തിയാ ണത്രെ പ്രതിവർഷം അവിടെ നഷ്ടപ്പെടുന്നത്. നാശം ഏതുവഴിയിലൂടെ കടന്നുവന്നാലും കഷ്ടപ്പെടുന്നത് തൊഴിൽ രഹിതരാകുന്ന മത്സ്യത്തൊ ഴിലാളികളാണ്.

അനേകം നീർച്ചാലുകളും കൈത്തോടുകളും പോഷകനദികളും ചേർന്നുണ്ടാക്കുന്ന ഒരു നദിയിൽ അണകെട്ടിയാൽ തന്നെ ഉപനദികളിലെ നീരൊഴുക്കുമൂലം അണക്കെട്ടിനു താഴെയുള്ള പ്രദേശത്തെ ജലനിരപ്പിന് വലിയ മാറ്റമൊന്നും സംഭവിക്കില്ലല്ലോ എന്ന് പലരും ചോദിക്കാറുണ്ട്. ഇന്ത്യയിലെ തന്നെ വൻനദികളുമായി താരതമ്യം ചെയ്യുമ്പോൾ കേരള ത്തിലെ പുഴകൾ വെറും കൈത്തോടുകൾ മാത്രമാണ്. സമുദ്രസാമീപ്യ മുള്ള കേരളത്തിന്റെ സവിശേഷമായ ഭൂപ്രകൃതിതന്നെയാണ് നദികളുടെ ഈ പ്രത്യേകതയ്ക്ക് കാരണം. സഹ്യപർവതസാനുക്കളിൽനിന്നും ഉത്ഭ വിക്കുന്ന ഓരോ നീർച്ചാലും മറ്റു നീർച്ചാലുകളുമായി ചേരുംമുമ്പുതന്നെ കടലിലേക്കെത്തുന്നു. 8 കി മീ മാത്രം നീളമുള്ള കളനാടുപുഴയെയും നമ്മൾ നദിയുടെ കൂട്ടത്തിൽ തന്നെ പെടുത്തുന്നു. ലോകത്തിലെ ഏറ്റവും നീളം കൂടിയ നദിയായ ആമസോണിന് 6670 കി മീ നീളമുണ്ട്. കേരള ത്തിലെ ഏറ്റവും നീളം കൂടിയ നദിയായ പെരിയാറിന് പോലും 244 കി മീ നീളമേയുള്ളൂ. കാക്കടവ് ഡാം പണിയാനിരിക്കുന്ന കാരിയങ്കോട്ടു പുഴയുടെ കാര്യം തന്നെയെടുക്കുക. 65 കി മീറ്റർ ആണ് പുഴയുടെ ആകെ നീളം. പ്രധാനമായും രണ്ട് ഉപനദികളാണ് ഇവയിൽ ചേരുന്നത്. മുക്കട പ്പുഴയും പെരുമ്പട്ടപ്പുഴയും. നാലഞ്ചുമീറ്റർ മാത്രം വീതിയുള്ള തോടുക ളാണ്. ഇവയെ പുഴയെന്നു വിളിക്കുന്നതുതന്നെ നാണക്കേടാണ്. കാക്ക ടവിൽ മുഖ്യനീരൊഴുക്ക് അണകെട്ടിയടുത്തു നിർത്തിയാൽ ബാക്കിയാ വുന്നത് ഈ രണ്ടു തോടുകളിലെ വെള്ളം മാത്രമാണ്. മലവെള്ളപ്പാച്ചി ലിൽ ഉഗ്രരൂപിണികളാണെങ്കിലും വേനൽക്കാലത്ത് ഒഴുക്കറ്റ ചെറുചാ ലുകൾ മാത്രമാണിവ. വേനൽക്കാലങ്ങളിൽ മൺചിറകെട്ടി വെള്ളം തടുത്തു നിർത്തി കവുങ്ങിൻതോപ്പുകൾ നനക്കാനും മൂന്നാം വിളയെടു ക്കാനും ഉപയോഗിക്കാറുണ്ട് ഈ തോടുകളിലെ വെള്ളം. കാരിയങ്കോടു പുഴയുടെ കൈവഴികളിൽ ഓരോ നൂറു മീറ്ററിലും ഒരു മൺചിറയെന്ന വിധത്തിൽ തടയണകെട്ടിയിട്ടുണ്ട് ചിലയിടങ്ങളിൽ. പരമ്പരാഗതരീതി യിൽ തന്നെ മുഴുവൻജലവും ഉപയോഗപ്പെടുത്തുന്ന ഒരിടത്താണ് ഇരു മ്പിന്റെയും കോൺക്രീറ്റിന്റെയും പുതുനിർമിതി പണിയപ്പെടുന്നത്. അണ ക്കെട്ടുകൂടി വന്നാൽ ഈ പുഴയിലെ ഓരുവെള്ളക്കയറ്റം രൂക്ഷമായിരി ക്കും. ഇപ്പോൾ തന്നെ വേനൽകാലങ്ങളിൽ ഡാം സൈറ്റിനു തൊട്ടടു ത്തുവരെ ഉപ്പുവെള്ളം കയറാറുണ്ട്. റോഡു സൗകര്യം തീരെക്കുറഞ്ഞ ഈ പ്രദേശത്തെ ജനങ്ങൾ ചരക്കുഗതാഗതത്തിന് ഇപ്പോഴും വള്ളങ്ങ ളെയാണ് ആശ്രയിക്കുന്നത്. പുഴയിലെ താഴ്ന്നുവരുന്ന ജലനിരപ്പ് ജല ഗതാഗതത്തെ പ്രതികൂലമായി ബാധിക്കുമെന്നതിൽ സംശയമില്ല.

അണക്കെട്ടുകൾ കൂടുതലും പണിയപ്പെടുന്നത് വനപ്രദേശങ്ങളിലാ ണ്. നമ്മുടെ രാജ്യത്തെ മലകളിലും വനങ്ങളിലുമെല്ലാം ജനവാസം കൂടു തലാണ്. തദ്ദേശവാസികളിൽ ഭൂരിഭാഗവും ആദിവാസികളും ഗോത്രവർഗ

ങ്ങളും ആണുതാനും. കാടുകളുമായുള്ള ഹൃദയബന്ധമാണ് അവരെ നിലനിർത്തിപ്പോരുന്നത്. തേൻപോലുള്ള വനവിഭവങ്ങൾ ശേഖരിച്ചും വന ത്തിൽനിന്നും ലഭ്യമാവുന്ന അസംസ്കൃതവസ്തുക്കൾ ഉപയോഗിച്ചുള്ള പരമ്പരാഗത വ്യവസായങ്ങളിൽ ഏർപ്പെട്ടും ആണ് അവർ ജീവിച്ചുപോ രുന്നത്. വൻകിട അണക്കെട്ടുകൾ ഇവരുടെ ജീവിതത്തെ എങ്ങനെ ദുരി തപൂർണമാക്കുന്നുവെന്നതിന് കേരളത്തിൽ തന്നെ നിരവധി ഉദാഹരണ ങ്ങളുണ്ട്. ഇരുളർ എന്ന ആദിവാസിവർഗത്തെ താഴ്വരയിൽ കുടിയിരു ത്തിയിട്ടാണ് കോയമ്പത്തൂരിന് കുടിവെള്ളം കൊടുക്കാൻ ശിരുവാണി പ്പുഴയിൽ അണകെട്ടിയത്. നിർദ്ദിഷ്ട പൂയംകുട്ടിപദ്ധതി അനാഥമാക്കുന്നത് മൂന്നു ലക്ഷത്തിൽപ്പരം ഈറ്റത്തൊഴിലാളികളെയാണ്. ഈയിടെ പണി തുടങ്ങാൻ തീർച്ചപ്പെടുത്തിയിരിക്കുന്ന മുതിരപ്പുഴയിലെ മൂന്നാർ ഹൈഡാം മൂലം മൂന്നാർപ്പട്ടണവും 13 ഗ്രാമങ്ങളുമടക്കം 2000 ഹെക്ടർ സ്ഥലം വെള്ളത്തിനടിയിലാവും. കാൽലക്ഷത്തോളം പേർ കുടിയിറക്ക പ്പെടും. ഇവരിൽ പകുതിപ്പേരും മുങ്ങിപ്പോകുന്ന ടാറ്റാ ടീ എസ്റ്റേറ്റിലെ തൊഴിലാളികളാണ്. കൊളുന്തുനുള്ളി ജീവിക്കുന്ന പാവപ്പെട്ട ഈ തോട്ടം തൊഴിലാളികളുടെ വഴിയാധാരമായിപ്പോകുന്ന കുടുംബങ്ങളെക്കുറിച്ച് ഭര ണകൂടത്തിന് യാതൊരുവിധ വേവലാതിയുമില്ല.

കുടിയൊഴിക്കലും പുനരധിവാസവും

അണക്കെട്ടുകൾ മൂലം കുടിയൊഴിക്കപ്പെടുന്ന ഒരു ജനതയുടെ ജീവിതം അരക്ഷിതമാകുന്നതെങ്ങനെയെന്നു കണ്ടു. സാമൂഹികമായും സാംസ്കാരികമായും തികച്ചും വ്യതിരികമായ ഒരു അന്തരീക്ഷത്തി ലേക്കായിരിക്കും മണ്ണുമായി തീവ്രബന്ധത്തിലേർപ്പെട്ടിരിക്കുന്ന ഒരു ജന വർഗം പലപ്പോഴും പറിച്ചുനടപ്പെടുക. ഹിമാചൽപ്രദേശത്തെ പോംഗ് അണക്കെട്ടുമൂലം 80000 പേർ കുടിയൊഴിക്കപ്പെട്ടു. അവരെ പുനരധിവ സിപ്പിച്ചതാകട്ടെ രാജസ്ഥാൻ സമതലങ്ങളിലും. മുമ്പേ സൂചിപ്പിച്ച നർമദാ സാഗർ അണക്കെട്ട് ഒരു ലക്ഷം ഏക്കർ കൃഷിഭൂമിയും 85000 ഏക്കർ വനവുമടക്കം 326 ഗ്രാമങ്ങളെ വെള്ളത്തിലാഴ്ത്തും. മധ്യപ്രദേശിലെ മുൻജലസേചന മന്ത്രിയും പ്ലാനിങ് ബോർഡ് മെമ്പറുമായ രാമചന്ദ്രസിം ഗാഡയും മറ്റും 'ഖജനാവു കുളംതോണ്ടുന്ന കരാളനിർമിതി' എന്ന് വിളിച്ച ഈ പദ്ധതി 1984 സെപ്തംബരിൽ ഉദ്ഘാടനം ചെയ്യപ്പെട്ടു.

ജനിച്ചുവളർന്ന നാടും നഗരവും വിട്ടുപോകേണ്ടിവരുന്ന നിരാലം ബരായ ആളുകളുടെ മാനസിക സംഘർഷം അവരുടെ ജീവിതത്തെ സാരമായി ബാധിക്കുന്നു. വോൾട്ടാ പദ്ധതിക്കുവേണ്ടി കുടിയൊഴിപ്പിക്ക പ്പെട്ട ഘാനക്കാരെ പുനരധിവസിപ്പിക്കാൻ ആളൊന്നുക്ക് 70000 രൂപവീതം ചെലവിട്ടിട്ടും അവരുടെ മരണനിരക്ക് അവിശ്വസനീയമാംവിധം കൂടിവ രുന്നുവെന്നാണ് ചില പഠനങ്ങൾ കാണിക്കുന്നത്.

ഇന്ത്യയിലെ ചില അണക്കെട്ടുകളുടെ ആഘാതം

അണക്കെട്ട്	പ്രതികൂലമായി ബാധിക്കുന്നവരുടെ എണ്ണം	പ്രതികൂലമായി ബാധിക്കപ്പെടുന്ന ഗ്രാമങ്ങളുടെ എണ്ണം
1. ഭക്ര	10000 പേർ	
2. പോംഗ്	80000	
3. ഉകായ്	52000	
4. ശ്രീശൈലം	60000	
5. തെഹ്റി	70000	
6. ഇന്ദ്രാവതി	40000	
7 മൂന്നാർ	25000	
8. ഇച്ചാംപള്ളി	200000	
9. കാളി		44
10. ബെട്ടി		84
11. ആഖനാശിനി		130
12. പോലവരം		230
13. സർദാർ സരോവർ		19

(അവലംബം പി പി എസ് റ്റി ബുള്ളറ്റിൻ ജൂൺ 84)

ഉപയുക്തമേഖലയിലെ അനിശ്ചിതത്വം

ജലസേചനത്തിലൂടെ ധാന്യോൽപ്പാദനം വർധിപ്പിക്കുക എന്ന ഉദ്ദേശ്യത്തോടുകൂടിയാണ് കേരളത്തിലെ 55% അണക്കെട്ടുകളും നിർമിക്കപ്പെട്ടിരിക്കുന്നത്. എന്നാൽ കേരളത്തിലെ ധാന്യോൽപ്പാദനമാകട്ടെ അടിക്കടി കുറഞ്ഞുവരുന്നു. ആവശ്യമുള്ളതിൽ മൂന്നിൽ രണ്ട് ഭാഗവും കേരളം ഇന്ന് അന്യസംസ്ഥാനങ്ങളിൽ നിന്നും ഇറക്കുമതി ചെയ്യുകയാണ്.

കാലം കെടാത്ത കാലവർഷത്താലും ഞാറ്റുവേലകളാലും നിയന്ത്രിക്കപ്പെട്ടുവന്നിരുന്ന കാർഷികവൃത്തി, കൃഷിയെക്കുറിച്ച് മണ്ണും പുണ്ണും മറിയാത്ത ചില അൽപ്പബുദ്ധികളുടെ നിയന്ത്രണത്തിലാക്കി നമ്മുടെ ജലസേചനപദ്ധതികൾ. ഇക്കഴിഞ്ഞ പുഞ്ചയ്ക്കു വിത്തിറക്കാൻ നേരം പഴശ്ശിപദ്ധതിയുടെ ചീഫ് എഞ്ചിനീയറുടെ പ്രത്യേകം അറിയിപ്പുണ്ടായിരുന്നു, റിസർവോയറിൽ വെള്ളം കുറവായതിനാൽ മൂപ്പു കുറഞ്ഞവിത്തിനങ്ങൾ തന്നെ കൃഷി ചെയ്യണമെന്ന്. ഇപ്പോഴാകട്ടെ പഴശ്ശിഡാമിൽനിന്നും യാതൊരു മുന്നറിയിപ്പുമില്ലാതെ വെള്ളം തുറന്നുവിട്ടതുകൊണ്ട് മട്ടന്നൂരും മറ്റുമുള്ളവർ ജീവൻ കയ്യിൽ പിടിച്ചാണത്രെ പുഴയിലിറങ്ങുന്നത്. മുന്നറിയിപ്പില്ലാതെ ഒഴുകിയെത്തിയ വെള്ളം അനേകം

ഏക്കർ സ്ഥലത്തെ നെൽകൃഷിയേയും നശിപ്പിക്കുന്നു. 'വേണ്ടപ്പോൾ വേണ്ടിടത്ത് വേണ്ടത്ര വെള്ളമെത്തിക്കുക' എന്നതിന്റെ തനിവിപരീത മായിരിക്കുന്നു നമ്മുടെ അണകൾ.

വനനാശം

നമുക്ക് എത്ര വനമുണ്ട്? ആർക്കും വലിയ പിടിപാടൊന്നുമില്ല. കേര ളത്തിലിനി ഒൻപതു തുരുത്തുകളിലായി 1250 ച കി മീറ്റർ തനിമയുള്ള വനങ്ങളേ ഉള്ളുവെന്ന് കാടിന്റെ ആത്മാവുതൊട്ടറിഞ്ഞ കേരളത്തിലെ യൊരു പരിസ്ഥിതി ശാസ്ത്രജ്ഞൻ അഭിപ്രായപ്പെടുന്നു. 'സ്ഥിതി വിവ രക്കണക്കുകളെ അവിശ്വസിക്കരുതല്ലോ!' പ്രത്യേകിച്ച് സർക്കാർ വക യാവുമ്പോൾ. കേന്ദ്ര സർക്കാരിന്റെ ഫോറസ്റ്റ് സർവേ കണക്കാക്കുന്നത് 1510 ച. കി മീറ്റർ കന്യാവനങ്ങൾ കേരളത്തിലുണ്ടെന്നാണ്. കേരള വനം വകുന്നിനുമുണ്ട് കണക്ക്. വനം വകുപ്പിന്റെ പ്രസിദ്ധീകരണമായ ആരണ്യ ത്തിന്റെ 86 ജൂൺ ലക്കത്തിൽ കൊടുത്ത കണക്കുകൾ പ്രകാരം കേരള ത്തിൽ ഇനി 9,400 ച കി മീറ്റർ വനമുണ്ട്. ഇത് മൊത്തം ഭൂവിസ്തൃതി യുടെ 24% വരും. ആരോഗ്യകരമായ സമരാവസ്ഥയ്ക്ക് 31.31% വനം വേണ മെന്ന് 1893 ലെ ദേശീയ വനനയം വ്യക്തമാക്കുന്നു. ആറേഴു ശതമാന ത്തിന്റെ കുറവല്ലേയുള്ളൂ. സാരമില്ല എന്നു സമാശ്വസിക്കാൻ വരട്ടെ. കണ ക്കിന്റെ ബാക്കി കൂടി കേൾക്കുക. ഈ 24%ത്തിൽ 16.3% വനത്തോട്ടങ്ങ ളാണത്രെ (പട്ടിക കാണുക)

ഇനം	വിസ്തീർണം (ഹെക്ടറിൽ)
തേക്ക്	78452.2
ഈട്ടി	171.5
മഹാഗണി	224.7
കമ്പകം	19.7
സിൽവർ ഓക്ക്	88.7
ചന്ദനം	14.7
യൂക്കാലിപ്റ്റസ്	31,683.8
പീലിവാക	380.8
പൈൻ	388.7
റബ്ബർ	584.6
ബാൽസ	117.5
വാറ്റിൽ	2686.0
കശുമാവ്	4898.0
മുള	848.8
ഈറ്റ	148.5
കാപ്പി	502.0

 പാതകൾ പുഴയെ മായ്ച്ചത്
ഡോ. ഇ ഉണ്ണികൃഷ്ണൻ

ഏലം	20.5
കൊക്കോ	2.0
ബീഡി	4.0
കുരുമുളക്	533.1
മുരിക്ക്	48.5
മട്ടി	322.9
കറുവപ്പട്ട	3.5
ഔഷധസസ്യങ്ങൾ	226.6
മറ്റിനങ്ങൾ	30,869.6
ആകെ	**1,53,191.5 ഹെക്ടർ**

ഉള്ളുപൊള്ളയായ കാട്ടിലെ കഞ്ചാവു തോട്ടങ്ങളെക്കൂടി ഉൾപ്പെടു ത്തിക്കൊണ്ടുള്ള പുതിയ കണക്ക് റബ്ബറും കുരുമുളകും കാടായി കരു തുന്ന വനംവകുപ്പിൽ നിന്നും ഉടൻതന്നെ പ്രതീക്ഷിക്കാം.

മണ്ണു സംരക്ഷണം, കാലാവസ്ഥയുടെ ക്രമീകരണം, വായു വിമ ലീകരണം, ജലം പിടിച്ചു നിർത്തൽ, വന്യജീവികളുടെ ആരുഡം തുട ങ്ങിയ പാരിസ്ഥിതിക മൂല്യങ്ങൾ കണക്കിലെടുത്താൽ ഒരു മരത്തിന്റെ 50 വർഷത്തെ സേവനത്തിന്റെ മൂല്യം 17 ലക്ഷം രൂപയ്ക്കു തുല്യമാ ണെന്നു ഡെറാഡ്യൂണിലെ ഫോറസ്റ്റ് റിസർച്ച് ഇൻസ്റ്റിറ്റ്യൂട്ട് കണക്കാക്കു ന്നു. എന്നാൽ സർക്കാർ ഏജൻസികളെ സംബന്ധിച്ചിടത്തോളം മര ത്തിന്റെ വിനിമയ മൂല്യം മാത്രമാണ് പ്രശ്നം. വെള്ളത്തിനടിയിലായി പ്പോവുന്ന വനത്തിന്റെ പ്രതിവർഷ വളർച്ചാനിരക്കിനെ അണക്കെട്ടിന്റെ പ്രതീക്ഷായുസ്സായ 100 വർഷം കൊണ്ട് ഗുണിച്ചാണ് പദ്ധതിമൂലമുള്ള വനനഷ്ടം അവർ കണക്കാക്കുന്നത്. ഭൂതഭാവി വർത്തമാനങ്ങളിലായി വേരു നീട്ടിക്കിടക്കുന്ന ആയിരക്കണക്കിനു വർഷങ്ങളുടെ നിസ്വാർഥ സേവനങ്ങളെ 'പഴയ ഇരുമ്പുവിലയ്ക്കു' കാണുന്ന അവരുടെ ഹ്രസ്വ ദൃഷ്ടി നൂറു വർഷത്തിനുമപ്പുറം ചെന്നെത്തുന്നില്ല. അണക്കെട്ടിന്റെ മര ണത്തിനും ഏറെ വർഷം മുമ്പുതന്നെ വീണ്ടെടുക്കാനാവാത്ത വിധം മരിച്ചുപോയ വനം ഒരു നൂറ്റാണ്ടിനു ശേഷം പുനർജനിക്കില്ലല്ലോ? അതു കൊണ്ട് തന്നെ നഷ്ടം വരുന്നത് ഒരു ശതകത്തിന്റെതു മാത്രമല്ല അനന്ത ഭാവിയുടേതാണ്.

1951–72 കാലഘട്ടങ്ങളിൽ അണക്കെട്ടുകൾ 4 ലക്ഷം ഹെക്ടർ വനം നഷ്ടപ്പെടുത്തിയെന്നാണ് ഔദ്യോഗിക കണക്ക്. എന്നാൽ യഥാർഥ നഷ്ടം ഇതിലും എത്രയോ കൂടുതലാണ്. അണക്കെട്ടുകൾ മുക്കിക്കളയുന്ന വന ഭൂമിയെക്കൂടാതെ റോഡ് നിർമിക്കാനും തോട് വെട്ടാനും പുനരധിവാസ ത്തിനും മറ്റുമായി കാട് നശിപ്പിക്കപ്പെടുന്നുണ്ട്. ഡാം പണിക്കുവേണ്ടി ആയിരക്കണക്കിനാളുകളും വാഹനങ്ങളും ഇരച്ചു കയറുമ്പോൾ വന

ത്തിനെന്തു സംഭവിക്കുമെന്ന് പറയേണ്ടതില്ലല്ലോ? ഇടുക്കി ഡാം നില
വിൽ വന്ന ശേഷം പരിസരങ്ങളിലെ വനം പെട്ടെന്ന് അപ്രത്യക്ഷമായി
എന്ന് കേന്ദ്ര പരിസരവിഭാഗത്തിന്റെ പഠനങ്ങൾ കാണിക്കുന്നു.

ജലസംഭരണിയുടെ സമീപപ്രദേശത്ത് സുഖശീതളമായ ഒരന്തരീ
ക്ഷമുണ്ടായിരിക്കും എന്ന തെറ്റായ ധാരണയുണ്ട് പലർക്കും. യഥാർഥ
ത്തിൽ റിസർവോയറിലെ ഒഴുക്കറ്റ ജലം പെട്ടെന്നു ചുടുപിടിക്കുകയും
ഉയർന്നുപൊങ്ങുന്ന നീരാവി സന്നാന്തരീക്ഷത്തെ തപ്തമാക്കുകയും
ചെയ്യും. ഇത് കാടിന്റെ ആരോഗ്യത്തെ പ്രതികൂലമായി ബാധിക്കുമെന്നു
മാത്രമല്ല മഴമേഘങ്ങളെ സാന്ദ്രമാവാൻ വിടാതെ തിരിച്ചയക്കുന്നതിലൂടെ
അണക്കെട്ടു പ്രദേശത്ത് മഴയില്ലാതാകുകയും ചെയ്യുന്നു. വെറുതെയല്ല
നമ്മുടെ ജലസംഭരണിപ്രദേശങ്ങളിൽ മഴയില്ലാതായത്. റിസർവോയറിലെ
നിശ്ചലമായ ജലം സൂര്യപ്രകാശത്തെ ഒരു കണ്ണാടിപോലെ പ്രതിഫലി
പ്പിക്കുന്നതിനാൽ ജലസംഭരണിയുടെ ചുറ്റുവട്ടത്തെ കാടുകൾ ഉണങ്ങി
പ്പോവുന്നു. തേക്കടി തടാകതീരത്തെ കരിഞ്ഞുണങ്ങിയ കാടുകളെ
യോർക്കുക.

മണ്ണടിയൽ (sedimentation)

അണക്കെട്ടുകളുടെ ആയുസു കുറയ്ക്കുന്ന ഏറ്റവും മാരകമായ
പ്രശ്നം മണ്ണടിയലാണ്. സംഭരണപ്രദേശത്തെ വനനശീകരണമാണല്ലോ
മണ്ണടിയലിന്റെ പ്രധാന കാരണം. നദിയെ മണ്ണടിയലിൽ നിന്നും സംര
ക്ഷിക്കുന്നത് തീരക്കാടുകളാണ്. അണകെട്ടുമ്പോൾ തീരക്കാടുകൾ നശി
ച്ചുപോവുകയും പകരം അരിപ്പൂച്ചെടി, കമ്യൂണിസ്റ്റു പച്ച തുടങ്ങിയ കള
കൾ വളരുകയും ചെയ്യും.

അണകെട്ടിയിടാൻ കാണിക്കുന്ന ശുഷ്കാന്തി സംഭരണ പ്രദേശ
ങ്ങൾ സംരക്ഷിക്കുന്നതിൽ കാണിക്കാറില്ല പല അണക്കെട്ടുകളുടെയും
സംഭരണപ്രദേശങ്ങളിൽ മരിച്ചീനിയാണ് കൃഷി ചെയ്തിരിക്കുന്നത്.
അല്ലെങ്കിൽ ഭൂമിയുടെ ഉയിരൂറ്റിയെടുക്കുന്ന പൾപ്പു മരങ്ങൾ.

മലമ്പുഴ, മംഗലം, പോത്തുണ്ടി തുടങ്ങിയ അണക്കെട്ടുകളെക്കുറിച്ചും
പാലക്കാട് നെൽകൃഷി അഭിവൃദ്ധിപ്പെടാനുള്ള കാരണങ്ങളെക്കുറിച്ചും
നാം കുഞ്ഞുങ്ങളെ കാണാപാഠം പഠിപ്പിക്കാറുണ്ടല്ലോ? നെല്ലിയാമ്പതി
ച്ചെരുവിൽ പോത്തുണ്ടി അണക്കെട്ടിന്റെ സംഭരണ പ്രദേശം 1999 വരെ
റബ്ബർ തോട്ടമുണ്ടാക്കാൻ സർക്കാർ പാട്ടത്തിനു കൊടുത്തിരിക്കുകയാണ്.
1955 ൽ കമീഷൻ ചെയ്യപ്പെട്ട; 100 വർഷത്തെ ആയുസു പ്രതീക്ഷിച്ച മല
മ്പുഴ ഡാം ഇരുപതടിയോളം നികന്നുകഴിഞ്ഞു. പ്രതിവർഷം 0.3 ശതമാ
നമാണ് മലമ്പുഴയിലെ മണ്ണിടിച്ചിൽ. മലമ്പുഴയിൽ നിന്നും 10 കി മീറ്റർ
മാത്രം അകലെ കിടക്കുന്ന വാളയാറിലെ മലബാർ സിമന്റ് ഫാക്ടറി
യിലെ ചുണ്ണാമ്പു കല്ലിന്റെ അവശിഷ്ടങ്ങളെല്ലാം ഒലിച്ചിറങ്ങുന്നത് മല
മ്പുഴ റിസർവോയറിലാണ്. സംഭരണ പ്രദേശത്തെ കാടിന്റെ കാര്യം പറ
യാതിരിക്കുകയാണ് ഭേദം. അകമലവാരത്തെ 1400 ഏക്കർ വനങ്ങൾ സ്വ

കാര്യവ്യക്തികൾ കയ്യടക്കിയ വിവരം ഈ അടുത്ത കാലത്താണല്ലോ പത്രങ്ങൾ റിപ്പോർട്ടു ചെയ്തത്.

ഇന്ത്യയിലെ എല്ലാ വൻകിട അണക്കെട്ടുകളും മണ്ണടിയൽ ഭീഷണി നേരിട്ടുകൊണ്ടിരിക്കയാണ്. ആന്ധ്ര പ്രദേശിലെ നൈസാം സാഗർ അണ ക്കെട്ടിന്റെ മണ്ണു സംഭരണ വർധനവ് ഇന്ന് 1600 ശതമാനമാണ്. തുംഗഭ ദ്ര, രാംഗംഗ, മയൂരാക്ഷി എന്നീ അണക്കെട്ടുകളിൽ 300% വും മൈത്താൻ അണക്കെട്ടിൽ 800% ആയി 'മണ്ണു സംഭരണശേഷി' വർധിച്ചു.

"ഒരു ഡാം മണ്ണടിഞ്ഞ് ആയുസറ്റാൽ മറ്റൊന്ന് കെട്ടാവുന്നതേയു ള്ളുവെന്ന്" ഈയിടെ തിരുവനന്തപുരത്ത് സെന്റർ ഫോർ ഇന്റർഡിസി പ്ലിനറി സ്റ്റഡീസ് സംഘടിപ്പിച്ച സെമിനാറിൽ വെച്ച് വൈദ്യുത ബോർഡിലെ ഒരു ഉദ്യോഗസ്ഥൻ അഭിപ്രായപ്പെട്ടിരുന്നു. അണകെട്ടാനും പൊളിക്കാനും വീണ്ടും കെട്ടാനും മുടങ്ങാതെ നികുതി കൊടുക്കേണ്ടി വരുന്ന ഒരു പ്രജയെന്ന നിലയിൽ ഈ നിലയ വിദ്വാനോടൊരപേക്ഷ— മണ്ണടിഞ്ഞ് ചത്തുപോയ ഒരുപുഴയെ പുനർഭവിപ്പിക്കാനുള്ള സൂത്രംകൂടി പറഞ്ഞു തന്നാൽ വലിയ ഉപകാരമായിരുന്നു.

ഭൂകമ്പം

കെട്ടിക്കിടക്കുന്ന വെള്ളത്തിന്റെ സമ്മർദ ഫലമായി അതിനടിയിലെ പാറകൾ തെന്നിനീങ്ങുന്നതു കൊണ്ടും റിസർവോയറിലെ വെള്ളം ദുർബ ലമായ ഭൂവൽക്കം ഭേദിച്ച് അവയ്ക്കടിയിലെ വിള്ളലുകളിലേക്ക് ശക്തി യായി അനുസ്യൂതം പ്രവഹിക്കുന്നതുകൊണ്ടും ഭൂകമ്പമുണ്ടാകാം. ജല സ്തൂപത്തിന്റെ സമ്മർദം ഭൂമിയുടെ പ്രകമ്പനത്തിനും ഇടയാക്കുന്നു. 100 മീറ്ററിലേറെ ഉയരമുള്ളതും 100 കോടി ക്യൂബിക് മീറ്റർ ജലസംഭ രണ ശേഷിയുള്ളതുമായ ഡാമുകളിൽ 7 ശതമാനമെങ്കിലും ഭൂചലന ത്തിനിരയായിട്ടുണ്ട്. ഇന്ത്യയിലെ ഇത്തരത്തിലുള്ള ഏറ്റവും വലിയ ദുരന്തം സംഭവിച്ചത് 1967 ഡിസംബർ 10–ാം തീയതി മഹാരാഷ്ട്രയിലെ കെയ്ന അണക്കെട്ടുപ്രദേശത്താണ്. ഭൂമിശാസ്ത്രപരമായി ഭൂകമ്പത്തിനു തീരെ സാധ്യതയില്ലാത്ത ഇന്ത്യൻ പ്രീ കാംബ്രിയൻ ഷീൽഡിൽ (Indian Pre-Cambrian Shield) പെട്ട സ്ഥലമായിരുന്ന കൊയ്നയിൽ മനുഷ്യ നിർമിതമായ ആ ഭൂകമ്പത്തിൽ 177 ഓളം ആളുകൾ കൊല്ലപ്പെടുകയും രണ്ടായിരത്തിലേറെ ആളുകൾക്ക് ഗുരുതരമായി പരിക്കേൽക്കുകയും ചെയ്തു.

ഇന്ത്യയിലെ ഒട്ടുമിക്ക വൻകിട ഡാമുകളും കേന്ദ്രീകരിച്ചിരിക്കുന്നത് ഹിമാലയൻ പ്രദേശങ്ങളിലാണ്. 2500 ഓളം കിലോ മീറ്റർ നീളത്തിൽ കിടക്കുന്ന ഹിമാലയൻ മടക്കു മലകൾ (Folded mountains) 'പ്ലേറ്റ്ടെ ക്റ്റോണിക്സ്' പരികൽപ്പനയനുസരിച്ച് ഏറ്റവും കൂടുതൽ ഭൂചലന സാധ്യതയുള്ള പ്രദേശമാണ്.

സഞ്ചരിക്കുന്ന കൂറ്റൻ ഫലങ്ങളാണ് (Plates) ഭൂഖണ്ഡങ്ങളെല്ലാം തന്നെ. മധ്യകാല ജീവ കൽപ്പത്തിൽ (Mesozoic era) പാൻജിയാ എന്ന

മഹാവൻകര രണ്ടായി പിളർന്ന് ലോറേഷ്യാ, ഗോൺഡ്വാനാ ലാൻഡ്
എന്നീ ഉത്തര-ദക്ഷിണഗോള ഭൂഖണ്ഡങ്ങളുണ്ടായി. ഇവ ചിന്നഭിന്നമാ
കുകയും തമ്മിൽ തമ്മിൽ അകന്നു മാറുകയും ചെയ്തു. ദക്ഷിണദ്രുവ
ത്തിനടുത്തായിരുന്ന ഗോൺഡ്വാനാലാന്റിന്റെ ഭാഗമായിരുന്ന ഇന്ത്യൻ
ഭൂഖണ്ഡം അതിൽ നിന്നും വേർപെട്ട് വടക്കോട്ടു നീങ്ങി. ഉത്തര ഭൂഖ
ണ്ഡത്തിലെ (Laurasia) യൂറേഷ്യയുടെ സമീപത്തെത്തി. യൂറേഷ്യയുടെ
തെക്ക് മധ്യധരണ്യാഴി മുതൽ മലേഷ്യ വരെ നീണ്ടുകിടന്നിരുന്ന
ടെത്തീസ് കടലിലൂടെയാണ് ഇന്ത്യൻ ഉപഭൂഖണ്ഡം നീങ്ങിയത്. അപ്പോ
ഴുണ്ടായ സംഘർഷം ടെത്തീസ് കടലിനെ ഇളക്കിമറിക്കുകയും കടലി
നടിയിൽ അമർന്നു കിടന്ന ഉറൽ പാറകൾ (Geo Cyncline) തകർന്ന്
മുകളിലേക്കു പൊങ്ങിവരികയും ചെയ്തു. ഇത് ഇന്ത്യൻ ഭൂഖണ്ഡത്തിന്റെ
പുറം തോടിൽ ചില മുഴകൾ ഉണ്ടാക്കി. ഏഷ്യൻ പ്ലേറ്റിനെ തള്ളി നീക്കാ
നാവാത്തതുകൊണ്ട് മുഴകളുള്ള ഇന്ത്യൻ പ്ലേറ്റ് അതിന്റെ അടിയിലൂടെ
കടലിലെ കിടങ്ങുകളിലേക്കിറങ്ങി തുടങ്ങി. ഇതിലെ മുഴകളുടെ ഉത്ഥാ
നശക്തി വൻകരയുടെ ഭൂവൽക്കപാളികളെ മുകളിലേക്ക് ഉയർത്തി. ഇങ്ങ
നെയുണ്ടായതാണു ഹിമാലയൻ പർവതം. ഇന്ത്യൻ പ്ലേറ്റിന്റെ വടക്കോ
ട്ടുള്ള പ്രയാണം ഇപ്പോഴും വർഷത്തിൽ 5 സെ മീറ്റർ എന്ന കണക്കിൽ
തുടരുന്നു. ഇതനുസരിച്ച് ഹിമാലയം മുകളിലേക്കു തള്ളപ്പെടുന്നു. വള
രുന്നുവെന്നു ചുരുക്കം.

നിർമാണം പൂർത്തിയായാൽ ലോകത്തിലെതന്നെ ഏറ്റവും വലിയ
അണക്കെട്ടുകളിലൊന്നാകുന്ന ഉത്തർപ്രദേശിലെ ഭാഗീരഥി നദിയിൽ
സ്ഥാപിക്കാനുദ്ദേശിക്കുന്ന തെഹ്റി അണക്കെട്ട് (260 മീറ്റർ ഉയരം, 3500
മില്യൺ ക്യൂബിക് മീറ്റർ സംഭരണ ശേഷി, 40 കി മീറ്റർ റിസർവോയർ
വ്യാപ്തി) ഇത്തരത്തിൽ ഭൂചലന സാധ്യതയുള്ള ഹിമാലയൻ പാറക്കെ
ട്ടുകളിലാണ് പണിയാൻ തുടങ്ങുന്നത്. 30 ലക്ഷം ജനങ്ങളുടെ ജീവനും
സ്വത്തിനും ഭീഷണി ഉയർത്തുന്ന ഈ ഡാമിന്റെ അപകടത്തെക്കുറിച്ച്
ആദ്യത്തെ പ്രോജക്ട് റിപ്പോർട്ടിൽ എടുത്തുപറയുന്നുണ്ടെങ്കിലും
പിൽക്കാലത്ത് അത് സൗകര്യപൂർവം മറച്ചുവെക്കപ്പെട്ടു.

ജലാപ്ലുതത്വവും ലവണീകരണവും
(Water Logging and Salination)

തൃപ്തികരമായ രീതിയിലുള്ള ജലനിർഗമന സംവിധാനങ്ങളില്ലാത്ത
ജലസേചന പദ്ധതികളുടെ പ്രധാനപ്പെട്ട രണ്ടു ദോഷങ്ങളാണിവ. കെട്ടി
നിൽക്കുന്ന വെള്ളം ബാഷ്പീകരിച്ചു പോകുന്നതിനനുസരിച്ച് ഭൂമിക്കടി
യിൽ നിന്നും ലവണങ്ങൾ കലർന്ന വെള്ളം ഓസ്മോസിസ് പ്രവർത്തനം
മൂലം മുകളിലേക്കുയരുന്നു. ഇങ്ങനെ ഉപരിതലത്തിലെത്തുന്ന ലവണ
ലായിനി ബാഷ്പീകരിച്ചു പോവുമ്പോൾ ലവണങ്ങൾ മാത്രം അവക്ഷി
പ്തപ്പെടുന്നു. മണ്ണിന്റെ ലവണത്വം കൂടിക്കൂടി വരികയും തിരിച്ചുപിടി
ക്കാൻ വയ്യാത്തവിധം ലവണ മരുഭൂമികൾ രൂപപ്പെടുകയും ചെയ്യുന്നു.

ഉഷ്ണമേഖലയില്‍ 1.2 ദശലക്ഷം ചതുരശ്രകിലോമീറ്റര്‍ മനുഷ്യ നിര്‍മിത ലവണ മരുഭൂമികളുണ്ടെന്ന് റോബര്‍ട്ട് ക്ലാര്‍ക്ക് പറയുന്നു. പടിഞ്ഞാറന്‍ ആഫ്രിക്കയിലെ രാജ്യമാണ് സഹേല്‍. അവിടെ 1968–73 കാലഘട്ടങ്ങളി ലുണ്ടായ കൊടും വരള്‍ച്ചയില്‍ 2.5 ലക്ഷത്തിലേറെ ആളുകളും 35 ലക്ഷത്തോളം കന്നുകാലികളും മരിച്ചുവീണു. സഹേലിനു മറ്റു രാജ്യ ങ്ങളില്‍ നിന്നും സഹായമായി കിട്ടിയ 7.5 ബില്യൺ ഡോളറില്‍ പത്തില്‍ ഒന്ന് ഭാഗവും ജലസേചനത്തിനുപയോഗിച്ച് ഓരോ വര്‍ഷവും 5000 ഹെക്ടര്‍ ഭൂമി കൃഷിക്കുപയുക്തമാക്കാനായെങ്കിലും മറുവശത്ത് അത്രയും വിസ്തൃതിയില്‍ കൃഷിഭൂമി ഉപ്പുപാടമായി മാറിയെന്നു അദ്ദേഹം തന്റെ *വളരുന്ന മരുഭൂമികള്‍* (Expanding Deserts) എന്ന ലേഖനത്തി ലൂടെ വ്യക്തമാക്കുന്നു. ഇന്ത്യയില്‍ 7 ദശലക്ഷം ഹെക്ടറോളം ലവണ മരുഭൂമികളുണ്ട്.

നീര്‍വാഴ്ചയില്ലാതെ വെള്ളം കെട്ടിനില്‍ക്കുന്ന സ്ഥലങ്ങള്‍ ചതുപ്പു കളായി—ജലാപ്ലുത പ്രദേശങ്ങളായി മാറുന്നു. വേണ്ടത്ര ജലനിര്‍ഗമന മാര്‍ഗങ്ങള്‍ പണിയാത്ത ഊര്‍ജിത ജലസേചന പദ്ധതി പ്രദേശങ്ങളിലും മണ്ണിന്റെ പ്രത്യേകതകളാരായാതെ ജലസേചനം നടത്തിയ പ്രദേശങ്ങ ളിലും അനേകമേക്കര്‍ വിളഭൂമി ചതുപ്പായി മാറിയതിന് ഏറെ ഉദാഹര ണങ്ങളുണ്ട്. പാകിസ്ഥാനില്‍ സിന്ധുനദീതീരത്ത് ഫലപുഷ്ടമായ 40000 ഹെക്ടര്‍ കൃഷിഭൂമി ഉപ്പുകേറി നശിച്ചത് ഇത്തരത്തിലുള്ള തീവ്രയത്ന പരിപാടി മൂലമായിരുന്നു. മധ്യപ്രദേശിലെ ഹൗസംഗാബാദ്ജില്ലയില്‍ താവാ പ്രൊജക്ടിന്റെ കഥ മറ്റൊന്നാണ്. അവിടെ പരുത്തി കൃഷി ചെയ്തുവന്നിരുന്ന കരിമണ്‍ പ്രദേശം (Black Cotten soil) നെല്‍പ്പാട മാക്കി മാറ്റാനാവുമെന്ന് ഏതോ ആസ്ഥാന ശാസ്ത്രജ്ഞന്‍ വെളിവുദി ച്ചു. തോടുവെട്ടലും വെള്ളം തേവലുമൊക്കെ തകൃതിയായിത്തന്നെ നട ന്നു. ഫലമോ, നീര്‍വാഴ്ച തീരെയില്ലാത്ത മണ്ണ് ചതുപ്പായി മാറി. കടി ച്ചതും പിടിച്ചതും ഇല്ലാതായ പരുത്തിക്കൃഷിക്കാരെ സൊയാബീന്‍ കൃഷി ചെയ്യാന്‍ പ്രേരിപ്പിക്കുകയാണ് സര്‍ക്കാര്‍ ഇപ്പോള്‍. സൊയാബീനാകട്ടെ കര്‍ഷകര്‍ക്ക് ഭക്ഷ്യാവശ്യങ്ങള്‍ക്ക് നേരിട്ടുപയോഗിക്കാനാവില്ലതാനും.

റിസര്‍വോയര്‍ മലിനീകരണവും ആരോഗ്യപ്രശ്നങ്ങളും

കേരളത്തിലെ ചെറുതും വലുതുമായ വ്യവസായശാലകള്‍ ഓരോ ദിവസവും 5 ലക്ഷം ക്യൂബിക് മീറ്റര്‍ വിഷമാലിന്യങ്ങള്‍ നമ്മുടെ പുഴക ളിലേക്കു തള്ളിവിടുന്നു. ഇവയെക്കൂടാതെ വയലുകളില്‍ തളിക്കുന്ന രൂക്ഷമായ കീടനാശിനികളും പുഴയില്‍ത്തന്നെ ചെന്നു ചേരുന്നു. ഇത്ത രത്തില്‍ ജലസംഭരണിയില്‍ കെട്ടിനില്‍ക്കുന്ന വിഷജലം സമീപ പ്രദേ ശങ്ങളിലെ ജനജീവിതത്തെ എങ്ങനെ ദുസ്സഹമാക്കുന്നുവെന്നതിന് ഉദാ ഹരണമാണ് കുട്ടനാട്ടിലെ തണ്ണീര്‍മുക്കം ബണ്ട്. ഓരോ വിളക്കാലത്തും ആയിരം ടണ്ണോളം കീടനാശിനികള്‍ കുട്ടനാട്ടില്‍ ഉപയോഗിക്കുന്നുണ്ട്.

ഇവയെല്ലാം തണ്ണീർമുക്കം ബണ്ട് അടച്ചിടുന്നതുമൂലം അവിടെത്തന്നെ തങ്ങിനിന്ന് കുട്ടനാട്ടുകാരുടെ 'കുടിവെള്ളവും കളിവെള്ളവും' മുട്ടിക്കുന്നു.

റിസർവോയറിലെ ഒഴുകാതെ കെട്ടിനിൽക്കുന്ന വെള്ളത്തിൽ ആഫ്രിക്കൻ പായൽ, കുളവാഴ തുടങ്ങിയ കളകൾ വളരുന്നു. മന്തുരോഗം പരത്തുന്ന മാൻസോണിയാ കൊതുകുകൾ മുട്ടയിട്ടു വളരുന്നത് ഇത്തരം കളകളിലാണ്. ഇതുമൂലം പരിസര പ്രദേശങ്ങളിൽ മന്തുരോഗബാധ കൂടുതലായിരിക്കും.

മനുഷ്യന്റെ മൂത്രാശയ രക്തക്കുഴലുകളിൽ ജീവിക്കുന്ന സ്തിസ്റ്റോസോമ എന്ന രക്തപ്പുഴു പരത്തുന്ന മാരകരോഗമാണ് ബിൽഹാർസിയാസിസ്. ഈജിപ്തിൽ അസ്വാൻ അണക്കെട്ടു വന്നശേഷം ഈ രോഗം നിയന്ത്രണാതീതമായി. ഇതിന്റെ കാരണമെന്തായിരുന്നുവെന്നോ; ജീവിതചക്രത്തിന്റെ ആദ്യദശയിൽ സ്തിസ്റ്റോസോമ ജീവിച്ചിരുന്നത് ഒരുതരം ജലഒച്ചിലായിരുന്നു. അണക്കെട്ടു വരുംമുമ്പെ ചില സ്ഥലങ്ങളിൽ മാത്രം ഒതുങ്ങിനിന്ന ഈ ഒച്ച് റിസർവോയർ വന്ന് വെള്ളം കയറിയേടത്തെല്ലാം വ്യാപിച്ചു. ഒപ്പം പരാദമായ രക്തപ്പുഴുവും. ഈജിപ്തിലെ 300 ലക്ഷം ജനങ്ങളിൽ 140 ലക്ഷമാളുകളും കഷ്ടസാധ്യമായ ബിൽഹാർസിയാസിസ് രോഗം പിടിപെട്ട് നരകയാതനകളനുഭവിക്കുന്നവരാണത്രേ.

കാളീപദ്ധതിയുടെ റിസർവോയറിൽ പെരുകി വളർന്ന യൂപ്പറ്റോറിയം ഗ്ലാന്റലോസം എന്ന കള കനാലുകളിലേക്കും പവർ സ്റ്റേഷനുകളിലേക്കുമുള്ള വെള്ളത്തിന്റെ ഒഴുക്കു തടസപ്പെടുത്തി. ജലസംഭരണിയിൽ അടിഞ്ഞു കൂടുന്ന ആഫ്രിക്കൻ പായൽ പോലുള്ള കളകൾ ജലഗതാഗതത്തെ അസാധ്യമാക്കുന്നു.

നിശ്ചലമായ വെള്ളം പലതരം രാസയൗഗീകങ്ങളെയും ലവണങ്ങളെയും അമിതമായി സംഭരിക്കുന്നു. ഇവ കുടിവെള്ളത്തിലൂടെയും മറ്റും മനുഷ്യശരീരത്തിലെത്തുമ്പോൾ ഗുരുതരമായി പ്രത്യാഘാതങ്ങളുണ്ടാവുന്നു. ആന്ധ്രയിലെ നാഗാർജുന സാഗർ അണക്കെട്ടു പ്രദേശത്തു കുടിവെള്ളത്തിലെ ഫ്ളൂറൈഡ് ബാധമൂലം അനേകമാളുകൾക്ക് എല്ലുവളയൽ (ഫ്ളൂറോസിസ്) രോഗം പിടിപെട്ടു.

വളഞ്ഞ് പുളഞ്ഞാണ് നദികൾ ഒഴുകുന്നത്. നദിയുടെ ഉപരിതലത്തിൽ പതിക്കുന്ന സൂര്യതാപം നദിയുടെ ഇളക്കം കാരണം എല്ലാ ഭാഗത്തും തുല്യമായി വിതരണം ചെയ്യപ്പെടുന്നു. അതുകൊണ്ട് നദീജലം പെട്ടെന്ന് ചുടുപിടിക്കുന്നില്ല; ബാഷ്പീകരണംമൂലം ഭീമമായ വിധത്തിൽ നഷ്ടപ്പെടുന്നുമില്ല. എന്നാൽ ജലസേചന കനാലാകട്ടെ നേർരേഖയിലാണ് നിർമിക്കപ്പെടുന്നത്. അതുകൊണ്ടുതന്നെ വളരെപ്പെട്ടന്ന് ചൂടാവുന്നു. ചൂടായ വെള്ളത്തിൽ നിന്നും ലേയ ഓക്സിജൻ സ്വതന്ത്രമാക്കപ്പെടുന്നു. ഓക്സിജനില്ലാത്ത വെള്ളത്തിൽ മത്സ്യങ്ങൾക്കും മറ്റു ജലജീവികൾക്കും ജീവിക്കാൻ സാധ്യമല്ല. ചുരുക്കത്തിൽ കനാലുകളിലൂടെ നമുക്ക് കുടിക്കാൻ കിട്ടുന്നത് പ്രാണവായുവറ്റ ചത്ത വെള്ളമാണ്.

റിസർവോയറിന്റെ സ്ഥിതിയും ഇതിൽ നിന്നും ഒട്ടും വൃത്യസ്തമ
ല്ല. സൂര്യതാപം മൂലം സ്വതന്ത്രമാക്കപ്പെടുന്ന ഓക്സിജനും പുറമെ ജല
സംഭരണിയ്ക്കടിയിൽ പെട്ടു ചത്തുപോവുന്ന ജൈവാവശിഷ്ടങ്ങൾ ജല
ത്തിന്റെ അമ്ലത്വം കൂട്ടുന്നതിനാലും ഓക്സിജൻ നഷ്ടപ്പെടുന്നു. ജൈവ
മാലിന്യങ്ങളെ വിഘടിച്ച് സസ്യങ്ങൾക്കുപയോഗിക്കാൻ തക്ക അജൈ
വഘടകങ്ങളായി മാറ്റുന്ന എയ്റോബിക് ബാക്ടീരിയകൾ ജീവിക്കുന്നത്
ജലാശയങ്ങളിലെ ലേയ ഓക്സിജൻ (Dissolved Oxygen-D O) ഉപ
യോഗിച്ചാണ്. ഈ വിഘാടന പ്രവർത്തനത്തിനും ഓക്സിജൻ ആവശ്യ
മാണ്. ഇതിനെ ഓക്സിജന്റെ രാസീയചോദനം (Chemical Oxygen De-
mand - COD) എന്നാണ് പറയുക. എയ്റോബിക് ബാക്ടീരിയകൾക്കു
ജീവിക്കാൻ വേണ്ട ഓക്സിജൻ ആവശ്യവും (Biological Oxygen De-
mand BOD) രാസീയചോദനവും (COD) ലയിച്ചു ചേർന്ന ഓക്സിജ
നെക്കാൾ (DO) അധികമാവുമ്പോൾ എയ്റോബിക് ബാക്ടീരിയകൾ
നശിച്ചു പോകുന്നു. കുന്നുകൂടുന്ന മാലിന്യങ്ങൾക്കിടയിൽ ഓക്സിജൻ
ആവശ്യമില്ലാത്ത അനൈറോബിക് ബാക്ടീരിയകൾ പെരുകുന്നു.
സൾഫർ സംയുക്തങ്ങളെ വിഘടിച്ചു ജീവിക്കുന്ന ഇവ സൾഫർ ഡയോ
ക്സേഡ് ഹൈഡ്രജൻ സൾഫൈഡ് തുടങ്ങിയ ദുർഗന്ധവാതകങ്ങൾ
ഉദ്ഗമിപ്പിക്കുന്നു — പൊട്ടി നാറുന്ന ഓവുചാലുകളെപ്പോലെയായിത്തീ
രുന്നു ജലസംഭരണികൾ.

ഒട്ടുമിക്ക വൻകിട ഡാമുകളും പണിയപ്പെട്ടിട്ടുള്ളത് മൂന്നാം ലോക
രാഷ്ട്രങ്ങളിലാണ്. അതിനുവരുന്ന ഭീമമായ ചെലവുകൾ വഹിക്കുന്നതും
സാങ്കേതിക സഹായം നൽകുന്നതും വികസിത രാഷ്ട്രങ്ങളും. പെട്രോ
കെമിക്കൽ കീടനാശിനി വ്യവസായങ്ങളിലേതുപോലെതന്നെ നിയോകൊ
ളോണിയൽ ചൂഷണത്തിന്റെ മറ്റൊരു മുഖം മാത്രമാണ് സുപ്പർഡാമു
കൾ. അത് ദരിദ്ര രാജ്യങ്ങളെ സാമ്പത്തികാടിമത്തത്തിന്റെ പടുകുഴിക
ളിലേക്കു തള്ളിയിടുന്നു. നമുക്കു ചേർന്നത് പ്രാദേശിക സാങ്കേതിക വിദ്യ
കളുപയോഗിച്ച് നിർമിക്കാവുന്ന മിനിമൈക്രോഹൈഡൽ പ്രൊജക്ടുക
ളാണ്. വളരെക്കുറച്ചു പാരിസ്ഥിതികനാശം മാത്രം വരുത്തുന്ന സ്വയം
പര്യാപ്തമായ ഇത്തരം ചെറു നിർമിതികൾ ദീർഘകാലം ഈടുനിൽക്കു
ന്നു. മറുനാടൻ സാങ്കേതിക വിദ്യയുടെ ആനയുമമ്പാരിയുമായി കെട്ടി
യെഴുന്നള്ളിച്ച ഏറെ സുപ്പർ ഡാമുകൾ തലക്കാടു കരിഞ്ഞ് മണ്ണടിഞ്ഞ്
ഉപയോഗശൂന്യമായിത്തീരവേ; കോൺക്രീറ്റിന്റെയും കോൺട്രാക്ടറു
ടെയും മായാജാലങ്ങൾ അജ്ഞാതമായ ചേര രാജാക്കന്മാരുടെ ഭരണ
കാലത്ത് കലക്കാടു കുന്നിൽ കുമ്മായമുപയോഗിച്ചു പണിത അണ
ഇന്നും നാശമില്ലാതെ തുടരുന്നുവെന്ന സത്യം ആധുനിക സാങ്കേതിക
വിദ്യയെ നോക്കി കൊഞ്ഞനം കുത്തുന്നു.

വർത്തമാനകാലത്തിന്റെ അപ്രിയയാഥാർഥ്യങ്ങൾ നൽകിയ തിരി
ച്ചറിവുപോലും നമ്മുടെ ഭരണകൂടങ്ങളെ പിറകോട്ടുനോക്കിക്കുന്നില്ല
എന്നതാണ് ഖേദകരമായ വസ്തുത. കടലിലേക്ക് അനുസ്യൂതം ഒഴുകി

'പാഴായിപ്പോകുന്ന' ജലത്തെ മുഴുവൻ ഊറ്റിയെടുക്കാൻ വമ്പൻഡാമുകൾ തന്നെ കെട്ടിയിടണമെന്ന ധാർഷ്ട്യത്തെ ചോദ്യം ചെയ്യാനുള്ള എല്ലു റപ്പ് പണയം വെക്കപ്പെട്ട നമ്മുടെ നാവുകൾക്കും ഇല്ലാതെ പോയി.

അണക്കെട്ടുകളെ വികസനക്ഷേത്രമായിക്കണ്ട നെഹ്റുതന്നെയാണ് അനുഭവങ്ങളിൽനിന്നും പഠിക്കാത്തവർ വിഡ്ഢികളാണെന്നു പറഞ്ഞതും. രാഷ്ട്രീയ നേതൃത്വങ്ങളുടെ പ്രസ്റ്റീജ് പ്രശ്നം എന്നതിലുപരി ഭൂമിയുടെ ഉയിരൂറ്റിയെടുക്കുന്ന കൃതാന്തപാശമായിട്ട് സൂപ്പർഡാമുകളെ കാണാത്തിടത്തോളം ഭരണകൂടങ്ങളിൽ നിന്നും മനുഷ്യനും പ്രകൃതിക്കും ഒരുവിധത്തിലുള്ള സ്വാഭാവികനീതിയും പ്രതീക്ഷിക്കാനില്ല.

സൂചിമുഖി 1988

6

ആണവനിലയവും ഉത്തരകേരളവും

കേരളത്തിൽ ഒരു ആണവനിലയം സ്ഥാപിച്ചേ അടങ്ങൂവെന്ന ഭര ണകൂടത്തിന്റെ ദുർവാശിയും ആസ്ഥാന ശാസ്ത്രജ്ഞന്മാരുടെ വെളി പാടുകളും ചേർന്ന് രൂപംകൊടുത്ത ഭീതിയുടെ വിഷമേഘങ്ങൾ സാന്ദ്ര മാവുക കണ്ണൂർ-കാസർഗോഡ് ജില്ലകളിലായിരിക്കുമെന്ന് ഏറെക്കുറെ വ്യക്തമായിരിക്കുകയാണ്. ആഗസ്റ്റ് ആദ്യവാരത്തിൽ ഇവിടത്തെ വിവിധ കേന്ദ്രങ്ങൾ സന്ദർശിച്ച കേന്ദ്ര ന്യൂക്ലിയർ പവർ കോർപ്പറേഷൻ ചീഫ് എഞ്ചിനീയർ കൃഷ്ണന്റെ നേതൃത്വത്തിലുള്ള പഠനസംഘം കാസർ കോഡു ജില്ലയിൽ കുമ്പളക്കടുത്തുള്ള എൻമകജെ, ബേള എന്നീ സ്ഥല ങ്ങളിലും കാഞ്ഞങ്ങാടിനു വടക്കു കിഴക്കു ഭാഗത്ത് ബെഡഡുക്ക പഞ്ചാ യത്തിലെ 'കുണ്ടും കുഴി'യിലും സ്ഥലപരിശോധന നടത്തി. കണ്ണൂർ ജില്ലയിൽ പയ്യന്നൂരിനടുത്തുള്ള പെരിങ്ങോത്തും ഈ സംഘമെത്തി. റവന്യൂ അധികൃതരെപ്പോലുമറിയിക്കാതെ പൊലീസ് അകമ്പടിയോടെ അതിരഹസ്യമായിട്ടായിരുന്നു സ്ഥലപരിശോധന നടത്തിയത്.

ചതുരശ്ര കി മീറ്ററിന് ശരാശരി 746 പേർ താമസിക്കുന്ന കേരള ത്തിൽ ഒരിടത്തും ഒരാണവനിലയം സ്ഥാപിക്കുന്നതിനുള്ള സ്ഥലമില്ല ന്നകാര്യം തർക്കമറ്റതാണ്. കേരളത്തിൽ ഒരാണവനിലയം സ്ഥാപിക്ക പ്പെടുകയാണെങ്കിൽ അത് ഇക്കാര്യത്തിൽ അനുവർത്തിക്കേണ്ട എല്ലാ മാനദണ്ഡങ്ങളെയും നഗ്നമായി ലംഘിച്ചുകൊണ്ടിരിക്കുമെന്നതിൽ സംശ യമില്ല. അത്യുത്തര കേരളത്തിൽ ഒരാണവനിലയത്തിന്റെ സാധുതയും സാംഗത്യവും ചില ഭൗതിക ഘടകങ്ങളെ മുൻനിർത്തി പരിശോധിക്കു കയാണ് ഈ ലേഖനത്തിലൂടെ.

ആണവനിലയവും ജനസാന്ദ്രതയും

ആണവനിലയം സ്ഥാപിക്കാൻ തെരഞ്ഞെടുക്കുന്നത് താരതമ്യേന ജനവാസം കുറഞ്ഞ സ്ഥലങ്ങളാണ്. ഗുജറാത്ത്-മഹാരാഷ്ട്ര അതിർത്തി

യിലെ താരാപ്പൂരിൽ ഇന്ത്യയിലെ ആദ്യത്തെ അണുനിലയം സ്ഥാപിക്കാ നുള്ള പ്രാരംഭ നടപടികൾ 1958 ൽ തുടങ്ങിയപ്പോൾ സ്വീകരിച്ച മാനദ ണ്ഡങ്ങൾ താഴെ പറയുന്നവയായിരുന്നു.

1. 24 കി മീ ചുറ്റുവട്ടത്തിൽ ആരും താമസമില്ല. (നിർദിഷ്ട ആണവ കേന്ദ്രത്തിന്റെ 2.4 കി മീ പരിധിയിൽ വരുന്ന 600 ആളുകൾ താമ സിച്ചിരുന്ന ഒരു ഗ്രാമ 8 കി മി ദൂരത്തേക്കു മാറ്റി.)

2. 5 കി മീ ചുറ്റുവട്ടത്തിൽ കുറച്ചുപേർ മാത്രം

3. 16 കി മീ ചുറ്റുവട്ടത്തിൽ പത്തായിരം ആളുകളോ കൂടുതലോ ഉള്ള ഗ്രാമങ്ങൾ ഇല്ല.

4. 40 കി മീ ചുറ്റുവട്ടത്തിനുള്ളിൽ ഒരു ലക്ഷമോ കൂടുതലോ ആളുക ളുള്ള നഗരങ്ങൾ ഉണ്ടാകരുത്.

ചെർണോബിലിന്റെയും ത്രിമൈൽ ഐർലന്റിന്റെയും അനുഭവപാ ഠങ്ങൾ നൽകിയ തിരിച്ചറിവ് ജനസാന്ദ്രതയും നിലയവും തമ്മിലുള്ള ബന്ധം കൂടുതൽ കർക്കശമാക്കാനാണ് ലോകത്തെ മുഴുവൻ പ്രേരിപ്പി ക്കുന്നത് — ജനസാന്ദ്രതയെ മുൻനിർത്തി നോക്കിയാൽ പരിശോധന നടത്തിയ സ്ഥലങ്ങളൊന്നും നിലയസ്ഥാപനത്തിന് യോജിച്ചതല്ലെന്ന് വ്യക്തമാണ്.

കാസർകോഡ് ജില്ലയിൽ ആണവനിലയം സ്ഥാപിക്കാൻ സ്ഥലപ രിശോധന നടത്തിയ 'കുണ്ടും കുഴി' ഗ്രാമം ഉൾക്കൊള്ളുന്ന ബേഡഡുക്ക പഞ്ചായത്തിൽ 151.48 ചതുരശ്ര കിലോമീറ്റർ വിസ്തൃതിയിൽ 5997 വീടു കളിലായി 35485 പേർ താമസിക്കുന്നതായി 1981ലെ സെൻസസ് റിപ്പോർട്ട് വ്യക്തമാക്കുന്നു. കാഞ്ഞങ്ങാട് – കാസർകോഡ് നഗരങ്ങളിൽ നിന്നും 10 കി മീ മാത്രം അകലെയാണ് ഈ സ്ഥലം. കാസർഗോഡ് ജില്ലയിലെ തന്നെ ഇതരപ്രദേശങ്ങളുമായി തട്ടിച്ചുനോക്കിയാൽ ജനസാന്ദ്രതകുറഞ്ഞ മഞ്ചേശ്വരം ബ്ലോക്കിലെ ഏറ്റവുമേറെ ജനവാസമുള്ള രണ്ടു പഞ്ചായ ത്തുകളാണ് എൻമകജെയും ബദിയടുക്കയും (ബദിയടഡുക്ക പഞ്ചായ

പെരിങ്ങോം ആണവപ്രക്ഷോഭം സുകുമാർ അഴീക്കോട് സംസാരിക്കുന്നു.

പെരിങ്ങോം ആണവപ്രക്ഷോഭം എം ടി വാസുദേവന്‍ നായര്‍ സംസാരിക്കുന്നു.

ത്തില്‍ ബദിയടുക്ക ടൗണില്‍ നിന്നും 3 കി മീ മാത്രം ദൂരെയാണ് ബേള) 67.89 ച കി മീറ്റര്‍ വിസ്തൃതിയുള്ള ബദിയടുക്ക പഞ്ചായത്തില്‍ 3569 വീടുകളും 22576 ആളുകളും ഉണ്ട്. എന്‍മകജെ പഞ്ചായത്തിന്റെ വിസ്തൃതി 78.23 ച. കീ മീറ്ററും വീടുകളുടെ എണ്ണം 3421ഉം ജനസംഖ്യ 21302 ഉം ആണ്. കുമ്പള, കാസര്‍കോഡ്, മംഗലാപുരം, മഞ്ചേശ്വരം, സുള്ള്യ തുടങ്ങിയ നഗരങ്ങള്‍ ഈ പ്രദേശത്തിന്റെ 20 കി മീറ്റര്‍ പരിധി യില്‍ പെടും.

പെരിങ്ങോം–വയക്കര പഞ്ചായത്തില്‍പ്പെടുന്ന പെരിങ്ങോം വില്ലേ ജിലെ 'പാടിയോട്ടുചാല്‍' എന്ന സ്ഥലം ആണ് ആസ്ഥാനശാസ്ത്രജ്ഞ ന്മാര്‍ പരിശോധിച്ചത്. പെരിങ്ങോം വില്ലേജില്‍ മാത്രം 1,651 വീടുകളിലായി 9,728 പേര്‍ താമസിക്കുന്നതായി 1981ലെ കണക്കുകള്‍ കാണിക്കുന്നു. (സ്വാഭാവിക വര്‍ധനവ്; നേവല്‍ അക്കാദമിക്കു വേണ്ടി കുടിയൊഴിക്ക പ്പെട്ടവരുടെ കുടിയേറ്റം തുടങ്ങിയവമൂലം ഇക്കഴിഞ്ഞ ഒരു ദശാബ്ദം കൊണ്ട് ഇതിലും എത്രയോ കൂടിയിരിക്കും യഥാര്‍ഥ ജനസംഖ്യ) പെരി ങ്ങോത്തിന്റെ പരിധിയില്‍പ്പെടുന്ന തവിടിശ്ശേരി, പെരുന്തട്ട എന്നീ ദേശ ങ്ങളില്‍ യഥാക്രമം 1,573ഉം 2,975ഉം ആളുകള്‍ താമസിക്കുന്നു. പെരി ങ്ങോത്തിന്റെ സഹപഞ്ചായത്തായ വയക്കരയിലെ മാത്രം ജനസംഖ്യ 31,213 (5,612 വീടുകള്‍) ആണ്. പെരിങ്ങോത്തിന്റെ അഞ്ചു കി മീറ്റര്‍ പരി ധിയില്‍ പെടുന്ന ചില ഗ്രാമങ്ങളിലെ ജനസംഖ്യ താഴെകൊടുക്കുന്നു. ജനസാന്ദ്രതയുടെ ഒരേകദേശ രൂപം കിട്ടാന്‍ അതു സഹായിക്കും.

പേര്	ജനസംഖ്യ	വീടുകളുടെ എണ്ണം
ആലപ്പടമ്പ	5,527	1052
കുറ്റൂര്‍	13514	
പെരളം	5,959	1086
കാങ്കോല്‍	7,541	1350

കണ്ണൂർ, തളിപ്പറമ്പ് പയ്യന്നൂർ, കാഞ്ഞങ്ങാട് തുടങ്ങിയ ജനസാന്ദ്ര തയേറിയ നഗരങ്ങൾ പെരിങ്ങോത്തിന്റെ 30 കി മീറ്റർ പരിധിയിൽ വരുന്നു. ചെർണോബിൽ ആണവദുരന്തം നടന്ന് ഏതാനും മണിക്കൂറുകൾക്കുള്ളിൽ 30 കി മീറ്റർ ചുറ്റളവിൽ താമസിക്കുന്ന എല്ലാവരെയും ഒഴിപ്പിച്ചു. ഏകദേശം ഒരുലക്ഷം പേർ മാത്രമായിരുന്നു ഇങ്ങനെ ഒഴിപ്പിക്കപ്പെട്ടത്. കേരളത്തിൽ ഇത് എവിടെയും മുപ്പതുലക്ഷത്തിലും കൂടുതലായിരിക്കും... 'ഔദ്യോഗികാപകടമേഖല'യിൽ മാത്രം മുപ്പതുലക്ഷംപേർക്ക് ദുരന്തം സംഭവിക്കുക! സ്വപ്നത്തിൽ പോലും ഈ ക്രൂരത നമ്മെവേട്ടയാടാതിരിക്കട്ടെ.

സങ്കീർണമായ ജലവ്യൂഹം

കേരളം ജലസമ്പത്തുകൊണ്ട് അനുഗൃഹീതമാണ്. ഇവിടത്തെ പടിഞ്ഞാറോട്ടൊഴുകുന്ന 41 നദികളിൽ 16ഉം കണ്ണൂർ–കാസർകോഡു ജില്ലകളിലാണ് (ചിത്രം കാണുക). കൈത്തോടുകൾ ഒന്നുചേർന്ന് നദികളായിത്തീരുന്നത് സമതലങ്ങളിലൂടെ ഒഴുകുമ്പോഴാണ് തീരപ്രദേശം വരെ ചിതറിക്കിടക്കുന്ന ലാറ്ററൈറ്റ് കുന്നുകൾ ഇടകലർന്ന അത്യുത്തര കേരളത്തിന്റെ സവിശേഷമായ ഭൂപ്രകൃതി ഇത്തരത്തിലുള്ള നദികളുടെ പിറവിയെ തടുക്കുന്നു. അതുകൊണ്ടുതന്നെ കൈത്തോടുകൾ നദികളാവാതെ നേരിട്ട് കടലിൽ പതിക്കുന്നു. (പതിനായിരം ചതുരശ്ര കിലോമീറ്റർ ആവാഹന പ്രദേശമുണ്ടെങ്കിലേ ഒരു ഒത്തനദി പിറക്കൂ! എങ്കിലും നാം ഈ തോടുകളെ നദികളെന്നു വിളിക്കുകയും അവയിൽ കൂറ്റൻ അണക്കെട്ടുകൾ തന്നെ കെട്ടുകയും ചെയ്യുന്നു.)

ഉത്തരകേരളത്തിലെ നദികളിൽ ചന്ദ്രഗിരി, കാരിയങ്കോട്, വളപട്ടണം തുടങ്ങി ഏതാനും ചിലവ മാത്രമേ പശ്ചിമഘട്ടത്തിലെ മഴക്കാടുകളിൽ നിന്നും ഉൽഭവിക്കുന്നുള്ളൂ. ഇവയെത്തന്നെ ജലപുഷ്ടമാക്കുന്നത് ഇടനാട്ടിൽ നിന്നും ഉൽഭവിക്കുന്ന തോടുകളാണ് — ഭൂരിപക്ഷം നദികളും ഉണ്ടാവുന്നത് ഇടനാടൻ ചെങ്കൽ കുന്നുകളിൽ അവശേഷിച്ചിരിക്കുന്ന കൊച്ചു പച്ചത്തുരുത്തുകളിൽ നിന്നോ; അവിടങ്ങളിലെ കൂറ്റൻ പാറക്കെട്ടുകൾക്കിടയിൽനിന്നോ ഉറവയെടുക്കുന്ന കൊച്ചരുവികൾ ചേർന്നാണ്— ഒരു കാലത്ത് നിബിഡവനമായിരുന്ന ലാറ്ററൈറ്റ് കുന്നുകൾ മിക്കവാറും മനുഷ്യപ്രവർത്തനങ്ങൾമൂലം ഉരുളൻകല്ലുകൾ മാത്രം തെളിഞ്ഞുകാണാവുന്ന ലാറ്ററൈറ്റ് മരുഭൂമിയായിത്തീർന്നിരിക്കുകയാണിന്ന്.

ആണവനിലയം സ്ഥാപിക്കുന്നതിന് വിദഗ്ധ സംഘം പരിശോധിച്ച സ്ഥലങ്ങളിലെല്ലാം തന്നെ ഇത്തരത്തിലുള്ള ചെങ്കൽപ്പാറകളാണ് (അവയ്ക്കപ്പുറത്ത് കുന്നിൻ ചെരുവുകളിൽ ജനതയുടെ ജീവൽത്തുടിപ്പുകൾ അവർ കണ്ടിരിക്കില്ല) ഉറവകളും അരുവികളും തോടുകളും പുഴയും എല്ലാം വലക്കണ്ണികൾപോലെ ബന്ധപ്പെട്ടുകിടക്കുകയാണീ മേഖലയിൽ. ഒട്ടനവധി അന്തർബന്ധങ്ങളാൽ അതിസങ്കീർണമായിരിക്കുന്ന ഈ ജല വ്യൂഹം ഒരു ആണവനിലയം സ്ഥാപിക്കാൻ സ്ഥലനിർണയം നടത്തുമ്പോൾ പരിഗണിക്കപ്പെടേണ്ട പ്രധാന സംഗതിയാണ്. ആണവാവശിഷ്ടങ്ങളെ ജില്ലയിലെങ്ങും പെട്ടെന്നു വിതരണം ചെയ്യുന്നതിൽ ഈ ജല

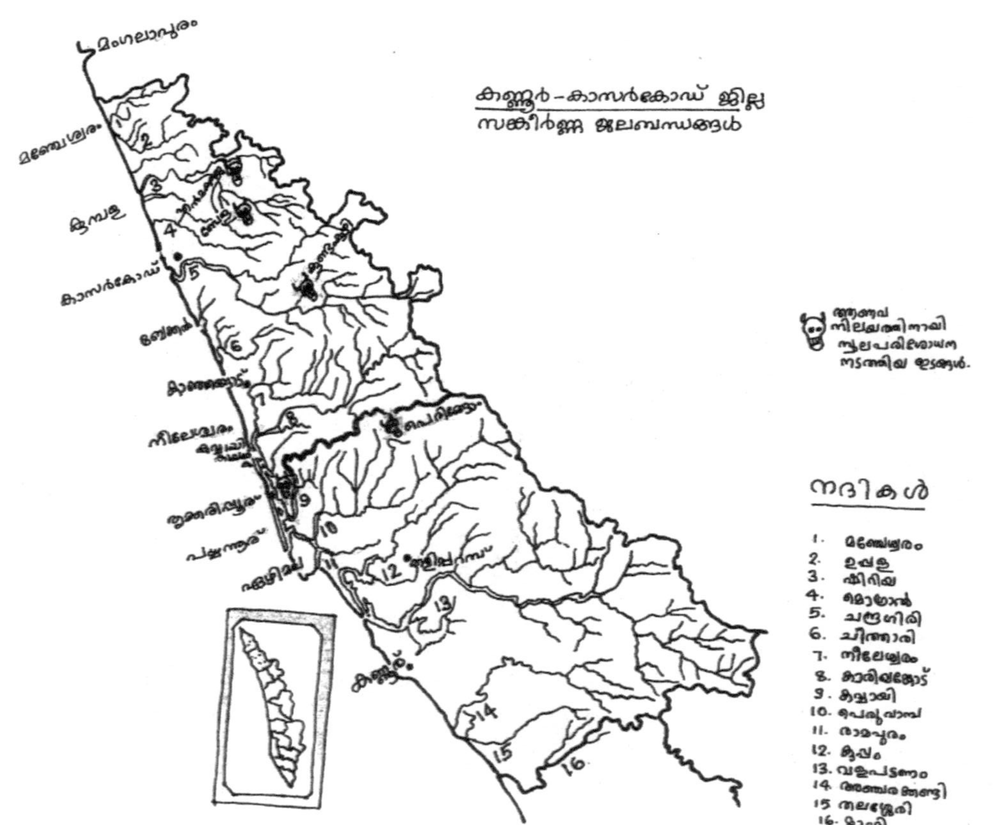
കണ്ണൂർ-കാസർകോഡ് ജില്ല
സങ്കീർണ്ണ ജലബന്ധങ്ങൾ
ആണവ നിലയത്തിനുവേണ്ടി സ്ഥലപരിശോധന നടത്തിയ ഇടങ്ങൾ.
മംഗലാപുരം
മഞ്ചേശ്വരം
ഉപ്പള
കാസർകോഡ്
ഉദുമ
മാഞ്ഞൂർ
നീലേശ്വരം
തൃക്കരിപ്പൂർ
പഴയങ്ങാടി
ഏഴിമല
പെരിങ്ങോം
കണ്ണൂർ
നദികൾ
1. മഞ്ചേശ്വരം
2. ഉപ്പള
3. ഷിറിയ
4. മൊഗ്രാൽ
5. ചന്ദ്രഗിരി
6. ചിത്താരി
7. നീലേശ്വരം
8. കാരിയങ്കോട്
9. കുപ്പായി
10. പെരുവാമ്പ
11. രാമപുരം
12. കൃഷ്ണം
13. വളപട്ടണം
14. അഞ്ചരക്കണ്ടി
15. തലശ്ശേരി
16. മാഹി

വ്യൂഹത്തിനുള്ള പങ്ക് കവ്വായിക്കായലിനെയും അതിൽ പതിക്കുന്ന നദി കളെയും മുൻനിർത്തി പരിശോധിക്കാം.

നീലേശ്വരം കാരിയങ്കോട്, കവ്വായി, പെരുവാമ്പ രാമപുരം എന്നീ നദികളുടെ പതനമുഖങ്ങൾ ചേർന്ന് നീലേശ്വരം മുതൽ ഏഴിമല വരെ നീണ്ടുകിടക്കുന്ന കവ്വായിക്കായൽ രൂപമെടുക്കുന്നു. ഹോസ്ദുർഗ് താലൂ ക്കിലെ കിണാനൂർ കുന്നുകളിൽ (ഏകദേശം 140 മീറ്റർ മാത്രം ഉയര ത്തിൽ) നിന്നും ഉൽഭവിച്ച് 46 കി മീ സഞ്ചരിച്ച് കോട്ടപ്പുറത്തുവെച്ച് കാരി യങ്കോട്ട് പുഴയുമായി ചേരുന്നു നീലേശ്വരംപുഴ. കർണാടകത്തിലെ കുർഗ് ജില്ലയിൽനിന്നും (1520 മീറ്റർ ഉയരം) ഉൽഭവിച്ച് നീലേശ്വരം പുഴയുമായി ചേർന്ന് നെല്ലിക്കാം തുരുത്തിയിൽ വെച്ച് കടലിൽ പതിക്കുന്ന കാരിയ ങ്കോട് പുഴയുടെ പതനമുഖത്ത് ഉണ്ടായ 'പൊഴി' ആകണം കവ്വായി ക്കായലിന്റെ ജന്മഹേതു. (64 കി മീ. നീളമുള്ള ഈ പുഴയിൽ 36 മീറ്റർ മാത്രം ഉയരത്തിലാണ് നിർദിഷ്ട കാക്കടവ് അണക്കെട്ട്) കവ്വായിപ്പുഴ യിലെ പ്രധാന ജലസ്രോതസ്സ് തെയ്യോട്ടു കാവിൽനിന്നും ഉൽഭവിക്കുന്ന കാക്കോൽ തോടാണ്. 325 മീറ്റർ മാത്രം ഉയരത്തിൽ നിന്നും ഉൽഭവി ക്കുന്ന പെരുവാമ്പപ്പുഴ എഴിമലയുടെ കിഴക്കുഭാഗത്തു നിന്നും രണ്ടായി പ്പിരിഞ്ഞ് ഒരു കൈവഴി പടിഞ്ഞാറോട്ടൊഴുകി കവ്വായിക്കായലിലും മറ്റേ കൈവഴി തെക്കോട്ടൊഴുകി പുതിയങ്ങാടിക്കടുത്തു വെച്ച് അറബിക്കട ലിലും പതിക്കുന്നു. ഇവയ്ക്കിടയിൽ നദികളായി അറിയപ്പെടാത്ത ചില കൊച്ചുതോടുകൾ നേരിട്ട് കവ്വായിക്കായലിൽ പതിക്കുന്നുമുണ്ട്. ചീമേ നിക്കടുത്ത 'നൂഞ്ഞ' എന്ന സ്ഥലത്തുനിന്നും ഉത്ഭവിച്ച് ചെറുവത്തൂർ, ചന്തേര തുടങ്ങിയ സ്ഥലങ്ങളിലൂടെ സഞ്ചരിച്ച് പടന്നക്കടുത്ത് കവ്വായി ക്കായലിൽ പതിക്കുന്ന 'മട്ടലായിത്തോട്' ഉദാഹരണം ഈ പുഴകളിൽ കാരിയങ്കോട്ടു പുഴയൊഴികെ മറ്റെല്ലാം തന്നെ പൂർണമായും ഇടനാട്ടിൽ നിന്നും തുടങ്ങുന്നവയാണ്. പഴയങ്ങാടി വളപട്ടണം തുടങ്ങിയ പുഴക ളുടെ പതനമുഖവും കവ്വായിക്കായലിനു സമീപത്താണ്. ഇവ കായലു മായി 'സുൽത്താൻതോട്' എന്ന മനുഷ്യനിർമിത കനാൽ മുഖേന ബന്ധി ക്കപ്പെട്ടിട്ടുമുണ്ട്. ആണവനിലയം സ്ഥാപിക്കപ്പെടുക കാരിയങ്കോട്ടു പുഴ യുടെ തീരത്തുള്ള പെരിങ്ങോത്തോ; കവ്വായിക്കായലിന്റെ തീരത്തുള്ള തൃക്കരിപ്പൂരോ... ആയാൽ കവ്വായിക്കായലും ജലദാതാക്കളായ പുഴകളും സമീപസ്ഥങ്ങളായ കടലും വികിരണാവശിഷ്ടങ്ങളടിഞ്ഞുകൂടി വിഷമ യമായി മാറും. അണുനിലയത്തിലെ പൊട്ടിത്തെറിപോലെ തന്നെ ഗുരു തരമായിരിക്കും ആണവാവക്ഷിപ്തങ്ങളേൽപ്പിക്കുന്ന അപകടവും, കായ ലിലും പുഴകളിലും അടിഞ്ഞുകൂടുന്ന ആണവാവക്ഷിപ്തങ്ങൾ തെക്കെ ക്കാട്. ഇടയിലക്കാട് തുടങ്ങിയ കവ്വായിക്കായലിലെ തുരുത്തുകളെ വാസ യോഗ്യമല്ലാതാക്കിത്തീർക്കും — മൽസ്യത്തൊഴിലാളികളെയും തൊണ്ടു തല്ലുന്നവരെയും തൊഴിൽ രഹിതരാക്കും — വികിരണമേറ്റ മത്സ്യ ങ്ങൾതിന്ന് ആയിരങ്ങൾ നിത്യരോഗികളായി മാറും. തൃക്കരിപ്പൂർ ആലു വാനഗരത്തെപ്പോലെ മറ്റൊരു 'വികസനപ്പുണ്ണാ'യി മാറും.

അടിസ്ഥാനാവശ്യങ്ങളായ വെള്ളം, വായു ആഹാരം ഇവയിൽ നിന്നും ഏൽപ്പിക്കുന്ന വാർഷികവികിരണം 25 മില്ലിറെം ആണെന്നും;

ആണവകേന്ദ്രത്തിന്റെ പരിസരത്ത് ഇത് കൂടിയാൽ 2 മില്ലിറെം മാത്രമാ ണെന്നും 'സത്യം പറയുന്ന' ന്യൂക്ലിയർപവർ കോർപ്പറേഷന്റെ പരസ്യ ങ്ങൾ തന്നെ തലതിരിച്ചുപിടിച്ചുവായിച്ചാൽ നമുക്ക് മറു സത്യം കണ്ടെ ത്താം. ആറ്റോമിക് പ്ലാന്റിൽ ഉപയോഗിക്കുന്ന വെള്ളം ശുദ്ധീകരിച്ച് പുഴ കളിലേക്കൊഴുക്കുകയാണ് ചെയ്യുന്നത് എന്ന് എൻ പി സി തന്നെ സമ്മ തിക്കുന്നുണ്ട്. സൈദ്ധാന്തിക ബ്രാഹ്മണ്യത്തിന്റെ സാങ്കേതിക പുണ്യാ ഹങ്ങൾക്ക് സ്ഫുടം ചെയ്തെടുക്കാവുന്നതല്ല വികിരണവിഷമെന്ന സത്യം എന്ന് അറിയുമ്പോഴാണ് പ്രശ്നത്തിന്റെ ഗുരുതരാവസ്ഥ വ്യക്ത മാവുന്നത്. ഇന്ത്യൻ ആണവനിലയങ്ങളുടെ പരിപൂർണ സുരക്ഷിതത്വം ഉറപ്പുനൽകുന്ന എൻ പി സി തന്നെ രാജസ്ഥാൻ ആറ്റോമിക് പ്ലാന്റിന്റെ 'ലീക്കി'നെക്കുറിച്ച് പറയുന്നു. ഇത്തരം ഔദ്യോഗിക വെളിപ്പെടുത്തലു കൾ യഥാർഥ അപകടത്തിന്റെ ഭീകരതയുടെ നൂറിലൊരംശം പോലും വ്യക്തമാക്കുന്നില്ലെന്നതാണ് സത്യം. പൂർണ സുരക്ഷിതത്വമെന്നു കൊട്ടി ഘോഷിക്കപ്പെടുന്ന ഇന്ത്യൻ നിലയങ്ങളിൽ 300ൽ ഏറെ അപകടങ്ങൾ സംഭവിച്ചിട്ടുള്ളതായി വോയ്സ് ഓഫ് ജർമനി എന്ന വാർത്താ ഏജൻസി റിപ്പോർട്ട് ചെയ്യുന്നു.

കാരിയങ്കോട് പുഴയുടെ തീരത്തായിരിക്കും ആണവനിലയം സ്ഥാപി ക്കപ്പെടുക എന്ന് ചില പത്രക്കുറിപ്പുകളിൽ കാണുന്നു. ഇങ്ങനെയാണെ ങ്കിൽ ഏറ്റവുമധികം ദുരിതമനുഭവിക്കുക നീലേശ്വരം, കാരിയങ്കോട് പുഴ കളുടെ കരയിൽ താമസിക്കുന്നവരായിരിക്കും. നീലേശ്വരം ബ്ലോക്കിലെ എല്ലാ പഞ്ചായത്തുകളിലൂടെയും ഈ പുഴകളോ അവയുടെ കൈവഴി കളോ ഒഴുകുന്നുണ്ട്. നീലേശ്വരം ബ്ലോക്കിലെ ജനസംഖ്യാ പട്ടിക (1981) താഴെ കൊടുക്കുന്നു.

പഞ്ചായത്ത്	വിസ്തീർണം ച കി മീ യിൽ	വീടുകളുടെ എണ്ണം	ജനസംഖ്യ
1. ചീമേനി	72.70	3342	17442
2. ചെറുവത്തൂർ	18.37	3392	20573
3. ഈസ്റ്റ് എളേരി	62.52	3544	20127
4. കിനാനൂർ കരിന്തളം	77.49	3398	18144
5. നീലേശ്വരം	16.23	5348	31528
6. പടന്ന	13.39	1737	11447
7. പുലിക്കോട്	26.77	3214	17964
8. തൃക്കരിപ്പൂർ	23.31	3775	26694
9. വലിയപറമ്പ	16.14	1723	11723
10. വെസ്റ്റ് എളേരി	77.45	3930	22886
ആകെ	414.37	33393	197929

അന്താരാഷ്ട്ര മാനദണ്ഡമനുസരിച്ച് ഒരു ആണവനിലയത്തിന്റെ 8

കി മീറ്റർ ചുറ്റുവട്ടത്ത് ശരാശരി ജനസാന്ദ്രത ച കി മീറ്ററിന് 40ൽ കൂടരു
ത്. നീലേശ്വരം ബ്ലോക്കിലെ ശരാശരി ജനസാന്ദ്രത ഇതിന്റെ 12 ഇരട്ടി
യോളം (477/ ച. കി മീറ്റർ) വരും.

ആഘാത സാധ്യതാ പ്രദേശങ്ങളുടെ മാപ്പ്

ഭൂചലനസാധ്യതയും ചരിത്രസ്മാരകങ്ങളും

ഭൂചലനങ്ങളിൽ നിന്നും തീരെ വിമുക്തമാണ് ഈ മേഖലയെന്നു പറയാനാവുമോ...? (കോട്ടൂലിയിലെ ഭൂചലനം നമുക്ക് ഒഴിവാക്കാം അതങ്ങു കോഴിക്കോട്ടല്ലേ..) സമീപകാലത്ത് പെരുകിക്കൊണ്ടിരിക്കുന്ന ലാറ്ററൈറ്റ് ഖനനവും കുന്നിടിക്കലും ഈ പ്രദേശത്തിന്റെ ഉപരിതല സന്തുലനത്തെ എത്രമാത്രം ബാധിച്ചിരിക്കില്ല? വെടിവെച്ച് ചുറ്റും വൃത്തം വരയ്ക്കുന്ന ആണവ വിദഗ്ധർ സ്ഥലം തെരഞ്ഞെടുക്കുന്ന കാര്യത്തിൽ ഈ വസ്തുക്കളൊന്നും പരിഗണിക്കുമെന്നു കരുതാൻ ന്യായമില്ല.*

ചരിത്രസ്മാരകങ്ങളുള്ള പ്രദേശങ്ങൾ അണുനിലയ സ്ഥാപനത്തിനു തെരഞ്ഞെടുക്കില്ലെന്ന് എൻ പി സിയുടെ പരസ്യം നമ്മെ അറിയിക്കു ന്നു. ഇതുവരെ ചരിത്രഗവേഷകരുടെ ശ്രദ്ധയിൽ പെടാത്ത ഒട്ടേറെ മഹാ ശിലായുഗ സംസ്കാര വശിഷ്ടങ്ങൾ ഉള്ള പ്രദേശമാണ് ഈ മേഖല; പ്രത്യേകിച്ച് പെരിങ്ങോം വയക്കര പഞ്ചായത്ത്. 'പെരിങ്ങോത്തിനടു ത്തുള്ള എരമം' ഗ്രാമം മൂഷികവംശസ്ഥാപകനായ ഇരാമകുടമൂവന്റെ ഉപതലസ്ഥാനമായ 'ഇരാമം' ആണെന്നും ഇതിനകത്തുള്ള വടശ്ശേരി യെന്ന സ്ഥലം മൂഷികവംശം കാവ്യത്തിൻ പരാമൃഷ്ടമായ 'ഭട സ്ഥലി'യെന്ന യുദ്ധഭൂമിയാണെന്നും ചിറക്കൽ ടി ബാലകൃഷ്ണൻ നായർ അഭിപ്രായപ്പെടുന്നു. ഒട്ടേറെ മഹാശിലായുഗസ്മാരകങ്ങളും ചെങ്കൽപ്പാ റച്ചിത്രങ്ങളും ഉള്ള പ്രദേശം കൂടിയാണിത്. കുടകു-മലയാള ബന്ധത്തിന് ഒരു പാലമായി പ്രവർത്തിച്ചത് പെരിങ്ങോം പുളിങ്ങോം മേഖലയായിരു ന്നു.. ജനസാന്ദ്രതയുടെ കാര്യത്തിലുള്ള അംഗീകൃത മാനദണ്ഡങ്ങൾപോ ലും ഗൗനിക്കാത്തവർക്ക് ഈ പ്രദേശത്തിന്റെ ചരിത്രപ്രാധാന്യം കാണാൻ കഴിഞ്ഞാലല്ലേ അത്ഭുതപ്പെടേണ്ടതുള്ളൂ...

ആണവനിലയം ഉയർത്തുന്ന ഗുരുതരമായ മറ്റുപ്രശ്നങ്ങളെ തമ സ്കരിക്കുകയല്ല ഈ വിശകലനത്തിലൂടെ ചെയ്യുന്നത്. ആണവ പ്രശ്നത്തെ സാകല്യതയിൽ കാണാൻ അതിന്റെ സാമ്പത്തിക — രാഷ്ട്രീയ പ്രശ്നങ്ങളും കൂടി കണക്കിലെടുക്കേണ്ടതുണ്ട് — അത്തര ത്തിലുള്ള ചർച്ചകൾ ഏറെ നടക്കുന്നുണ്ടല്ലോ... പെരിങ്ങോത്തെ സ്ഥലം വിറ്റ് ചീമേനിയിൽ സ്ഥലമെടുത്താൽ തീരുന്നതാണ് ആണവഭീതിയെന്നും ആണവദുരന്തം 'ഏതെങ്കിലും ഒരു പ്രദേശത്തെ ഒഴിവാക്കുമെന്നുമുള്ള മൂഢധാരണകൾ തിരുത്താൻ 'ഹരിശ്രീ' മുതൽ തന്നെ തുടങ്ങേണ്ടിയി രിക്കുന്നു. അത്തരം അടിസ്ഥാനതല പ്രവർത്തനങ്ങളിലായിരിക്കണം ഇനി നമ്മുടെ ശ്രദ്ധ കൂടുതലും പതിയേണ്ടത്.

സൂചിമുഖി, 1990

---

*   2012 ഒക്ടോബർ 14 ന് രണ്ടു പതിറ്റാണ്ടിനിപ്പുറം പെരിങ്ങോം ഉൾപ്പെടെയുള്ള ഉത്ത രകേരള പ്രദേശങ്ങളിൽ റിച്ചർസ്കെയിലിൽ 4.3 രേഖപ്പെടുത്തപ്പെട്ട ഭൂചലനം ഉണ്ടായി എന്നത് ശ്രദ്ധിക്കപ്പെടേണ്ടതാണ്.

കുറുന്തോട്ടിയിലും കുത്തകക്കണ്ണുകൾ

ഇന്ത്യയുടെ കാർഷികഭൂമികയിലെ സുപ്രധാനമായ നാഴികക്കല്ലാ യിട്ടാണല്ലോ ഹരിതവിപ്ലവത്തെ കരുതിപ്പോരുന്നത്. ഹരിതവിപ്ലവത്തി ലൂടെ എഴുപതുകളിൽ മറികടന്ന ഭക്ഷ്യ പ്രതിസന്ധിയെക്കുറിച്ച് ഊറ്റം കൊള്ളുന്ന നാം അത് ഇന്നാടിനേൽപ്പിച്ച സാമൂഹ്യബാധ്യതകളെക്കു റിച്ച് ചിന്തിക്കാറില്ല. എങ്കിലും പുത്തൻ കൊളോണിയൽ ചൂഷണത്തിന്റെ ഭേദരൂപം മാത്രമായിരുന്നു ഹരിതവിപ്ലവവുമെന്ന് ഇന്ന് ഏറെക്കുറെ തിരി ച്ചറിയപ്പെട്ടിരിക്കുകയാണ്. ഭൂവുടമാ സമ്പ്രായത്തിലെ ഘടനാപരമായ മാറ്റ ത്തിലൂടെ ഉദാത്തവൽക്കരിക്കപ്പെടേണ്ട ഒരു സമഗ്രവിപ്ലവത്തിന്റെ സ്ഥാനത്ത് അത്യുൽപ്പാദന ശേഷിയുള്ള വിത്തുകളും കീടനാശിനികളും രാസവളങ്ങളും ചേർന്നുള്ള ഒരു കാർഷിക ഗൂഢതന്ത്രമായിരുന്നു അമേ രിക്കയിലെ സാമ്രാജ്യത്വ വികസന ഏജൻസികൾ ഹരിതവിപ്ലവമെന്ന പേരിൽ മൂന്നാംലോക രാഷ്ട്രങ്ങളിൽ അടിച്ചേൽപ്പിച്ചത്. കർഷകന്റെ ജീവി തചര്യയും സംസ്കാരവും എല്ലാമായിരുന്ന കൃഷിയെ അന്യവൽക്കരിച്ച് കൃഷിവിദഗ്ധനും ബഹുരാഷ്ട്രകുത്തകകളും ചേർന്നുള്ള ഒരു കൂട്ടുകൃഷി, ലാഭകരമായ ഒരു വ്യവസായം ആക്കി മാറ്റിയതിനു നാം ഹരിതവിപ്ലവ ത്തോടു കടപ്പെട്ടിരിക്കുന്നു. ഹരിതവിപ്ലവത്തിന്റെ മാതൃകാ കൃഷിത്തോ ട്ടമായി കരുതാവുന്ന പഞ്ചാബിന്റെ കാര്യം തന്നെയെടുക്കാം. വളവും കീടനാശിനിയും മുൻകൂട്ടി പണം കൊടുത്തു വാങ്ങാൻ കഴിവുള്ള സമ്പന്ന കർഷകർക്കു മാത്രമേ പഞ്ചാബിൽ വിപ്ലവത്തിന്റെ യഥാർഥപ്ര യോജനങ്ങൾ ലഭ്യമായുള്ളൂ. കടംവാങ്ങിയിട്ടും ഭൂമി പണയപ്പെടുത്തി യിട്ടും കൃഷിരീതിയിൽ മാറ്റം വരുത്താൻ തയാറായ ഇടത്തരക്കാരാകട്ടെ കാലം തെറ്റാതെ വളപ്രയോഗവും കീടനിയന്ത്രണവും സാധ്യമാക്കാനാ വാതെ കൃഷിനഷ്ടപ്പെട്ടു പരാശ്രിതരായിത്തീർന്നു. കേവല ദരിദ്രരുടെ പരമ ദരിദ്രവൽക്കരണത്തിന് ആക്കം കൂട്ടിയ ഹരിതവിപ്ലവമാണ്; അതു

യർത്തിയ വിഹലതയും അശാന്തിയുമാണ് പഞ്ചാബിലെ അസ്വസ്ഥത കളുടെ അപ്രധാനമല്ലാത്ത ഒരു കാരണം എന്നുപറഞ്ഞാൽ അതിശയോ ക്തിയാവില്ല. ഹരിതവിപ്ലവം നമ്മിലേൽപ്പിച്ച സാമ്പത്തികാടിമത്തത്തിന്റെ ലാക്ഷണിക പ്രതിഫലനമായിരുന്നു ഭോപ്പാലിൽ ദുരന്തമായി പൊട്ടിത്തെ റിച്ചതും.

രാസവളക്കമ്പനിക്കാരും കീടനാശിനിക്കുത്തകകളും സൃഷ്ടിച്ച മാന്ത്രികപ്പൊലിമയിൽ ലഭ്യമായ ഉൽപ്പാദന വർധനവിന്റെ കണ്ണുതള്ളി ക്കുന്ന കണക്കുകൾക്കുമുമ്പിൽ ജനിതകശോഷണത്തിന്റെ നടുക്കുന്ന വിവരങ്ങൾ മൂടിവെക്കുകയായിരുന്നുവെന്ന് ഹരിത വിപ്ലവത്തിന്റെ പിൽക്കാലചരിത്രം പരിശോധിച്ചാൽ മനസിലാക്കാം. നെൽച്ചെടിയുടെ കാര്യം നോക്കുക. ലോകത്തൊട്ടാകെ തിരിച്ചറിഞ്ഞിട്ടുള്ള ഒരു ലക്ഷത്തി ഇരുപതിനായിരത്തോളം നെൽവിത്തുകളിൽ മൂന്നിലൊരു ഭാഗത്തോളം നെൽത്തരങ്ങൾ ഇന്ത്യയിൽ നിന്നായിരുന്നു. ഏറെ നാളത്തെ പ്രകൃതി നിർധാരണം മൂലം വികസിച്ച ഇവയിൽ മുപ്പതോളം നെൽത്തരങ്ങളേ ബാക്കിയുള്ളുവെന്ന് മധ്യപ്രദേശിലെ ഫ്രണ്ട്‌സ് റൂറൽ സെന്ററിന്റെ മേധാ വിയായിരുന്ന ഡോ. പർതാപ് അഗർവൾ പറയുന്നു. 1500 ലേറെ വ്യത്യസ്ത സസ്യങ്ങളെ ആഹരിക്കുകയും 500 ഓളം പച്ചക്കറികൾ നട്ടു വളർത്തുകയും ചെയ്ത നമുക്കിന്ന് മുപ്പതോളം കറിക്കോപ്പുകളേ ബാക്കി യുള്ളൂ. ലഭ്യമായ ആഹാര വസ്തുക്കളുടെ വൈവിധ്യം കുറഞ്ഞതുകൊ ണ്ടാണ് നമുക്ക് മണ്ണിനെ കൊല്ലുന്ന കടുംകൃഷിയെ ആശ്രയിക്കേണ്ടിവ ന്നത്.

കേരളീയരുടെ ഇഷ്ടഭോജ്യമായിരുന്ന കയമയെയും പൊന്നാര്യ നെയും ജീരകശാലയെയുമെല്ലാം പ്രതിസ്ഥാപിച്ചും കൊണ്ട് അയ്യാറെട്ടും ജയയും പാടം ഭരിക്കാൻ തുടങ്ങുകയും ഉപ്പുചിരട്ടപോലും കമഴ്ത്തുന്ന കർക്കിടകപ്പാതിയിൽ മലയാളികളുടെ ഉയിരുകാത്ത താളും തവരയും വായാടയും കുന്നിൻമണാട്ടിയും മുള്ളൻ ചീരയും പച്ചപ്പരിഷ്കാരത്തിനു വിരുദ്ധ ഭക്ഷണമാവുകയും ചെയ്തപ്പോൾ; ജീവിതംതന്നെ ഒരു ഇൻസ്റ്റന്റ് കോഫിയായിക്കരുതിയ യാന്ത്രിക തലമുറ ഉടലെടുത്തപ്പോൾ മൂന്നാംലോക രാഷ്ട്രങ്ങളുടെ കാർഷികവും ആരോഗ്യപരവും നൈതിക വുമായ അസംസ്കൃത അറിവുകളെ പിടിച്ചെടുത്ത് വ്യാവസായികോൽപ്പ ന്നമാക്കി അവർക്കുതന്നെ തിരിച്ചുനൽകാനുള്ള സാധ്യതകളെക്കുറിച്ച് പെട്രോ-കെമിക്കൽ-ഔഷധ-കീടനാശിനി വ്യവസായങ്ങൾ കയ്യടക്കി വെച്ചിരിക്കുന്ന ബഹുരാഷ്ട്രക്കുത്തകകൾക്കു ബോധ്യംവന്നു. തൽഫല മായിട്ടായിരുന്നു പ്രകൃതിദത്തമായ വിത്തുകളുടെ പ്രത്യുൽപ്പാദനക്ഷമ മായ മാതൃകകൾ—ജേംപ്ലാസം—ശേഖരിക്കുന്നതിന് വിത്തു ബാങ്കുകൾ ഉടലെടുത്തത്. അമേരിക്കയിലെ കോളറാഡോ സ്റ്റേറ്റ് യൂണിവേഴ്സിറ്റി യുടെ കീഴിലുള്ള നാഷണൽ സീഡ് സ്റ്റോറേജ്ലാബറട്ടിയിൽ മാത്രം രണ്ടുലക്ഷത്തിലേറെ വൈവിധ്യമാർന്ന വിത്തുകൾ ശേഖരിച്ചു വെച്ചിട്ടു ണ്ട്.

മൂന്നാംലോക രാഷ്ട്രങ്ങളിലെ കൃഷി, വ്യവസായം, ആരോഗ്യം തുട
ങ്ങിയ ദൈനംദിന വ്യവഹാരങ്ങളെയെല്ലാം ചൊൽപ്പടിയിലൊതുക്കിയ
ബഹുരാഷ്ട്രക്കുത്തകകളുടെ നോട്ടം ഇപ്പോൾ അന്നാട്ടിലെ അമൂല്യമായ
ഔഷധച്ചെടികളിലാണ്. സ്വന്തം ജനിതക സമ്പത്തും നാടൻ അറിവും
സംരക്ഷിക്കുന്നതിനുള്ള ഫലപ്രദമായ സംവിധാനങ്ങളില്ലാത്ത വികസ്വര
രാജ്യങ്ങളിലെ അമൂല്യമായ ജൈവ സമ്പത്തിനെ അസംസ്കൃത വസ്തു
വാക്കി ലാഭം വർധിപ്പിക്കാനുള്ള രാഷ്ട്രാന്തര ഔഷധ കുത്തകകളുടെ
ശ്രമത്തെക്കുറിച്ച് കാനഡ ആസ്ഥാനമാക്കി പ്രവർത്തിക്കുന്ന അന്താരാഷ്ട്ര
ഗ്രാമ വികസനനിധി (ആർ എ എഫ് ഐ) മുന്നറിയിപ്പ് നൽകുകയുണ്ടാ
യി. രണ്ടായിരമാണ്ടാവുമ്പോഴേക്കും 47000 കോടി ഡോളർ വിലയ്ക്കുള്ള
ജേംപ്ലാസം ശേഖരിക്കുവാനാണ് പടിഞ്ഞാറൻ ഔഷധക്കമ്പനികളുടെ
പരിപാടി.

മൂന്നാം ലോകരാഷ്ട്രങ്ങളിലെ ജനിതകത്തനിമ

പരിണാമ പ്രക്രിയയിലെയും കാലാവസ്ഥയിലെയും മാറ്റങ്ങളെയും
ഭൂഖണ്ഡങ്ങളുടെ സ്ഥാനഭ്രംശങ്ങളെയും അതിജീവിച്ചു കൊണ്ട്
അനേകമനേകം ജീവജാതികൾ നിർധാരണം ചെയ്യപ്പെട്ടത് പരിണാമ
ത്തിന്റെ കളിത്തൊട്ടിലെന്നു വിശേഷിപ്പിക്കപ്പെടുന്ന ഉഷ്ണമേഖലാ നിത്യ
ഹരിതവനങ്ങളിലാണ്. മഴക്കാടുകൾ എന്നറിയപ്പെടുന്ന ഇവ കേന്ദ്രീക
രിച്ചിരിക്കുന്നത് കൂടുതലും മൂന്നാം ലോകരാഷ്ട്രങ്ങളിലാണ്. ഒരു ഹെക്ടർ
വിസ്തൃതിയുള്ള ഇലപൊഴിയും കാടുകളിലും സൂചിയിലക്കാടുകളിലും
സസ്യവൈവിധ്യങ്ങൾ അമ്പതിലും കുറവായിരിക്കുമ്പോൾ ഉഷ്ണമേ
ഖലാ നിത്യഹരിതവനങ്ങളിൽ ഇത് 13,000ൽ ഏറെയാണ്. മനുഷ്യന്റെ
ഉപഭോഗ തൃഷ്ണമൂലം എട്ടുമുതൽ പന്ത്രണ്ടുവരെ ചതുരശ്രകിലോമീ
റ്റർ മഴവനങ്ങൾ ലോകത്തൊട്ടാകെ ഓരോ മണിക്കുറിലും നശിക്കു
ന്നുണ്ട്.* മഴവനങ്ങളുടെ നാശം ഓരോ മിനുട്ടിലും നൂറേക്കറിലേറെയാ
ണെന്ന് ഇക്കഴിഞ്ഞ ഏപ്രിൽമാസം (1989) പതിനേഴാം തീയതി പെനാ
ങ്ങിൽ ചേർന്ന ലോക മഴവന പ്രസ്ഥാനത്തിന്റെ സമ്മേളനം തയാറാ
ക്കിയ അവകാശ പ്രഖ്യാപന രേഖ ചൂണ്ടിക്കാണിക്കുന്നു. വികസ്വരരാ
ജ്യങ്ങളിലെ 3.5 ബില്യൺ ജനങ്ങളും പ്രാഥമികമായ ആരോഗ്യസംരക്ഷ
ണത്തിന് സസ്യങ്ങളെയാണാശ്രയിക്കുന്നത്. ആഗോള വ്യാപകമായി ഉപ
യോഗിക്കുന്ന അലോപ്പതി മരുന്നുകളിൽ 40% ത്തിന്റെയും രാസീയ അടി
ത്തറ അതിസങ്കീർണമായ രാസഘടനയുള്ള ഉഷ്ണമേഖലാ സസ്യജാ
ലങ്ങളിൽ ഉള്ളടങ്ങിയിട്ടുള്ള ഗ്ലൂക്കോസൈഡുകളോ ആൽക്കലോയ്ഡു
കളോ ആണ്. അല്ലെങ്കിൽ സസ്യജന്യമായ ഒരു മോളിക്യൂളിന്റെ കൃത്രി
മമായ അനുകരണമാണ്. സസ്യദത്ത ആൽക്കലോയ്ഡുകൾ തന്നെ
ലോകത്തിലെ മൊത്തം സസ്യവൈവിധ്യങ്ങളിൽ 2% മാത്രം വരുന്ന ചെടി

---

*   Ravi Sharma - "Preserving the Flora" C S E Report No. 58. 82 April.

കളിൽനിന്നും വേർതിരിച്ചെടുക്കുന്നതാണ്. ബഹുഭൂരിപക്ഷം സസ്യങ്ങ ളുടെയും രാസീയ മൂല്യത്തിന്റെ പുറംതോടു പൊട്ടിക്കാൻ നമുക്കു കഴി ഞ്ഞിട്ടില്ല. ലോകത്തൊട്ടാകെയുള്ള 2,50000 സപുഷ്പി സസ്യസ്പിഷീ സുകളിൽ അഞ്ചായിരത്തോളം ചെടികളുടെ ഔഷധ ശേഷിയെക്കുറിച്ചു മാത്രമേ ശാസ്ത്രീയ പഠനങ്ങൾ നടത്തിയിട്ടുള്ളൂ. ശേഷഭാഗത്തിൽ അറു പതിനായിരവും അടുത്ത നൂറ്റാണ്ടിന്റെ മധ്യമാവുമ്പോഴേക്കും നാമാവ ശേഷമാവും. ഇന്ത്യയിലെതന്നെ പഠിക്കപ്പെട്ട 13,000 സസ്യസ്പീഷ്ീസു കളിൽ 1500നും 2000 ത്തിനുമിടയ്ക്കു ചെടികൾ ആസുരമായ വംശഹ തിയുടെ വക്കിലാണ്. പ്രാകൃതിക പര്യാവരണങ്ങളുടെ നശീകരണ ത്തോല് ഇന്നത്തെ ഈ നൂറ്റാണ്ടിന്റെ അവസാനമാവുമ്പോഴേക്കും 15 മുതൽ 20% വരെ ജീവജാതികൾ കുറ്റിയറ്റു പോകുമെന്ന് വേൾഡ് വൈഡ് ഫണ്ട് ഫോർ നാച്ച്യൂർ (wwf) 1989 മാർച്ച് 30ന് ലണ്ടനിൽ ചേർന്ന ഒരു പത്രസമ്മേളനത്തിൽ മുന്നറിയിപ്പുനൽകിയിരുന്നു.* ഇവയുടെ നഷ്ടത്തി ലൂടെ എന്നെന്നേക്കുമായി അന്യമാവുന്നത് ജലദോഷം മുതൽ ക്യാൻസർ വരെ സുഖപ്പെടുത്താൻ സാധിക്കുന്ന എയ്ഡ്സിനുപോലും പ്രതിവിധി യായേക്കാവുന്ന; അനേകം ഔഷധങ്ങളെക്കുറിച്ചുള്ള അറിവാണ്. സസ്യ ങ്ങൾ എന്നതുകൊണ്ട് പലപ്പോഴും ശാസ്ത്രലോകം ഉദ്ദേശിക്കുന്നത് ഔഷധികൾ, കുറ്റിച്ചെടികൾ, മരങ്ങൾ എന്നീ വിഭാഗങ്ങളിൽപ്പെടുന്ന സപു ഷ്പികളെ മാത്രമാണ്. ഇവയ്ക്കു പുറമെ സാമ്പത്തിക സസ്യശാസ്ത്ര ത്തിന്റെ നിർവചനങ്ങളിൽ മാത്രംപെടുന്ന അലങ്കാരച്ചെടി വർഗമായി ഓർക്കിഡുകളും അൽഗയും ഫംഗസും പന്നലുമെല്ലാം ഔഷധ കലവറ കൾ തന്നെ. കേരളത്തിലെ വൈദ്യന്മാർ മൂത്രാശ്മരിക്ക് ഒറ്റമൂലികയാ ക്കിയും ഒട്ടനവധി ഔഷധയോഗങ്ങളിൽ ചേർത്തും ഉപയോഗിക്കുന്ന ഓരി ലത്താമര (Nervilia carinata) അഷ്ടവർഗ ഔഷധത്തിലെ ജീവകമായി ഉപയോഗിക്കുന്ന പച്ചിലപ്പെരുമാൾ (Malaxis rheedii) തുടങ്ങിയ ഓർക്കി ഡുകളും മയിലോശിക (Adiantum) പൗത്രഞ്ചാരി (Cheilenthes) പൊലു വള്ളി (Lygodium) അട്ടപ്പാടിയിലെ ആദിവാസികൾ രക്തസ്രാവം നിർത്താൻ ഉപയോഗിക്കുന്ന ചുരുളി തുടങ്ങിയ പന്നലുകളും പെൻസി ലിൽ വേർതിരിച്ചെടുക്കുന്ന പെൻസീലിയം ക്രൈകസേജിനം പോലുള്ള പുപ്പലുകളും ഉദാഹരണങ്ങൾ മാത്രം. ഇവയ്ക്കു പുറമെ പേരറിയാത്ത എത്രയെത്ര ചെടികൾ. അതുകൊണ്ടുതന്നെ ഇന്റർനാഷണൽ യൂണി യൻ ഫോർ കൺസർവേഷൻ ഓഫ് നാച്ച്യൂർ ആന്റ് നാച്ച്യൂറൽ റിസോ ഴ്സസ്-ഐ യു സി എൻ അഭിപ്രായപ്പെട്ടതുപോലെ "മറ്റു ജീവജാതിക ളുടെ വിനാശത്തേക്കാളും ഏറ്റവും വേദനാജനകമാണ് സസ്യജാതിക ളുടെ തിരോഭാവം."

വികസ്വര രാജ്യങ്ങളിലെ ഈയൊരു ജൈവവൈവിധ്യമാണ് സ്വകാ ര്യലാഭത്തിനുവേണ്ടി ഫലപ്രദമായി ചൂഷണം ചെയ്യാൻ ബഹുരാഷ്ട്രകു ത്തകകൾ ശ്രമിക്കുന്നത്. ആധുനിക വൈദ്യത്തിനു അനന്തമായ സാധ്യ തകൾ തുറന്നിടുന്ന പതിനായിരക്കണക്കിന് പ്രകൃതിദത്ത രാസ സംയു

---

*   Soh-Koonching: Enviornmental Awarness vol. no. 2 1989

ക്തങ്ങൾ ഉള്ളടങ്ങുന്ന ചെടികളുടെ ഒരു ദിങ്മാത്രദർശനം നൽകാം. പ്രത്യേകിച്ച് കേരളത്തിൽ കാണപ്പെടുന്നവയെക്കുറിച്ച്.

കടലുകടക്കുന്ന മൃതസഞ്ജീവനികൾ

മൂവായിരം വർഷങ്ങൾക്കുമുമ്പേ മാനസിക വിഭ്രമത്തിനും സർപ്പ വിഷത്തിനും എതിരായി ഭാരതീയ വൈദ്യശാസ്ത്രം ഉപയോഗിച്ചിരുന്ന ഔഷധമായിരുന്നു സർപ്പഗന്ധിയുടെ (ചുവന്ന അമൽപ്പൊരി-റാ ഫോൾഡിയ സെർപ്പന്റീന) വേര്. ഇതിലടങ്ങിയ റിസർപ്പെൻ, സെർപ്പ ന്റൈൻ തുടങ്ങിയ ആൽക്കലോയ്ഡുകൾ വേർതിരിച്ചെടുത്ത് രക്തസ മ്മർദത്തിനും സ്കിസോഫ്രീനിയയെന്ന ഗുരുതരമായ മാനസിക രോഗ ത്തിനും ഉള്ള ഔഷധമായി ആധുനിക വൈദ്യം ഉപയോഗിക്കുന്നു. 1980 കളിൽ സർപ്പഗന്ധിയെ അടിസ്ഥാനമാക്കി നിർമിച്ച 2600 ലക്ഷം ഡോളർ വിലയുള്ള ഔഷധങ്ങൾ അമേരിക്കൻ മാർക്കറ്റിൽ വിറ്റഴിക്കപ്പെട്ടിട്ടുണ്ട്. അജ്മാലസിൻ, സെർപ്പന്റൈൻ, റിസർപ്പെൻ, വിൻഡോലിൻ, വിൻകാ ലിയ, കോബ്ലാസ്റ്റിൻ തുടങ്ങി അറുപതോളം ആൽക്കലോയ്ഡുകൾ അട ങ്ങിയിട്ടുള്ള സസ്യമാണ് മഡഗാസ്കർ പെരിവിങ്കിൾ. (കാഥറാന്തസ് റോസിയസ്). ശവന്നാറി, നിത്യകല്യാണി, അഞ്ചിതൾത്തെറ്റി, ചുടുകാട്ടു മുല്ല, ഉഷമലരി എന്നൊക്കെ കേരളത്തിൽ അറിയപ്പെടുന്ന ഈ ചെടി യുടെ ഇലയിൽ അടങ്ങിയിരിക്കുന്ന വിൻക്രിസ്റ്റൈൻ, വിൻബ്ലാസ്റ്റിൻ എന്നീ ആൽക്കലോയ്ഡുകൾ രക്താർബുദത്തിനുള്ള അമൂല്യ ജൈവാത്യകമാ ണെന്നു കണ്ടെത്തി. 15 ടണ്ണോളം ശവന്നാറിയിലെ ഇടിച്ചു പിഴിഞ്ഞ നീരു വേണമത്രെ ഒരു ഔൺസ് വിൻക്രിസ്റ്റൈൻ വേർതിരിച്ചെടുക്കാൻ. റാത്ത ലിന് ഒരു ലക്ഷത്തോളം അമേരിക്കൻ ഡോളർ വിലയുള്ള ഈ ഔഷ ധത്തിന്റെ പ്രതിവർഷ വിറ്റുവരവ് പതിനാറായിരം ലക്ഷം ഡോളറാണ്. തമിഴ്നാട്ടിലെ തിരുനൽവേലി, രാമനാഥപുരം, മധുര ജില്ലകളിൽ ശവ ന്നാറിയുടെ വൻതോട്ടങ്ങൾ തന്നെയുണ്ട്. ഇത്തരം ചെടികൾ വിദേശ ത്തെത്തിച്ചു കൊടുക്കുന്ന ഫർണീഷിങ് ഏജൻസികൾ മദ്രാസിലും മറ്റും പ്രവർത്തിക്കുന്നുണ്ട്.

കേരളീയവനങ്ങളിലെ പുൽമേടുകളിലും നദിയോരങ്ങളിലും വള രുന്ന സുന്ദരമായ പൂക്കളുണ്ടാവുന്ന ഒരു ചെടിയാണ് പൊന്നരളി. (Asclepias curassavica) ഹിന്ദിയിൽ കാകതുണ്ടിയെന്നും മറാത്തിയിൽ കുർക്കിയെന്നും അറിയപ്പെടുന്ന ഈ ചെടിയിൽ നിന്നും വേർതിരിച്ചെടു ക്കപ്പെട്ട അസ്ക്ലിപ്പിയാടിൻ, വിങ്കാടോക്സിൻ എന്നീ ആൽക്കലോയ്ഡു കൾ ഗൊണേറിയയ്ക്കുള്ള സിദ്ധൗഷധമത്രെ. കേരളത്തിലെ വീട്ടമ്മമാർ കുഞ്ഞുങ്ങൾക്കുണ്ടാക്കുന്ന സർവരോഗങ്ങൾക്കും ഔഷധമാക്കിയിരുന്ന അരുത(Ruta graviolens)യിൽ അടങ്ങിയിരിക്കുന്ന റൂട്ടിൽ രക്തലോമിക ളിലെ തടസം നീക്കാനും അണുവികിരണത്തിനെതിരായും ഫലപ്രദമാ ണെന്നു കണ്ടിട്ടുണ്ട്. ഈജിപ്തിലെ ജനങ്ങൾ വെള്ളപ്പാണ്ടിനെതിരെ ഉപയോഗിച്ചിരുന്ന ഔഷധമായിരുന്നു അമ്മിമാജസ് എന്ന ചെടിയുടെ ഫലങ്ങൾ. ഇതിലടങ്ങിയിരിക്കുന്ന സാന്തോടോക്സിൻ (Xanthotoxin) എന്ന രാസഘടകം വെള്ളപ്പാണ്ടിനെതിരെ ആധുനിക വൈദ്യവും ഉപ

യോഗിക്കുന്നുണ്ട്. ദക്ഷിണേന്ത്യയിൽ അപൂർവമായെങ്കിലും കാണപ്പെ
ടുന്ന ഈ ചെടി കാശ്മീരിലും മറ്റും നട്ടുവളർത്തുന്നുമുണ്ട്. മലയാളിക
ളുടെ സംസ്കാരവുമായിപ്പോലും ബന്ധപ്പെട്ടിരിക്കുന്ന ദശപുഷ്പ
ത്തിൽപ്പെടുന്ന പൂവാംകുറുന്തിലയിലെ (Vernonia cinerea) ഗ്ലൂക്കോ
സൈഡ് ക്യാൻസർ മുഴകൾക്കെതിരെ ഉപയോജ്യമത്രെ.

അലോപ്പതി മരുന്നുകളുണ്ടാക്കാനാവശ്യമായ സസ്യജന്യ രാസഘ
ടകങ്ങളിൽ 10 എണ്ണം മാത്രമേ പരീക്ഷണശാലയിൽ കൃത്രിമമായി നിർമി
ക്കുന്നുള്ളൂ. മറ്റുള്ളവ സസ്യങ്ങളിൽ നിന്നും നേരിട്ടു ശേഖരിക്കുകയാണു
ചെയ്യുന്നത്. 1985 ൽ മാത്രം 43,000 കോടി ഡോളർ വിലയ്ക്കുള്ള സസ്യ
ജന്യ ഔഷധങ്ങൾ വിറ്റഴിക്കപ്പെട്ടിട്ടുണ്ട് എന്നു കണക്കാക്കപ്പെടുന്നു.

ഉഷ്ണമേഖലാ നിത്യഹരിത വനങ്ങൾ കൂടുതലും മൂന്നാംലോക
രാഷ്ട്രങ്ങളിലാണ് എന്നതുകൊണ്ടു തന്നെ ബഹുരാഷ്ട്രക്കുത്തകകളുടെ
അന്വേഷണം അവിടങ്ങളിലാണ് കേന്ദ്രീകരിച്ചിരിക്കുന്നത്. ഇന്ത്യയടക്ക
മുള്ള തെക്കു കിഴക്കൻ ഏഷ്യാ പ്രദേശങ്ങളിലും ഇന്തോനേഷ്യൻ ദ്വീപു
കളിലും ഏറ്റവും കൂടുതൽ സസ്യവൈവിധ്യങ്ങൾ ആഹരിക്കുന്ന പപ്പാ
വന്യൂഗിനിയായിലെ ആദിമ വർഗങ്ങൾക്കിടയിലും ഏറെ സസൗഷധങ്ങൾ
ഉപയോഗപ്പെടുത്തിയ ബൗദ്ധിക പാരമ്പര്യമുള്ള പൂർവേഷ്യൻ രാജ്യങ്ങ
ളിലും അമേരിന്ത്യൻ ഗോത്രസംസ്കാരത്തിനു പ്രാണവായു നൽകിയ
ആമസോൺ വനങ്ങളിലും അവരുടെ കച്ചവടക്കണ്ണു ചെന്നെത്തുന്നു.
ബ്രസീലിലെ ഉറോപൗചെന വർഗക്കാർ ഉപയോഗിക്കുന്ന 'ടക്കി-ഉബാ'
എന്ന രക്തം കട്ടകെട്ടുന്നതിനെതിരെ പ്രവർത്തിക്കുന്ന പച്ചമരുന്നിന്റെ
സാധ്യതകൾ ഉപയോഗപ്പെടുത്താൻ മെർക്ക്ഷാപ്പ് & ഡോം എന്ന അമേ
രിക്കൻ കമ്പനി രംഗത്തിറങ്ങിയിട്ടുണ്ട്. ചൈനയിലെ ചാങ്-ഷാൻ എന്ന
പ്രാദേശികൗഷധവും ഔഷധ വ്യവസായികൾ കച്ചവടച്ചരക്കാക്കിയിട്ടു
ണ്ട്. കിയിനിനു സമാനമായ ഔഷധഗുണമുള്ള ഈ ചെടിയാണ്, രണ്ടാം
ലോക മഹായുദ്ധകാലത്ത് പുറംലോകത്തുനിന്നും ഒറ്റപ്പെട്ടുപോയപ്പോൾ
കുനിൻമേൽ കുരുപോലെ വന്നുപെട്ട മലേറിയയെചെറുക്കാൻ ചൈനയെ
സഹായിച്ചത്. ചൈനയിലെ നാട്ടുമരുന്നുകൾക്കിടയിൽ ഉദരവ്യാധി
കൾക്കുള്ള ഔഷധം തെരയുകയാണ് 'സിയേൺ' എന്ന മറ്റൊരമേരി
ക്കൻ കമ്പനി, ഇപ്പോൾ തന്നെ 'ഡ്യൂഫാർ' എന്ന വിദേശക്കമ്പനി ചൈന
യിലെ പ്രസിദ്ധമായ നാട്ടുമരുന്ന് ജിൻസംഗ് (Panax ginseng) ഉപയോ
ഗിച്ചു നിർമിച്ചതെന്ന പേരിൽ 'ജിനസെക്' എന്ന ലൈംഗികോത്തേജക
മരുന്ന് മാർക്കറ്റിലിറക്കിയിട്ടുണ്ട്. ജീൻസംഗിന്റെ ഒരു സൈബീരിയൻ
ബന്ധുവിനെ റഷ്യയും കണ്ടെത്തി; ഉത്തേജക ഔഷധമായി ഉപയോഗി
ക്കാവുന്ന 'എലിത്തറോകോക്കസ്' എന്ന ചെടി. അത്ലെറ്റുകൾ, പട്ടാള
ക്കാർ, വ്യോമചാരികൾ തുടങ്ങിയവർക്കെല്ലാം ഈ ഔഷധം കൊടുത്ത്
ഉത്തേജനശേഷി പരീക്ഷിച്ചിട്ടുണ്ടത്രെ അവർ.*

ഔഷധമൂല്യ പരിശോധനയ്ക്കായി മൂന്നാംലോകരാഷ്ട്രങ്ങളിൽ
നിന്നും ഔഷധച്ചെടികൾ ശേഖരിക്കുകയെന്നത് ലാഭകരമായ ഒരു ഏർപ്പാ

ടാക്കിയിരിക്കുന്ന കുത്തക സ്ഥാപനങ്ങൾ അമേരിക്കയിലും ബ്രിട്ടനിലു മുണ്ട്. അവർക്കു നാട്ടുമരുന്നുകൾ എത്തിച്ചുകൊടുക്കുന്ന അനേകം കൂട്ടി ക്കൊടുപ്പു കമ്പനികൾ ഫർണീഷേഴ്സ് എന്നും ഫാബ്രിക്കേറ്റേഴ്സ് എന്നും ഉള്ള ഓമനപ്പേരുകളിൽ മൂന്നാംലോകരാജ്യങ്ങളിൽ പ്രവർത്തി ക്കുന്നുണ്ട്. അമേരിക്കയിലെ നാഷനൽ ക്യാൻസർ റിസർച്ച് ഇൻസ്റ്റിറ്റ്യൂട്ട് വർഷംതോറും 1500 മരുന്നുചെടികൾ ശേഖരിച്ച് എയ്ഡ്സിനും ക്യാൻസ റിനുള്ള ആൽക്കലോയ്ഡുകൾ അരിച്ചു പെറുക്കാനുമുള്ള ശ്രമത്തിലാ ണ്. മൂന്നാം ലോകരാജ്യങ്ങളിൽ നിന്നും വേണ്ടത്ര വിലകൊടുക്കാതെ ജേംപ്ലാസം ഒളിച്ചുകടത്തുന്ന 'ബയോട്ടിക്സ്' എന്ന ബ്രിട്ടീഷ് കമ്പനി യുടെ ഇടപാടുകൾ ഈയടുത്തകാലത്താണ് വിവാദമായിത്തീർന്നത്.

ലിഖിതവും അഖിതവുമായ ഏറെ ഔഷധവിധികളുള്ള നമ്മുടെ തനതു ചികിത്സാരീതികൾ, ആയുർവേദവും സിദ്ധവും യുനാനിയുമെല്ലാം ഇത്തരം ഔഷധാന്വേഷികൾക്ക് അറിവിന്റെ അതല സ്പർശിയായ സ്രോതസ്സാണ്. ഈയടുത്ത കാലത്തു നടന്ന അമേരിക്കൻ ഫിസിയോള ജിക്കൽ സൊസൈറ്റിയുടെയും അമേരിക്കൻ സൊസൈറ്റി ഫോർ ഫാർമ ക്കോളജിയുടെയും സംയുക്ത സമ്മേളനത്തിൽ ഒഹിമാ സ്റ്റേറ്റ് യൂണി വേഴ്സിറ്റിയും ഡക്കോട്ടാ സ്റ്റേറ്റ് യൂണിവേഴ്സിറ്റിയും സ്തനാർബുദ ത്തിന് പ്രതിവിധിയായി നിർദേശിച്ചത് M4, M5 എന്ന പുതിയ ഔഷധ മായിരുന്നു. 'മഹാളൂഷി കലയം' എന്നറിയപ്പെടുന്ന ഹിമാലയൻ ഔഷ ധച്ചെടികളുടെ ഒരു യോഗമായിരുന്നു കണ്ടുപിടിക്കപ്പെട്ട ഈ പുതിയ ക്യാൻസർ സംഹാരി! സുന്ദരിമാരുടെ ചുണ്ടിനു കവികൾ സാദൃശ്യം കൽപ്പിച്ചിരുന്ന തൊണ്ടിയുടെ (Sterculia urens) മോചരസം (Carayagum) മലദ്വാരത്തെയും കുടലിനെയും ബാധിക്കുന്ന ക്യാൻസറിന്റെ മൂർധന്യ ഘട്ടത്തിൽപോലും ഫലപ്രദമാണെന്നു ആധുനിക വൈദ്യശാസ്ത്രം കരു തുന്നു. മുമ്പെ സൂചിപ്പിച്ച സർപ്പഗന്ധിയെന്ന അമൂല്യഔഷധം തന്നെ വളരെ യാദൃച്ഛികമായിട്ടാണ് പാശ്ചാത്യ ശാസ്ത്രജ്ഞന്മാരുടെ ശ്രദ്ധ യിൽപ്പെട്ടത്. 16–ാം നൂറ്റാണ്ടിൽ തന്നെ ലിയാനാഡ് റാഫോൾഫ് എന്ന ജർമൻ ഡോക്ടർ സർപ്പഗന്ധിക്ക് റാഫോൾഫിയ പേരു നൽകിയിരുന്നു വെങ്കിലും 1931 ൽ ഒരിന്ത്യൻ ഡോക്ടർ ഒരു പാശ്ചാത്യ പ്രസിദ്ധീകരണ ത്തിൽ ഇതിനെക്കുറിച്ച് ലേഖനം എഴുതിയ ശേഷമാണ് യൂറോപ്പിൽ ഗവേ ഷണ പഠനങ്ങൾ ത്വരിതപ്പെട്ടത്. സ്വിറ്റ്സർലണ്ടുകാരായ ചില ശാസ്ത്ര ജ്ഞൻമാർ സർപ്പഗന്ധിയുടെ വേരിൽ നിന്നും 'റിസേർപ്പിൻ' എന്ന ആൽക്കലോയ്ഡ് വേർതിരിച്ചെടുത്തതോടെ ഹൃദ്രോഗ ചികിത്സയിൽ പുതിയൊരു വഴിത്തിരുവുണ്ടായി. ഇന്ന് രക്തസമ്മർദത്തിനെതിരെ ലോക മെമ്പാടുമുള്ള ഡോക്ടർമാർ ഏറ്റവും കുടുതൽ ഉപയോഗിക്കുന്നത് 'റിസേർപ്പിൻ' അടങ്ങിയിരിക്കുന്ന സെർപ്പാസിൽ ഗുളികകളാണ്.

ഹോമിയോപ്പതിയും മരുന്നുചെടികളും

നമ്മുടെ നാട്ടിൽ സർവസാധാരണമായ പല ചെടികളും അലോ പ്രതി മരുന്നുകൾക്കു മാത്രമല്ല ഹോമിയോ ചികിത്സയ്ക്കും വൻതോതിൽ ഉപയോഗപ്പെടുത്തുന്നുണ്ട്. ഈ ആവശ്യത്തിന് ധാരാളം ചെടികൾ വിദേ

പട്ടിക ഒന്ന്			
പ്രാദേശികനാമം	ശാസ്ത്രനാമം	വ്യവഹാരനാമം	ഉപയോഗിക്കുന്ന വിധവും രോഗങ്ങളും
കാഞ്ഞിരം	സിട്രിക്നോസ് നക്വോമിക്ക	നക്വോമിക്ക വോമിറ്റ് നട്ട്	വിത്തിൽനിന്നും വേർതിരിച്ചെടുക്കുന്ന ബ്രൂസിനം, സ്ട്രിക്നിൻ എന്നീ ആൽക്കലോയ്ഡുകൾ തലവേദന തളർവാതം(Paralysis)
കുരങ്ങുമഞ്ഞൾ (സിന്ദൂരമരം)	മലോട്ടസ് ഫിലിപ്പിനെൻസിസ്	കമേല ഡൈ ട്രീ	കായ്ക്കത്തെ ചുവന്ന പൊടി – വിരകൾക്കെതിരെ
ദമനകം (കർപ്പൂരത്തുളസി)	അർട്ടിമീസിയ വൾഗാരിസ്	വേം വർട്ട്, മഗ് വർട്ട്	പച്ചയായ വേരിന്റെ സ്വരസം–അപസ്മാരം ഹിസ്റ്റീരിയ, നിദ്രാടനം, തലയോട്ടിയിലെ നീർക്കെട്ട് (Hydro cephalus)
ചെണ്ടുമല്ലിക (വെന്തി)	കലന്റുലാ ഔഫീഷ്യനാലിസ്	കലന്റുല മേരിഗോൾഡ്	ഹോമിയോപ്പതി ഏറ്റവും കൂടുതൽ ഉപയോഗപ്പെടുത്തുന്ന ഔഷധമാണ് കലന്റുലയുടെ സ്വരസം – അൾസർ മുറിവ് തുടങ്ങിയവക്ക്
ചക്കരകൊല്ലി	ജിംനെമാ സെൽവെസ്ട്രെ		നാവിലെ രസമുകുളങ്ങളെ മരവിപ്പിക്കുന്ന ഈ ചെടിയു ടെ സത്ത്–ആസ്ത്മ, സൂര്യാഘാതം, ഗൊണോറിയ, വെള്ളപോക്ക് എന്നിവയ്ക്ക്
കുപ്പമേനി	അക്കാലിഫാ ഇൻഡിക്ക	ഇന്ത്യൻഅക്കാലിഫ ബിറ്റർബാർക്ക് ഡെബിൾസ്ട്രീ	ചുമ, പീനസം, സ്വരസം – അധോവായു (Flatulence) തൊലിയുടെ സ്വരസം – അതിസാരം, തളർച്ച (Debility) വയറിളക്കം പനി, വെള്ളപോക്ക്
ഏഴിലംപാല	അൽസ്റ്റോണിയ (ആസ്ത്രേലിയൻ സ്പീഷിസുകളാണ് ഉപയോഗിക്കുന്നത്		
അരൂത	റൂട്ടാഗ്രാവിയോളൻസ്	റുവാ, റൂട്ടാ	പുക്കുന്നതിനുമുമ്പെ ശേഖരിച്ച സ്വരസം, ഹിസ്റ്റീരിയ, അപസ്മാരം, പേപ്പട്ടിവിഷം കണ്ണിലെ എരിപൊരിസഞ്ചാരം
ഉള്ളി	അലിയം സെപ	അണ്യൻ	ജലദോഷത്തിന് – ജൂലൈയ് മുതൽ ആഗസ്റ്റ് വരെ ശേഖരിക്കുന്ന സ്വരസം
കുടകൻ (മുത്തിൾ)	സെന്റല ഏഷ്യാറ്റിക്ക	ഹൈഡ്രോക്കോട്ടെൽ, ഇന്ത്യൻ പെന്നീവർട്ട്	ഉണക്കിലയുടെ സ്വരസം – സോറിയാസിസ്, പാണ്ട് മറ്റു ത്വക്ക് രോഗങ്ങൾ

ഹോമിയോപ്പതി ചികിത്സാസംബന്ധമായ വിവരങ്ങൾക്കാധാരം 1. Homeopathic Materia Medica-J H Clarke. 2. Essentials of Homoeopethic Materia Medica & H Pharmacy W A Dewey.

ശത്തേക്ക് കയറ്റി അയക്കുന്നുമുണ്ട്. ഹോമിയോ ചികിത്സകർ ഉപയോ ഗിക്കുന്നതും കേരളത്തിൽ കാണപ്പെടുന്നതുമായ ചില ഔഷധച്ചെടിക ളുടെ പട്ടിക (പേജ് 99ൽ) കൊടുക്കുന്നു.

ഈ ഔഷധങ്ങളെയെല്ലാം ആയുർവേദവും ഉപയോഗിക്കുന്നത് സമാ നമായ ആവശ്യങ്ങൾക്കാണ് എന്നത് തീരെ യാദൃച്ഛികമല്ല. മാത്രമല്ല ചില പ്രത്യേക ഔഷധങ്ങൾ പ്രത്യേക കാലത്തു ശേഖരിച്ചാൽ മാത്രമേ ഔഷ ധശേഷിയുണ്ടാവൂ എന്ന വിശ്വാസം ആയുർവേദത്തെപ്പോലെ ഹോമി യോപ്പതിയും വെച്ചുപുലർത്തുന്നുണ്ട് – ഉദാഹരണം: ഉള്ളി.

അക്യുപങ്ചർ ചികിത്സകരും സസ്യജന്യ വസ്തുക്കൾ ചികിൽസാർഥം ഉപയോഗിക്കാറുണ്ട്. ആർട്ടിമീസിയാ സ്പീഷ്ഷീസുകളിൽ നിന്നും വേർതിരിച്ചെടുക്കുന്ന കർപ്പൂരം പോലെ ജ്വലനശേഷിയുള്ള മോക്സോ (Moxa) എന്ന പദാർഥം ചികിത്സയ്ക്കുപയോഗിക്കുന്ന സൂചി ചൂടാക്കാൻ ഉപയോഗിക്കാറുണ്ട്.

ചെകുത്താന്റെ വഴികൾ

പ്രാചീന ഭാരതത്തിലെ രാജാക്കന്മാർ തങ്ങളുടെ ശത്രുക്കളെ നശി പ്പിക്കാനായി വിഷകന്യകകളെ നിയോഗിക്കാറുണ്ടെന്നു കേട്ടിട്ടുണ്ട്. ഭർത്താക്കന്മാരെ കൈവിഷം നൽകി നിത്യരോഗികളാക്കി അവരെ തങ്ങ ളുടെ ചൊൽപ്പടിയിൽ നിർത്തിയ ലലനാമണികളുടെ കഥകളുമുണ്ട്. അതുപോലെ തന്നെ മാരക വിഷങ്ങളായ കുന്നിക്കുരുവും ഉമ്മത്തക്കു രുവും അഫീനും ചേർത്ത് വിഷമുള്ളുണ്ടാക്കി ദുരൂഹമായ വിധത്തിൽ ശത്രുസംഹാരം നടത്തിയിരുന്ന സംഭവങ്ങളെക്കുറിച്ച് ആയുർവേദ ഗ്രന്ഥ ങ്ങളിൽപ്പോലും പരാമർശിച്ചിട്ടുണ്ട് — സ്ഥാവര വിഷങ്ങളുടെ ഈ ശക്തി രാഷ്ട്രീയാഭിചാരങ്ങൾക്ക് ഉപയോഗിക്കാനും തുടങ്ങിയിരിക്കുന്നുവെന്ന് ടൈം വാരികയിൽ വന്ന ഒരു റിപ്പോർട്ട് സൂചിപ്പിക്കുന്നു — ബൾഗേറി യൻ രഹസ്യാന്വേഷണ വിഭാഗമാണ് 'പ്രതി'! 'ശല്യ'ക്കാരനായ ഒരു അക്ര മിയുടെ കഥകഴിക്കാൻ അവർ ചെയ്തതെന്തെന്നോ? ആവണക്കിൻ കുരു വിൽ നിന്നും വേർതിരിച്ചെടുത്ത റൈസിൻ (ricin) എന്ന വിഷ പ്രോട്ടീൻ ശരീരത്തിലേൽപ്പിച്ചു. റൈസിൻ നിറച്ച പ്രത്യേകതരം വെടിയുണ്ടകൾ ആളറിയാതെ ശരീരത്തിൽ തറപ്പിക്കുകയാണ് ചെയ്തത്. ഈ വിഷമേ റ്റാൽ ആഴ്ചകൾക്കു ശേഷം ബാക്ടീരിയാ ബാധയുടെ ലക്ഷണങ്ങൾ പ്രകടിപ്പിച്ച് 'ശരവ്യൻ' കാലപുരി പൂകും. മരണത്തിന്റെ യഥാർഥ കാരണം ദുരൂഹമായിരിക്കുകയും ചെയ്യും. ജീവനീയൗഷധങ്ങളുടെ ഏറ്റവും വലിയ ഒരു ദുരുപയോഗം – നഞ്ചുകലക്കി മീൻ പിടിക്കുന്ന ലാഘവത്തോടെ സസ്യവിഷങ്ങൾ മനുഷ്യജീവനെതിരെ ഉപയോഗിക്കു കയെന്നത് വളരെ ഗുരുതരമായി കാണേണ്ടുന്ന ഒരു മാനുഷിക പ്രശ്ന മാണ്.

8
വേപ്പ് ഒരു പിൻകുറിപ്പ്

എനിക്കുകിട്ടിയ മുത്തശ്ശിക്കഥകളിൽ രാജകുമാരിമാരും പറക്കും കുതിരകളും ദുർമന്ത്രവാദിനികളും മാണിക്യം മറന്നുവെച്ച സർപ്പങ്ങളു മുണ്ടായിരുന്നില്ല. ഓർമയിൽ പുതഞ്ഞുകിടക്കുന്ന നിറം പിടിപ്പിക്കാനറി യാത്ത അനുഭവങ്ങളുടെ പച്ചപ്പാലൂട്ടിയാണ് മുത്തശ്ശി എന്നെ വളർത്തി യത്. പൂരപ്പുപറിക്കാനും ക്ടാരിപ്പുല്ലരിയാനും ചക്ക കൊത്താനും തവി ടിശ്ശേരിയിലും വള്ളിപ്പിലാവിലും എരമത്തും മറ്റും പോയ കഥ മുത്തശ്ശി പറയാറുണ്ടായിരുന്നു. കോടന്നൂർ കുന്നിനും പാടിയാപ്പുഴയ്ക്കുമിടയിൽ തീരുന്ന മുത്തശിയുടെ ബാഹ്യലോകത്തിനും അതിന്റേതായ ഒരു മനു ഷ്യോത്പത്തി പുരാണമുണ്ടായിരുന്നു. ഏതോ പടയോട്ടത്തിന്റെ പരി ണാമകോടിയിലെങ്ങോ ലോകമാകെ നശിപ്പിച്ചപ്പോൾ ഒരു പൂവൻ കോഴിയും അടിയാത്തിയമ്മയും മാത്രം 'തീയത്തിമാളിക'യെന്ന ഗുഹ യിൽ അഭയം തേടിയെന്നും അടിയാത്തിയമ്മയിൽ പൂവൻ കോഴിയ്ക്കു ണ്ടായ കുഞ്ഞുങ്ങളാണ് പിന്നീട് മാനവകുലത്തെ നിലനിർത്തിയതെന്നും കഥ നീളുന്നു. ഇടയ്ക്കെങ്ങോ ശങ്കകൊണ്ടൊന്നു മുഖം ചുളിപ്പിച്ചാൽ ചേറും ചെളിയുമടിഞ്ഞ എന്റെ കൈത്തണ്ടയിലുരച്ച് മണപ്പിച്ച് കോഴി ക്കാഷ്ഠത്തിന്റെ മനം ഞെടുക്കുന്ന മണം അനുഭവിപ്പിക്കുന്നു അവർ. തീയത്തിമാളികയിൽ പിന്നീടെപ്പോഴോ താമസമുറപ്പിച്ച പുലിയച്ചനെക്കു റിച്ചും പുലിവായിൽ നിന്നും കന്നുകുട്ടിയെ വീണ്ടെടുത്ത 'കുംബ'യെന്ന കാലിയപ്പെണ്ണിനെക്കുറിച്ചും അവർ പറഞ്ഞിട്ടുണ്ട്. കേട്ടു കേട്ടു തീയത്തി മാളിക എന്റെ ബാല്യവിസ്മയങ്ങളിൽ ഒരു രാവണക്കോട്ടയായി മാറി. സമൃദ്ധമായി മഴ ലഭിച്ചിരുന്ന ഒരു വേനലവധിക്കാലത്തായിരുന്നു ഞാനാ ദൃമായി 'തീയത്തിമാളിക' കാണുന്നത്. കാവടി പൂജയ്ക്ക് ചെത്തിപ്പൂപ റിക്കാൻ സുബ്രന്റെയൊപ്പം പോയപ്പോഴായിരുന്നു അത്. പത്തോ പതി

നൊന്നോ വയസേയുള്ളൂ അന്നു പ്രായം. ഒരുകാട്ടുപൊന്തയ്ക്കരികിൽ ഞങ്ങൾ വഴിപിരണ്ടു. അവനെ വിളിച്ചുകൂവി നടക്കുമ്പോഴാണ് കാടുമൂ ടിയ ഒരു ഗുഹാമുഖം കണ്ടത്. ചിരട്ട കമിഴ്ത്തിവെച്ചതുപോലൊരു ഗുഹ. (മഹാശിലായുഗമനുഷ്യന്റെ ശവക്കല്ലറകളായിരുന്നു അതെന്ന് പിന്നീ ടേതോ കാലത്തുമനസിലാക്കി) മുകളിലൊരു ദ്വാരം. ശരിക്കും കണ്ണൻ ചിരട്ടതന്നെ. അടിയാത്തിയമ്മ നെല്ലുകുത്തുമ്പോൾ ഉലക്ക മോന്തായ ത്തിൽ മുട്ടാതിരിക്കാനാണത്രേ മുകളിൽ ദ്വാരമിട്ടത്! ഗുഹയിലേക്ക് നൂണി റങ്ങി– പുലിയുണ്ടോ? പുലിജ്ജടയുണ്ടോ? കോഴിപ്പൂടയെങ്കിലുമുണ്ടോ? ഒന്നുമില്ല. എങ്കിലും ഹൃദയം പടപടാ മിടിക്കുകയാണ്. നനഞ്ഞ മണ്ണടരു കളിൽ നിന്നും ഈയലുകൾ ചിറകു നീർത്തിപ്പറക്കുന്നുണ്ട്. പെട്ടെന്നാ ണ് മുഖമടച്ച് എന്തോ പാറി വീണത്. അല്ലി പൊട്ടിയ ശീലക്കുടപോലെ എന്തോ ഒന്ന്. വീട്ടിലെങ്ങനെയെത്തിയെന്നറിയില്ല. പേടിച്ച് പനിച്ച് കിടന്നു കുറെ ദിവസങ്ങൾ.

ചീർമക്കാവിലെ ആയത്താൻ അരമണിയും കാൽച്ചിലമ്പും കിലുക്കി വീടുതെണ്ടി മഞ്ഞൾക്കുറി തൂകുന്ന, നടപ്പു ദീനത്തിന്റെ ജമന്തിപ്പൂക്കൾ നിറയെ വിരിഞ്ഞു നിന്ന ഒരു ഗ്രീഷ്മകാലം ഓർമയിൽ തെളിയുന്നു. വേപ്പിലയിട്ടു വെയിലു കായ്ച വെള്ളത്തിൽ കുളി. പച്ചമഞ്ഞളും വേപ്പി ലയുമരച്ച് പൊറ്റകെട്ടിയ വ്രണങ്ങളിൽ പുരട്ടുന്ന മുത്തശ്ശിയുടെ പരുത്ത വിരലുകൾക്കും കാരുണ്യത്തിന്റെ വേപ്പ് മരക്കുളിരായിരുന്നു. രോഗ ത്തിന്റെ ദിവസങ്ങളിലായിരുന്നു മുത്തശ്ശിയിൽ നിന്നും വേപ്പിനെക്കുറി ച്ചൊരു കഥ കിട്ടിയത്.

"പണ്ട് പണ്ട് വാഹനങ്ങളില്ലാത്തൊരു കാലത്ത് ഒരിടത്തൊരു ഗ്രാമീ ണനും ഭാര്യയും താമസിച്ചിരുന്നു. ഭർത്താവിനു നാടുചുറ്റാൻ മോഹം– ഭാര്യയുണ്ടോ വിടുന്നു. ഒടുവിൽ ഭാര്യയുടെ വിലക്കുകൾ വകവയ്ക്കാതെ പോകാൻ തന്നെ ഒരുങ്ങി അയാൾ. കെട്ടും ഭാണ്ഡവും മുറുക്കി അയാൾ യാത്രയായി. കണ്ണീരും കയ്യുമായി വഴി തടഞ്ഞു സ്നേഹമയിയായവൾ. കേൾക്കില്ലെന്നായപ്പോൾ ഒരപേക്ഷ മാത്രം. പോകും വഴി പുലിമരച്ചോ ട്ടിലെ കിടക്കാവൂ. തിരിച്ചു വരുമ്പോഴോ ആര്യവേപ്പിൻ തണലിലും. അതി നെന്താ? അയാൾ സമ്മതിച്ചു. കാശിയിലേക്കായിരുന്നു യാത്ര. വഴിവ ക്കിൽ പുലിമരച്ചോട്ടിലേ അയാൾ അന്തിയുറങ്ങിയുള്ളൂ. ഭാര്യക്കു നൽകിയ വാക്കു പാലിക്കണമല്ലോ. മൂന്നാലു രാത്രി കഴിഞ്ഞപ്പോഴേക്കും അയാൾ വളരെ പരവശനായി. യാത്രതുടരാനാവാതെ വീട്ടിലേക്കു തന്നെ മടങ്ങി. തിരിച്ചു വരും വഴിക്കും അയാൾ ഭാര്യക്കു കൊടുത്ത വാക്ക് ഓർത്തു. വഴിയരികിലെ വേപ്പിൻ തണലിൽ മാത്രം വിശ്രമിച്ച് അയാൾ വീട്ടിലെത്തി. വേപ്പിന്റെ ഇലപ്പച്ചകളിൽതട്ടിവീഴുന്ന കാറ്റും വെളിച്ചവുമേറ്റ് അയാളുടെ രോഗവും ക്ഷീണവുമെല്ലാം പൂർണമായും ശമിച്ചിരുന്നു" ഭാര്യാഹിതത്തിനു വിപരീതമായി ദേശാടനത്തിനിറങ്ങിയ ഗ്രാമീണനെ രോഗാതുരനാക്കിയ വാളൻപുളിയും രോഗശാന്തി നൽകിയ വേപ്പും. തല മുറകളുടെ ആർജിതാറിവുകൾ ഊർജം നൽകുന്ന നാട്ടുപുഴമയുടെ ജന്

രാഗ്നിയോഗത്തിൽ പുളിയില കയ്ക്കുകയും വേപ്പ് മധുരിക്കുകയും ചെയ്യുന്ന അത്ഭുത രാസവിദ്യ!

വേപ്പ് ഭാരതീയനെന്താണ്?

നീലഗിരിയിലെ വടുകരുടെയും ഒറീസയിലെ ബോണ്ടാരികളുടെയും പുണ്യംതരൂ.

വേപ്പുമരത്തണൽ വടുകരുടെ നാട്ടുക്കൂട്ടങ്ങൾക്ക് നിലപാടുതറ യാണ്.

ശവദാഹത്തിന്റെ പിറ്റേന്ന് പിതൃകർമങ്ങൾക്ക് വേപ്പില ചേർത്തു വെച്ചു ചോറുണ്ണുന്നവരാണ് ബോണ്ടാരികൾ!

മാരിയമ്മയുടെ പ്രിയകരവൃക്ഷം!

അരയാലിന്റെ കാമിനി!

ഇരുമ്പുപെട്ടിയിൽ ഇരട്ടവാലൻ പുഴുവിനെയകറ്റാൻ വേപ്പിലയടുക്കി വെക്കുന്നതും കന്നുകാലികളുടെ ഈച്ചയാർക്കുന്ന വ്രണങ്ങളിൽ തുവൽത്തുമ്പുകൊണ്ട് വേപ്പെണ്ണ തൊട്ടുതുളിക്കുന്നതും, ചിങ്ങൻ പുഴു വിന്റെ ഉപദ്രവമൊഴിവാക്കാൻ തെങ്ങിൻതടത്തിൽ വളത്തോടൊപ്പം വേപ്പിൻപിണ്ണാക്ക് ചേർക്കുന്നതും പയറരക്കിനു വേപ്പിൻ കഷായം തളി ക്കുന്നതും വേപ്പിൻ കമ്പുകൊണ്ട് പല്ലുതേക്കുന്നതുപോലും ഗുരുതരമായ അവകാശലംഘനക്കുറ്റമാവുകയാണ് — വേപ്പിന്റെ കീടനാശക ഗുണ ങ്ങൾക്കുമേൽ റോബർട്ട് ലാർസൺ എന്നൊരാൾ കുത്തകാവകാശം നേടി യിരിക്കുന്നു. വേപ്പിൽ നിന്നുമുള്ള കീടനാശിനികൾ വ്യാവസായികമായീ നിർമിക്കാനുള്ള അവകാശം ലാർസൺ; ഡബ്ല്യൂ ആർ ഗ്രേസ് ആന്റ് കമ്പനി എന്ന അമേരിക്കൻ കുത്തകയ്ക്ക് കൈമാറിയിരിക്കുകയാണ്. വേപ്പിൻ കീടനാശിനികൾ ഇന്ത്യയിൽ വ്യാവസായികമായി നിർമിക്കുന്ന തിനായി കർണാടകത്തിലെ തുംഗൂറിലുള്ള മാർഗോ കമ്പനിയുമായി കരാ റൊപ്പുവെച്ചിരിക്കുകയാണിവർ. ഗാട്ടിന്റെയും ഡങ്കൽ നിർദേശങ്ങളുടെയും നന്മയെയും പ്രതിനന്മയെയും മുൻനിർത്തി നടക്കുന്ന സൈദ്ധാന്തിക വ്യായാമങ്ങളുടെ പൊടിയടങ്ങിയിട്ടില്ല. പക്ഷേ കാൽക്കീഴിലെ മണ്ണടർന്ന് അറ്റമില്ലായ്മയിലേക്കാണ്ടു പോകും പോലെ ഭയാനകമായ ഒരു സാകാര യാഥാർഥ്യമായി ബൗദ്ധികസ്വത്തവകാശ നിയമത്തിന്റെ സാമൂഹ്യ ബാധ്യത അറിയാറായിരിക്കുന്നു — വേപ്പിലേർപ്പെടുത്തിയ പേറ്റന്റിലൂടെ.

ഭാരതീയന്റെ വികാരവും വിശ്വാസവുമാണ് വേപ്പ്.

അതിലാണ് ചുണ്ട കുരുങ്ങിയിരിക്കുന്നത്.

ഭാരതീയർ വൃക്ഷത്തെ ആരാധിക്കുമ്പോഴും യഥാർഥത്തിൽ ആരാ ധിക്കപ്പെടുന്നത് അതിൽ കുടികൊള്ളുന്ന ദൈവ ചൈതന്യമാണ്. വേപ്പ് കാളിയുടെ ആരൂഢമാണെന്നാണ് ഇന്ത്യൻ വിശ്വാസം. ശാകംഭരിയും അന്നപൂർണയുമായി ആരാധിക്കപ്പെടുന്ന അമ്മദൈവത്തിന്റെ ആദിപ്ര രൂപത്തിന്റെ ദ്രാവിധപക്ഷമാണ് കാളി. കാട്ടിലച്ചറും കുടുംബിക്കിഴങ്ങും കരിംകലരിക്കായും ഓടത്തണ്ടിന്റെ സംഗീതവും പൊത്തിൻതോല്

മുരശും പണിയും പിണിയും തീർക്കുന്ന പാട്ടുകളും ആധുനികന്റെ മൂല്യ മാപിനികൾക്കും പ്രാകൃതമായി തോന്നിയേക്കാം. പ്രകൃതികാമിയായ ഒരു സംസ്കാരത്തിന്റെ പ്രതിരൂപംകൂടിയാണു കാളി. ഇരുളിറങ്ങിയ കാടിന്റെ ഘനകാളിമയുടലാർന്ന ഈ കാട്ടാളത്തിക്ക് കാർത്യായനിയുടെ രൂപഭേ ദങ്ങളിൽ സപ്തമാതാക്കളുടെയത്രയും ആഢ്യത്തമില്ലായിരിക്കാം. പക്ഷേ കാളിയുടെ നയനകാളിമയിൽ സൂര്യതാപത്തെ കുളിർക്കാറ്റാക്കി മാറ്റുന്ന ആര്യവേപ്പിന്റെ കൽപ്പനിലയുടെ ഉൽപ്രേക്ഷയുണ്ട്. കൃഷ്ണവേണിച്ചെരു ളുലച്ചു ചുടലനൃത്തം ചവിട്ടുമ്പോഴും വനഹരിതം നുഴുന്ന മലഞ്ചോല യുടെ കാരുണ്യമുണ്ട് കാളിയിൽ. ബർബരനായ കാട്ടാളനെ നല്ലവനാ ക്കുന്ന (Noble Savage) മാതൃശാസനയുടെ പീലിത്തണ്ടുമുണ്ട് കപാല ങ്ങൾക്കൊപ്പം അവളുടെ കൈകളിൽ. ഈതിബാധകളിൽ നിന്നും നമ്മെ കാത്തുരക്ഷിച്ചുപോരുന്നോരീ ജീവചൈതന്യത്തിനാണ് പടിഞ്ഞാറിന്റെ ഉപ്പുകാറ്റേറ്റു പട്ടുപോകുന്ന വേപ്പുമരങ്ങളിൽനിന്നും കുടിയെയൊഴിഞ്ഞുപോ കേണ്ടിവരുന്നത്.

സഹനങ്ങൾ പുകഞ്ഞുപൊട്ടിയ അഗ്നിദിനങ്ങളിലാകാം വിപ്ലവ ങ്ങൾക്ക് ഉൻമൂലനമെന്ന പ്രത്യക്ഷാർഥം ലഭിച്ചത്. വിപ്ലവസജ്ജരാകേ ണ്ടിയിരുന്ന ഒരു ജനതയുടെ സ്വത്വബോധത്തെക്കൂടി നശിപ്പിച്ച് ഹരിത വിപ്ലവം അരങ്ങൊഴിഞ്ഞശേഷമാണ് പ്രതിരോധംപോലും ഭീകരപ്രവർത്ത നമായി വഴിതിരിച്ചറിയേണ്ടിവരുന്ന ദയനീയത ദൃശ്യമായിത്തുടങ്ങിയത്. ഹരിതവിപ്ലവം ഉൻമൂലനമായിരുന്നു: കൃഷിയെന്ന സംസ്കാരത്തിന്റെ വയൽഹരിതത്തിൽ നിന്നും വനനീലിമയിലേക്കാണ് ഇപ്പോൾ ഈ വിപ്ല വത്തിന്റെ പടപ്പുറപ്പാട്. വികസനത്തിന്റെ തുരഗീയവേഗങ്ങൾക്കും നശി പ്പിക്കാനാവാതെ അവസാനിക്കാത്തും അന്യവൽക്കരിക്കപ്പെടാത്തു മായ അൽപ്പംകൂടി അറിവുകൾ ബാക്കിയുണ്ടായിരുന്നു ഇതുവരെ. അതു കൂടി ഈ വിപ്ലവത്തിന് അടിയറ വെക്കേണ്ടിവരും. ജനിതക സാങ്കേതിക വിദ്യകളുടെതായ ഹരിതവിപ്ലവത്തിന്റെ ഉത്തരാഖണ്ഡത്തിന് ഒരു നിറ മേയുള്ളൂ. ഇരുൾമൂടിയ ഭയകരാകാശത്തിന്റെ നിറം. മൂന്നാംലോകത്തിന്റെ പരമ്പരാഗത അറിവുകളുടെ നെഞ്ചത്തുകേറി കൊഞ്ഞനംകുത്തിയ ബഹു രാഷ്ട്രക്കുത്തകകളെല്ലാം അതിലെ ജൈവവൈവിധ്യത്തിന്റെ അനന്തമായ വിപണന സാധ്യതകൾ കണ്ടറിഞ്ഞ് നിലമാറിച്ചവിട്ടാൻ തുടങ്ങിയിരിക്കു കയാണ്. മഹാത്മാക്കളായി തെറ്റിധരിക്കപ്പെട്ട ചരിത്രത്തിലെ ഏറ്റവും വലിയ കൂട്ടിക്കൊടുപ്പുകാർ ആഗോളക്കുത്തകകളുടെ പ്രതിപുരുഷന്മാ രായി പുനരവതരിച്ചിരിക്കുകയാണ്. ഓർഗാനിക് ഫാമിങ്ങും ബയോ പെസ്റ്റി സൈഡ്സും സസ്റ്റയിനബിൽ അഗ്രിക്കൾച്ചറുമാണ് അവർക്കുമിപ്പോൾ പഥ്യം.

ജീവികളുടെ സ്വഭാവം നിർണയിക്കുന്ന ഘടകമാണല്ലോ ജീനുകൾ സ്ത്രൈണവും പൗസ്നവുമായ ഇരുപത്തിമൂന്നു വീതം ക്രോമസോമു കളുടെ രണ്ടുപൂർണതകൾ സംഗമിക്കുന്നതിലൂടെയാണ് മനുഷ്യജന്മം ഉരുവെടുക്കുന്നത്. അവിശ്വസനീയവും അനന്തവുമായ മേഖലകളിലേ

ക്കാണ് ജീനിന്റെ പിരിയൻ ഗോവണികൾ നീളുന്നത്. മിന്നാമ്മിന്നിയുടെ തീപ്പൊട്ടിന്റെ ജനിതക ഗുണം പുകയിലച്ചെടിയിൽ പറിച്ചുനടുന്ന കാല മാണിത്. മുത്തശ്ശി പറഞ്ഞ പഴങ്കഥയിലെ ഉൽപ്പത്തി പുരാണത്തിലെ അഗമ്യഗമനം പോലും ആധുനിക ശാസ്ത്രം സാക്ഷൽക്കരിച്ചേക്കാം. അല്ലെങ്കിലും വെള്ളക്കാരന്റെ രക്തത്തിൽ നിന്നും ഒരു പോരുകോഴിയുടെ ജീനുകൾ പണ്ടേ കൂകിവിളിക്കുന്നുണ്ട്; കീഴടക്കാനും അനുഭവിക്കാനും. നാക്കിലയിലെ ചോരപുരണ്ട പെരുവിരലും വഴികാട്ടിയുടെ അത്തിമര ത്തിൽ ബന്ധിക്കപ്പെട്ട ആത്മാവും ഒരേ ഹൃദയവൃത്തിയിലാണു സ്പന്ദി ക്കുന്നത്. കിരാതന്റെ കാമത്തിനുമേൽകൂടി ഇനിവരും കൊടുംകാലത്തിൽ 'പാഡ്ലോക്കുകൾ' വീണേക്കാം. മാർട്ടിൻ നിയോമുള്ളറുടെ കവിത വീണ്ടും വീണ്ടും ഓർമിക്കപ്പെടുന്നു.

> അവരാദ്യം കമ്യൂണിസ്റ്റുകാരെത്തേടി വന്നു. ഞാൻ മിണ്ടിയില്ല. കാരണം ഞാൻ കമ്യൂണിസ്റ്റുകാരനല്ല.
>
> പിന്നീടവർ ട്രേഡ് യൂണിയൻക്കാരെത്തേടിവന്നു. ഞാൻ മിണ്ടി യില്ല കാരണം ഞാൻ തൊഴിലാളിയല്ല.
>
> പിന്നീടവർ ജൂതന്മാരെത്തേടി വന്നു. ഞാൻ മിണ്ടിയില്ല. കാരണം ഞാൻ ജൂതനല്ല. പിന്നീടവർ കത്തോലിക്കാരെത്തേടിവന്നു.
>
> ഞാൻ മിണ്ടിയില്ല കാരണം ഞാനൊരു പ്രൊട്ടസ്റ്റന്റായിരുന്നു.
>
> ഒടുവിലവർ എന്നെത്തേടിവന്നു. എന്നാൽ എനിക്കായി മിണ്ടാൻ ആരും അവശേഷിച്ചിരുന്നില്ല.

സൂചിമുഖി 1993

www.ingramcontent.com/pod-product-compliance
Lightning Source LLC
Chambersburg PA
CBHW031746150726
47989CB00006B/2619